व्यवसायवृद्धीचा कानमंत्र देणारी असंख्य पुस्तकं मी वाचली आहेत. मात्र मायकेल जर्बर यांनी जो माझ्या काळजाचा ठाव घेतला, तसा आतापर्यंत कोणीही घेऊ शकलेला नाही.

– जॅक कॅनफिल्ड

...वाचलीच पाहिजेत, अशा ज्या चार पुस्तकांची मी एखाद्याला शिफारस करीन, त्यात मायकेल जर्बरच्या 'इ-मिथ' या पुस्तकाचा समावेश करायलाच हवा. ज्यांना स्वत:च्या बळावर उद्योगाची उभारणी करायची आहे, त्यांच्यासाठी मायकेल जर्बर हा अत्यंत योग्य माणूस आहे. त्याने इतक्या यशस्वी उद्योजकांना प्रशिक्षण दिलं आहे, जे व्यवस्थापन क्षेत्रातल्या आगामी दहा गुरूंना एकत्रितपणेदेखील जमणार नाही.

– टिमोथी फेरीस
'द फोर अवर वीक' या न्यू यार्क टाइम्सच्या बेस्ट
सेलिंग पुस्तकाचे लेखक

मायकेल जर्बर यांचं 'अवेकनिंग दि आंत्रप्रिनर विदिन' हे पुस्तक क्रांतिकारी आणि विचारप्रवर्तक आहे. ते तुम्हाला हसायला आणि रडायलाही भाग पाडतं, बेचैन करतं, आव्हानं देतं, शक्तिदायी ठरतं; तसंच तुमच्या आयुष्याला आणि व्यवसायाला नवा अर्थ आणि हेतू प्रदान करण्यासाठी प्रेरणा देतं. जर तुम्हाला तुमची कल्पनाशक्ती चेतवायची असेल; तुमचा व्यवसाय आणि आयुष्य असं घडवायचं असेल, जे जग बदलवून टाकेल; तर हे पुस्तक तुमचं 'बायबल' आहे, असं समजा. मायकेलच्या शब्दांत सक्षमीकरणाची ताकद आहे. हे पुस्तक तुम्हाला वारंवार वाचावंसं वाटेल. अशा पद्धतीचं दुसरं व्यवसायमार्गदर्शक पुस्तकच नाही आणि मायकेलसारखा स्वप्नांचा सौदागरही नाही. हे पुस्तक तुमचं आयुष्य बदलून टाकेल, यात मला तिळमात्रही शंका वाटत नाही.

– सुसान विल्सन सोलोव्हिक
सीईओ, एसबीटीव्ही डॉट कॉम आणि 'द गर्ल्स गाइड टु बिल्डिंग ए
मिलियन डॉलर बिझनेस' या पुस्तकाच्या लेखिका

प्रत्येकाला एक मार्गदर्शक हवा असतो. आपले गुण काय, आपले दोष काय आणि आपली सर्वांत कुरूप अशी बाजू कोणती, हे जसंच्या तसं त्याने सांगावं; अशी त्याची अपेक्षा असते. अशा लाखो छोट्या उद्योजकांसाठी मायकेल हा योग्य मार्गदर्शक आहे. यशाच्या वारूवर स्वार व्हायचं असेल, तर मायकेलला गुरुस्थानी माना.

— जॉन जान्चस, 'डक्ट टेप मार्केटिंग' या पुस्तकाचे लेखक

'इ-मिथ' या पुस्तकाच्या मालिकेनंतर मायकेल जर्बर या उत्तुंग लेखकाकडून असंच काहीतरी प्रचलितांना हादरा देणारं पुस्तकं कधी येतं, याची प्रतीक्षा अख्खं व्यवसायजगत करत होतं आणि शेवटी ते आलंय, त्याचं नाव आहे, 'अवेकनिंग दि आंत्रप्रिनर विदिन' तुमच्यातील सुप्तावस्थेत असलेला उद्योजक कसा ओळखायचा आणि त्याच्यात प्राण कसे फुंकायचे, हे इथं मायकेल तुम्हाला सांगणार आहे. या साऱ्या मागे त्याने त्याच्या 'ड्रिमिंग रूम'मध्ये घेतलेला दांडगा अनुभव आहे. जेव्हा मायकेल काहीतरी सांगतो, तेव्हा प्रत्येक उद्योजकाने ते लक्षपूर्वक ऐकलं पाहिजे. जा आणि पुस्तक विकत घ्या!

— मिच मेयरसन, 'मास्टरिंग ऑनलाइन मार्केटिंग' या पुस्तकाचे लेखक आणि 'गुरिल्ला मार्केटिंग कोचिंग' या संस्थेचे संस्थापक

जगात जर काही भव्य-दिव्य करावंसं वाटत असेल, तरच हे पुस्तक वाचा. याचं पहिलं प्रकरण वाचल्यानंतर पुढचं वाचण्याशिवाय आपल्यापुढे पर्याय नाही, हे तुम्हाला जाणवेल. मायकेल जर्बर आणि त्याच्या या पुस्तकात तुमची स्वप्नं साकार करण्याच्या किल्ल्या आहेत.

— मायकेल पोर्ट, 'बुक युअरसेल्फ सॉलिड ॲन्ड बियाँड बुक्ड सॉलिड' या पुस्तकाचे लेखक

'अवेकनिंग दि आंत्रप्रिनर विदिन' या पुस्तकाद्वारे मायकेल जर्बर यांनी माझ्या आयुष्याला कलाटणी दिलीय. त्यांच्या सल्ल्यामुळेच माझ्या उद्योगात यशाची शिखरं गाठता आली. औद्योगिक जगतात मायकेलचा शब्द अखेरचा मानला जातो आणि ज्यांना आयुष्यात यशस्वी व्हायचंय, त्यांच्यासाठी हे पुस्तक 'अत्यावश्यक' या श्रेणीत बसणारं आहे.

— केव्हिन प्रिंगल्स, अध्यक्ष, चील फॅक्टर क्लोदिंग कंपनी

खरा उद्योग आणि खरी उद्योजकता यांच्या नव्या व्याख्या मायकेलनं तयार केल्यात. उद्योजकांनी स्वत:च स्वत:भोवती बांधलेल्या तुरुंगातून त्याने त्यांची सुटका केली आहे. आता या नव्या पुस्तकात त्याने आणखी एक धाडसी पाऊल टाकलंय. तुमच्यातीलच सुप्त गुणांना जागं करून तो तुमचं जीवन आशयघन करू पाहातोय. वर्तमानकाळात त्याचं हे पुस्तक औद्योगिकच नव्हे, तर सामाजिकदृष्ट्याही अत्यंत महत्त्वाचं ठरणार आहे.

– मायकेल जे रसर, *'दि ऑबसुलेट एम्प्लॉई', 'हाउ बिझनेसेस सक्सीड विदाउट एम्प्लॉईज – ॲन्ड लव्ह इट!' या पुस्तकाचे लेखक*

अमुक एक असं करा, तसं करा, वेगळेपणाने करा; असे सल्ले देणाऱ्या पुस्तकांनी माझं कपाट भरून गेलंय. त्यातील बहुतेक पुस्तकं मी रद्दीच्या भावाने विकणार असून 'अवेकनिंग दि आंत्रप्रिनर विदिन' या पुस्तकाला तिथे विराजमान करणार आहे. जर तुम्हाला 'असामान्य' असा उद्योग करायचा असेल किंवा अशा उद्योगाचा प्रारंभ कसा करावा, या विचारात तुम्ही असाल; तर मायकेलचं हे नवं पुस्तक तुमचा विश्वासू वाटाड्या ठरू शकेल.

– स्टिव्ह गोट्री, 'कॉमनसेन्स बिझनेस' या पुस्तकाचे लेखक आणि 'द ऑन-टाइम, ऑन-टार्गेट मॅनेजर' या पुस्तकाचे (केन ब्लँकार्डसोबत) सहलेखक

'एफ-१५' या बनावटीच्या विमानाचा लढाऊ वैमानिक म्हणून मला अनेक संकटांचा सामना करावा लागला. निवृत्तीनंतर मी माझा छोटासा व्यवसाय सुरू केला. पण मायकेल जर्बर यांची 'इ-मिथ' पुस्तकं वाचेपर्यंत आणि त्यांची प्रत्यक्ष भेट घेईपर्यंत माझी अवस्था प्रचंड गोंधळल्यासारखी होती. जर्बर यांच्या काहीशा रांगड्या स्वभावाला त्यांच्यातील सूक्ष्म अशा चिकित्सकाची साथ मिळालीच. या त्यांच्या गुणांमुळे माझ्या आयुष्यात कायमस्वरूपी बदल झाला. मायकेलच्या 'ड्रिमिंग रूम'मुळे माझ्या उद्योगाला निश्चित अशी दिशा मिळाली. त्याला एक अर्थ प्राप्त झाला. ते भव्य असं 'मिशन' झालं. हे पुस्तक लिहिल्याबद्दल आणि आम्हाला उद्योगातील खाचखळग्यांची जाणीव करून दिल्याबद्दल मायकेल आम्ही तुझे आभारी आहोत.

– स्टिव्ह ओल्डस, सीईओ, स्ट्रॅटवर्क्स डॉट कॉम

केवळ दोन साहाय्यकांच्या मदतीने सुरू केलेल्या माझ्या व्यवसायाचा विस्तार आज जगभर झाला आहे आणि त्याला मायकेल जर्बर यांच्या 'इ-मिथ' पुस्तकांचा

मोठा हातभार लागला आहे. त्यांचं 'अवेकनिंग दि आंत्रप्रिनर विदिन' हे पुस्तक माझ्या व्यवसायवृद्धीस कसा हातभार लावेल, याबद्दल मी उत्सुक आहे.

— डॉ. इव्हान मिसनेर, बीएनआयचे संस्थापक आणि अध्यक्ष, 'मास्टर्स ऑफ सेल्स' या पुस्तकाचे लेखक

कोणत्याही गुंतागुंतीच्या वाटणाऱ्या उद्योगातील अडचणींची उकल करून, त्यावर साधे आणि थेट उपाय सुचवणं, हा मायकेल जर्बर यांचा गुण त्यांच्या 'अवेकनिंग दि आंत्रप्रिनर विदिन' या पुस्तकातही ठळकपणे जाणवतो. जर तुम्हाला तुमच्यातील उद्योजकाची दूरदृष्टी विकसित करायची असेल आणि तिचा फायदा इतरांनाही व्हावा, असं वाटत असेल, तर हे पुस्तक तातडीने खरेदी करा, ते वाचा आणि मायकेलने अत्यंत हुशारीने सुचविलेल्या प्रक्रिया अमलात आणा.

— टिम टेम्पलटॉन, 'द रेफरल ऑफ अ लाइफटाइम' या पुस्तकाचे लेखक

व्यवहारदक्ष असा यशस्वी उद्योजक होण्यासाठी नेमकं काय करायला हवं, याचं इंगीत मायकेलला अचूक समजलंय. तुमच्या व्यवसायाला यशाची फळं चाखायची असतील, तर नेमकं काय करायला हवं, हे मायकेल बरोबरच्या सहा वर्षांच्या सहवासात शिकलोच. आपल्या व्यवसायाचा शाखाविस्तार कसा करायचा, याचेही धडे त्याने मला दिलेयंत.

— ख्रिस ओवेन, 'रॉयल आर्मरिज' या कंपनीचे मार्केटिंग डायरेक्टर

अमेरिकेच्या हवाईदलात आणि नंतर औद्योगिक विमानव्यवसायात सुमारे ३० वर्षे सेवा केल्यावर मी, आणि माझी पत्नी कोलीन मिळून स्वतःचा व्यवसाय करण्याचा निर्णय केला. त्यासाठी आम्ही डझनानी पुस्तकं वाचली आणि अनेक सेमिनार्समध्ये भाग घेतला. आम्ही ज्या वातावरणात वाढलो आणि जगलो, त्याच्याशी सुसंगत असं आम्हाला काहीच हाती लागेना. मायकेल जर्बर यांची पुस्तकं वाचल्यावर मात्र आम्हाला सूर सापडला.

आम्हाला तोपर्यंत चकवा देणारा मार्ग त्यांनीच आम्हाला सुस्पष्टपणे दाखविला. आम्ही त्यांची सर्व पुस्तकं नेहमीच बरोबर ठेवतो. ज्यांना आपला मार्ग चुकतोय, असं वाटतं, त्यांना ती वाचायला देतो. कारण मायकेलच्या ज्ञानाचा उपयोग करून तेही आपली भरभराट करू शकतील, अशी खातरी आम्हाला वाटत असत.

— बिल आणि कोलीन हॅन्सले, 'हॅन्सले प्रॉपर्टीज'चे संस्थापक, आणि 'द पायलट-लर्निंग लीडरशीप' पुस्तकाचे लेखक

मायकेलच्या पुस्तकांनी आम्हाला नेहमीच प्रेरणा दिली आहे. कधीकाळी नियंत्रणबाह्य असलेली आयुष्यं त्यानं मार्गावर आणली आहेत. दैनंदिन ताणतणावापेक्षा आमचं अंतिम ध्येय काय आहे, याची जाणीव त्याने करून दिली आहे. आम्हाला स्वप्नातही वाटलं नव्हतं, त्या उंचीवर त्याने आमचा व्यवसाय नेऊन ठेवलाय. आम्हाला आमचा व्यवसाय आणि आमचं आयुष्य यांचं पुनर्मूल्यांकन करायला त्याने आपल्या 'ड्रिमिंग रूम'च्या माध्यमातून शिकवलंय. मायकेलच्या 'ड्रिमिंग रूम'मध्ये आम्ही आमच्या स्वप्नांना एक निश्चित आकार दिलाय.

– जो आणि स्टीव्ह डेव्हिडसन,
'स्पायनल हेल्थ क्लिनिक कायरोप्रॅक्टिक ग्रुप' आणि 'www.your-dream-life.com'चे संस्थापक

माझं आयुष्य आणि माझा व्यवसाय आमूलाग्र बदलल्यापासून मी मायकेलची फॅन बनले आहे. मी नुकतीच त्याच्या 'ड्रिमिंग रूम'ला भेट दिली होती. तिथे माझी भीती आणि साचलेपण अचानक दूर झालं. त्याने त्याची 'हेतूपूर्वक स्वप्नरंजन' ही प्रणाली वापरून मला नवी क्षितिजं दाखवली. दूरदृष्टीत किती ताकद असते, हेही मला तिथंच कळलं. या वैचारिक बदलांनी मला प्रचंड शक्ती मिळाली आणि व्यावसायिक जोखिमा घेण्याची माझी ताकदही वाढली. मला सर्व शक्यता स्पष्टपणे दिसू लागल्या.

– एलेना रिव्हेरा मॅकग्रेगर, रिव्हेरा डिझाइन्स ग्रुप लिमिटेड

तुम्हाला तुमचा व्यवसाय पुढच्या टप्प्यावर न्यायचा असेल आणि त्यासाठी जर तुम्हाला प्रेरणा आणि माहिती – तसेच सोप्या व्यवहार्य क्लृप्त्यांची आवश्यकता भासत असेल, तर तुमचा शोध इथे संपला. मायकेल जर्बर तुमच्या स्वप्नांना मूर्तरूप देईल, तुमच्या अडचणींवर तोडगे सुचवेल आणि उद्दिष्टप्राप्तीसाठी मार्गदर्शनही करील. मी हे सर्व का सांगतोय? सोपं आहे! मायकेलने हे सर्व माझ्यासाठी केलंय आणि अजूनही करतोय!

– पिटर थॉम्सन, पिटर थॉम्सन इंटरनॅशनल

जागेपणी स्वप्न पाहता येतात आणि आम्ही ती पाहू शकतो. आपण कायम स्वप्नं पाहू शकतो आणि आपल्या ग्राहकाला आपण ज्या सेवा आणि उत्पादनं देतो, त्याने त्यांचं समाधानही करू शकतो. सेवा आणि उत्पादनं यांच्यात सातत्याने सुधारणा करून ग्राहकाचा आणि स्वत:चाही फायदा करू शकतो. हे

सर्व काही मायकेलने आम्हाला शिकवलंय.

— **पाम आणि फिल रीड,** 'द रीड टीम'चे मालक, 'विलिस ॲलन, रिअल इस्टेट, ला जोला',चे सीए

खरोखरच आयुष्यात किमान एकदा तरी असा संदेश मिळावा की, ज्यामुळे आपल्याला प्रेरणा मिळेल; आमची दृष्टी कशी असावी, त्याचा उलगडा करेल. आम्हाला तो संदेश देणारा मिळाला होता मायकेलच्यारूपाने. त्यानंतरच्या त्याच्याबरोबरच्या प्रवासात आमच्यातील उद्योजक खऱ्या अर्थाने जागृत झाला. या पुस्तकांचा आधार घेऊनच आम्ही आमच्या आणि आमच्या ग्राहकांच्या जीवनात परिवर्तन घडवून आणणार आहोत.

— रॉबर्ट आणि सुसान क्लेमेन्ट्स, प्रिन्सिपल्स, इ-मिथ, आयोवा

दिवसाचे २४ तास आठवड्याचे सातही दिवस मी काम करतो, तरीही मी माझ्या उद्योगाची संभावना छोटा उद्योग अशीच करतो. मला माझा व्यवसाय जगभर न्यायचा होता. मायकेल जर्बरमुळेच माझी स्वप्नं आता सत्यात उतरत आहेत.

— **हॉवर्ड पार्ट्रिज,** फिनोमेनल प्रॉडक्ट्स

जागतिक पातळीवर उद्योगांचा चेहरामोहराच मायकेल जर्बरने बदलून टाकला आहे. तुमची भव्यतम अशी स्वप्नं तो आव्हान म्हणून स्वीकारतो आणि अशक्य कोटीतील गोष्टींना प्रत्यक्षात आणतो. जर तुम्ही त्याला संधी दिलीत, तर तो तुमचं जीवन बदलून टाकील.

— **फिओना फेलन,** 'डिव्हाइन ॲन्ड बॉटम लाइन'च्या संस्थापिका

मायकेल जर्बर हा एक प्रतिभावंत माणूस आहे. मी ज्या-ज्या उद्योगपतीला भेटलोय, त्या सर्वांनी त्याची सर्व पुस्तके वाचली आहेत. ते त्याचा नेहमी संदर्भ देतात आणि त्याच्या मार्गदर्शनानुसार चालतात. मायकेल जर्बरची पुस्तकं कितीही वेळा वाचली, तरी समाधान होत नाही. एखाद्याच्या मनाचा ठाव घेण्याची उपजत आणि दुर्मीळ अशी शक्ती त्याला लाभली आहे. तो तुमचं बारकाईने निरीक्षण करतो आणि तुम्ही नेमकं काय केलं पाहिजे, ते सांगतो.

— **पॉलिन ओ'मॅली,** सीईओ, द रेव्हेन्यू बिल्डर

तुमच्या जीवनावर सर्वांत जास्त प्रभाव कोणाचा आहे? असं जेव्हा मला विचारलं जाईल, तेव्हा तर क्षणाचाही विलंब न करता 'मायकेल जर्बर' हे नाव

मी घेईन आणि हेच उत्तर देणारे लाखोंच्या संख्येत असतील. माझ्यासारख्या सेवानिवृत्तीची स्वप्नं पाहणाऱ्याला त्याने पुढची शंभर वर्षं काम करत राहण्याची ताकद दिली. मायकेलचं नवं पुस्तक जो वाचेल, त्याच्या बाबतीत हे घडणं अटळच आहे.

– थॉमस ओ. बार्डीन

मायकेल जर्बर हा अविश्वसनीय क्षमतेचा उद्योगविषयक तत्त्वज्ञ आहे, गुरू आहे. प्रत्येकाचं नेमकं काय चुकतंय, ते ओळखण्याची आंतरिक शक्ती त्याला मिळाली आहे. त्याला सर्वत्र फक्त संधीच दिसतात. एखाद्या अवघडलेल्या उद्योजकाच्या अंतर्मनात डोकावून पाहण्याची गुरुकिल्ली त्याने मला त्याच्या 'ड्रिमिंग रूम'मध्ये दिली. कोणे एके काळी प्रादेशिक पातळीवर असलेला माझा व्यवसाय आज चार खंडांत पसरलाय. या साऱ्याचं श्रेय मायकेल जर्बरलाच जातं.

– किथ जी. शिकल, अध्यक्ष, रेन्ट ए ग्रीक कॉम्प्युटर सर्व्हिसेस

उद्योजकता आणि छोटे उद्योग यांची नस ओळखणाऱ्या मोजक्या काहीजणांत मायकेलचा समावेश करावा लागेल. इतर अनेक जण या विषयांचं पुस्तकी शुष्क तांत्रिकी भाषेत विवरण करतात. मायकेल प्रत्येक प्रश्नाच्या मुळापर्यंत जातो. मायकेल जेव्हा-जेव्हा अशा विषयांवर लिहितो, तेव्हा तुम्हीही त्यात आकंठ बुडून जात असता आणि हे त्याचं आकंठ बुडणं केवळ तुमच्या व्यवसायालाच नव्हे, तर तुमच्या स्वत्वाला खतपाणी देणारं असतं. उद्योगाच्या अनिश्चित सागरात तुमची उर्मी आणि संतुलन जराही ढळणार नाही, याची तो काळजी घेतो.

– रेमन्ड येह, 'द आर्ट ऑफ बिझनेस' या पुस्तकाचे सहलेखक

प्रत्येक उद्योजकाने हे पुस्तक वाचलंच पाहिजे. मायकेल जर्बरची अंतर्दृष्टी, विद्वत्ता, हळुवारपणा आणि सडेतोड भूमिका यांचा मला व माझ्या व्यवसायाला भरपूर फायदा झाला. त्याच्यामुळेच मी माझा व्यवसाय केवळ एका वर्षात दुप्पट करू शकले. हे पुस्तक उघडा आणि त्याने जे माझ्या बाबतीत केलं, ते तुमच्या बाबतीत करू द्या.

– ख्रिस्टिन क्लोजर, 'द फ्रीडम फॉर्म्युला ॲन्ड कॉन्शस आंत्रप्रिनर'
या पुस्तकाच्या लेखिका

मायकेल जर्बरने मला व्यापक विचार करायला, वास्तवाचं भान ठेवायला आणि माझं नेटवर्क विस्तारित करायला खूपच मदत केलीय. नव्या उद्योगाची लाट

आता येऊ घातलीय. त्यासाठी मायकेलचे अथक परिश्रम आणि अत्यंत व्यवहारी दृष्टी कारणीभूत आहेत.

— **ख्रिस्टीन केस्सन,** हायर ग्राउंड रिट्रिट्स ॲन्ड इव्हेन्टस

उद्योजक आणि छोटे व्यवसाय यांविषयीच्या मायकेलच्या लेखनात परिवर्तनशीलतेचा गुण आहे. त्याचा फायदा जगभरातील अगणित उद्योगांप्रमाणेच माझ्या 'इन्फ्युजन सॉफ्टवेअर'लाही झाला आहे. त्याची छोट्या उद्योगांकडे पाहण्याची दृष्टी सर्वच उद्योजकांनी समजावून घेतली पाहिजे. 'ड्रिमिंग रूम'मध्ये आम्हाला जे अनुभव आले, त्यांनी आम्हाला आमच्या व्यवसायातच किती संभाव्य ताकद आहे, याची जाणीव करून दिली. त्याने दिलेल्या कार्यप्रवण शिकवणुकीमुळे आम्हाला आमचा व्यवसाय आमच्या अंतिम उद्दिष्टांपर्यंत नेता आला.

— **क्लेट मास्क,** अध्यक्ष आणि सीईओ, 'इन्फ्युजन सॉफ्टवेअर'

मायकेल जर्बर हा खरोखरच लोकविलक्षण असा माणूस आहे. त्याच्या दिलखुलासपणामुळे आणि प्रश्नाच्या गाभ्यापर्यंत जाण्याच्या क्षमतेमुळे मला प्रेरणा आणि प्रोत्साहन मिळाले आहे. तो सातत्याने जे प्रश्न विचारतो, त्यामुळे नवे दृष्टिकोन बंधमुक्त होऊन जगासमोर येतात. तो नव्या आव्हानांचा सामना निधड्या छातीने करतो.

— **रॅबी लेव्ही क्युनिन,** छाबाड ऑफ मालिबू

'ड्रिमिंग रूममधील अनुभवांनी आमचं आयुष्यच बदलून गेलं. त्या शिकवणुकीच्या आधारेच काही महिन्यांत आम्ही टीव्हीवर अनेक कार्यक्रम करू शकलो आणि आमच्या संस्थेची उभारणी शक्य झाली. त्याची अद्‌भुत मोहिनी अमूल्य अशीच आहे. या सर्वांपेक्षाही तो तुम्हाला प्रेरणा देतो आणि कृती करण्यास भाग पाडतो. त्याच्या या चमत्काराचा अनुभव या क्षणापासून घ्यायला लागा.

— **शोना आणि शानू कॅरकेरी,** ट्रिनीटी प्रॉपर्टीज इन्व्हेस्टमेन्ट्स,
होम वेस्टर्स फ्रँचायजीज

'इ-मिथ' हे नावच मला बुचकळ्यात टाकणार आहे, असं वाटलं होतं. या पुस्तकाचा मला काय उपयोग? पण जेव्हा मी ते वाचायला सुरुवात केली, तेव्हा मी जे काही शोधत होतो, ते सापडलंय, याविषयी माझी खातरी झाली. त्यानंतर मी तब्बल २७ तासांचा प्रवास करून सॅन डियागोला गेलो आणि मायकेलच्या 'ड्रिमिंग रूम'ला भेट दिली. तिथे मायकेलने माझा, माझ्या काळजाचा, मनाचा

आणि माझ्या आत्म्याचाही ताबा घेतला.

– **हेल्मी नॉटो,** अध्यक्ष, 'आय टू आय ऑप्टिक्स', सौदी अरेबिया

'बाहेर जा आणि जे अशक्य कोटीतील वाटत आहे, ते करून दाखवा.' – मायकेल जर्बरने त्याच्या 'ड्रिमिंग रूम'मध्ये मला जणू आव्हानच दिलं. मी तसं केलं आणि त्याचीच तत्त्वप्रणाली वापरून हजारो नागरिकांचा कायापालट केला.

– **डॉ. डॉन केनेडी,** एमबीए, '५ एएम अॅन्ड ऑलरेडी बिहाइंड' या पुस्तकाचे लेखक, www.bahabits.com

हे पुस्तक वाचल्यावर खरंतर गमतीने असं म्हणावसं वाटतं की, त्याच्यावर आरोग्यविषयक 'वैधानिक इशारा'ही छापला पाहिजे. जर तुम्ही एखाद्या उद्योगाच्या अधोगतीकडे आधी लक्ष दिलं नाहीत, तर आता तुम्हाला मिळालेल्या यशाची खरी लज्जत कशी आहे, हे कळणारच नाही. कधीकधी अपयशाच्या यातना काय असतात, हे समजावून न घेताच; तुम्ही आपल्याला गवसलंय तेच सत्य आहे, असं समजून चालता आणि जेव्हा तुम्ही मायकेल जर्बरची उत्कृष्ट पुस्तकं वाचता, तेव्हा तुम्हाला या साऱ्याचा उलगडा होतो, तुमचं स्वत्व तुम्हाला सापडतं. आपल्या उद्योगाच्या माध्यमातून जग बदलण्याची ज्यांची मनापासून इच्छा आहे, त्यांनी हे पुस्तक वाचलंच पाहिजे.

– **जॉन एस्किल्डसन,** मॅनेजिंग डायरेक्टर, पेपर फॉर यू लिमिटेड

उद्योजक ही एक अत्यंत अनाकलनीय जात आहे. आम्ही काळवेळाचं बंधन न पाळता बेभानपणे काम करत सुटतो. इतर काही जण ज्याचा विचारही करू शकणार नाहीत, अशा जोखिमा आम्ही पत्करतो. आम्हाला यश मिळतं, तेव्हा लोक आम्हाला 'नशिबवान' समजतात, पण खरी गोष्ट अशी असते की, आम्ही मायकेल जर्बर नावाच्या गुरूचं शिष्यत्व पत्करलेलं असतं. त्यानेच आमच्यातील उद्योजक जागृत केलेला असतो आणि उद्योजकाची खरी बलस्थानं कोणती, याची दीक्षा दिलेली असते.

– **पॅट्रिक डब्ल्यू. जे. डेव्हिस,** 'टाउन अॅन्ड कंट्री ट्री सर्व्हिस'चे मालक

स्वप्नांच्या तुमच्या शोधाच्या मार्गक्रमणेत मायकेल जर्बर तुम्हाला मार्गदर्शक म्हणून साथ देतो आणि तुमची स्वप्नं पूर्ण होण्यासाठी आवश्यक असलेला आत्मविश्वासही देतो. तुम्ही तुमच्या जागेवर अढळ मात्र राहिलं पाहिजे.

– **लिसा सॉल्ट,** द सॉल्ट टीम, रि मॅक्स व्हर्नन

मी आयुष्यात कधीही विसरू शकणार नाही, असे काही धडे मला एक उद्योजक आणि एक माणूस म्हणूनही मायकेल जर्बरने दिलेत. त्याचे शब्द मला नेहमीच नवी शक्ती देतात, माझं सक्षमीकरण करतात. मी जेव्हा त्याचे शब्द वाचतो, तेव्हा मंत्रमुग्ध होतो. त्याच्याबरोबर गप्पा मारणं म्हणजे एक आनंदयात्रा असते. माझ्या स्वप्नपूर्तीच्या वाटेवर त्याची इ-मिथं पुस्तकं आणि त्याचं 'ड्रिमिंग रूम' यांनी मला मशालीसारखी सोबत केली आहे.

– मर्लिन यू. वॉर्ड

माझ्या आयुष्याची संगतवार मांडणी करून मला जीवनदान देण्याचं काम मायकेलच्या या पुस्तकानं केलं आहे. माझ्या कल्पनांची नव्याने व्याख्या करणं, त्यांना आकार देणं, माझं भविष्य सुनिश्चित करणं, मला हवं होतं तसं आयुष्य जगू देणं; या साऱ्याच कामी मायकेल जर्बरच्या 'अवेकनिंग द आंत्रप्रिनर विदिन' या पुस्तकाने महत्त्वाचा हातभार लावला आहे. केवळ दोन वर्षांपूर्वी मी माझा तंत्रज्ञानाधारित व्यवसाय बंद करण्याच्या विचारात होतो. पण आजमितीला माझे दोन स्वतंत्र उद्योग आहेत, चार नवे तयार होण्याच्या वाटेवर आहेत आणि अनेक संधी मला खुणावत आहेत.

– डॉ. केव्हॉन खलिलजादा, चीफ क्रिएटर, पॅरास्कोप टेक्नॉलॉजी

'इ-मिथ'नंतर पुढे काय, या प्रश्नाचं उत्तर मायकेल जर्बरने या आपल्या नव्या पुस्तकात दिलंय. तुमच्या मनात डोकावून पाहणारी त्याची नजर किती परिणामकारक आहे, याची साक्ष हे पुस्तक देतं

– माईक डाउटी, मॅनेजिंग डायरेक्टर, 'द नॉलेज जिम'

मायकेल जर्बरने माझ्या आयुष्यात ज्या क्षणी प्रवेश केला, त्या क्षणी माझं सारं आयुष्य बदलून गेलं. त्याच्या 'डिमिंग रूम'ने तर मला माझ्या स्वप्नांचा रस्ताच दाखवून दिला.

– योवेन हूगेविन, अध्यक्ष, ग्लोबल इन्फ्रारेड डायग्नोस्टिक लिमिटेड

तुम्हाला माहीत असणाऱ्या कोणाहीपेक्षा मायकेल जर्बर हा असामान्य असा माणूस आहे. त्याचा वादातीत प्रामाणिकपणा आणि प्रचंड आपुलकी तुमचं जीवन बदलून टाकते. 'अवेकनिंग दि आंत्रप्रिनर विदिन' हे पुस्तक म्हणजे त्याच्या कारकिर्दीतील शिरपेच आहे. उद्योजकाच्या सक्षमीकरणाचा तो कळसाध्याय आहे. जे या पुस्तकाने माझ्या बाबतीत केलंय, ते इतर कुणालाही जमलं नसतं.

– पीटर लीडस, पेनी स्टॉक प्रोफेशनल, पीटर लीड्स डॉट कॉम

माझे व्यवसायाविषयीचे जे आडाखे होते, त्यात क्रांतिकारी बदल घडवून आणण्याचं काम मायकेल जर्बरच्या 'इ-मिथ'ने केलंय आणि इ-मिथमध्ये जे नव्हतं, ते देण्याचा मायकेलने या नव्या पुस्तकात प्रयत्न केलाय. जगभरातील उद्योजकांनी जी स्वप्नं उराशी बाळगलेली असतात, त्यांना मूर्त स्वरूप देण्याचं काम हे पुस्तक करणार आहे. निराश झालेल्या, गोंधळलेल्या आणि गांजलेल्या हजारो उद्योजकांना त्याने जवळून पाहिलंय, म्हणूनच एका फटक्यात हे सारं बदलण्याची प्रक्रिया त्याने विकासित केलीय. हे पुस्तक आमच्या साऱ्या स्वप्नांना नवी झळाळी प्राप्त करून देणारं आहे.

– **एलिझाबेथ ॲलन,** प्रिन्सिपल, मार्केट्सस्मार्ट्झ

जगात बदल घडवून आणण्याची क्षमता असलेले जे काही उद्योग असतात, ते पूर्ण करण्याच्या मार्गावर मायकेल जर्बर तुमचा सांगाती आहे. जग बदलण्याची क्षमता असलेला व्यवसाय करण्याची तुमची इच्छा असेल तर आणि तरच हे पुस्तक वाचा.

– **जिम आमो,** अध्यक्ष आणि सीईओ, जेडीए एन्टरप्राइझेस

वैयक्तिक पातळीवर मला हलवून टाकणारं, त्याचप्रमाणे मला प्रेरणा आणि शक्ती देऊन माझ्या उद्योगाची भरभराट करू शकणारं पुस्तक मी यापूर्वी कधीच वाचलं नव्हतं. 'अवेकनिंग दि आंत्रप्रिनर विदिन' सारखं पुस्तक प्रत्येकाने वाचायलाच हवं.

– **इन्ग्रिड व्ही. व्हॅंडरवेल्ड्ट,** व्हॅंडरवेल्ड्ट आणि कंपनी, सीईओ – 'द क्लब नेटवर्क', 'सीएनबीसी अमेरिकन'ची होस्ट

मायकेलने मला नेहमीच चकित केलं आहे. आतापर्यंत मला भेटलेल्या व्यक्तींमध्ये वक्ता, लेखक आणि उद्योगसल्लागार म्हणून त्यांचं स्थान फार वरचं आहे. अनेक वर्षांचा व्यावसायिक अनुभव आणि त्याला मिळालेली आंतरिक आवाजाची देणगी आणि हेतूंविषयी प्रामाणिकपणा यांची जोड यामुळे त्याची सारीच पुस्तकं विचारप्रवर्तक ठरली आहेत. त्याच्या हलवून सोडणाऱ्या भावनांमध्ये जागतिक क्रांती घडविण्याचं सामर्थ्य आहे.

– **लॉईड मिन्थॉर्न,** 'सीनॉप्टिक साउंड्स'चे मालक

केवळ सुप्तावस्थेतील उद्योजकच नाही, तर आपल्यातील वाट चुकलेल्या अनेकांना जागृत करण्याचा आश्चर्यकारक मार्ग मायकेलला सापडला आहे. उद्योग

यशस्वी करण्याचे तंत्रशुद्ध उपाय त्याने 'इ-मिथ' द्वारा सांगितले आहेत. आता एखाद्या व्यवस्थेला जर आत्मा आणि आसक्ती नसेल, तर ती निरुपयोगी ठरण्याची शक्यता असते, असं तो सांगतोय. आत्मा आणि आसक्ती या दोन्ही दृष्टिकोनांच्या संगमातूनच आपल्याला आपल स्वप्नं सत्यात उतरविता येणार आहेत.

— **शाय पाउसा, संस्थापक,** चिकीटीव्ही आणि 'www.chikii.com'

औद्योगिक किंवा वैयक्तिक पातळीवर जे तुम्ही काही कराल, ते अर्थपूर्ण असलं पाहिजे. त्याचा पाठपुरावा करणं हेच जीवन असतं, याची आठवण मायकेल या पुस्तकाच्या माध्यमातून आपल्याला करून देतोय. तुम्ही आता कायमचे बदलणार आहात.

— **कॅथी सॅक्स,** संस्थापक, 'सॅक्स पब्लिक रिलेशन्स'

माझ्या औद्योगिक विश्वावर ज्या एकाच व्यक्तीचा पगडा आहे, तो मायकेल जर्बरच आहे, हे मी सहजपणे सांगू शकतो. या उद्योगविश्वाला आतापर्यंत माहीत नसलेल्या मायकेल या व्यक्तीच्या विचारविश्वात डोकावून पाहण्याची संधी या पुस्तकाच्या रूपाने आपल्याला मिळाली आहे. हे पुस्तक वाचा, ते तुमच्या व्यवसायात बदल घडवील आणि तुमच्या आयुष्यातही!

— **कोरी ब्लेक,** अध्यक्ष, 'रायटर्स ऑफ द राउंड टेबल'

माझ्या औद्योगिक दृष्टिकोनात मायकेल जर्बर आणि त्याच्या 'ड्रिमिंग रूम' या संकल्पनेने क्रांती घडवून आणली आहे. मायकेल तुम्हाला प्रोत्साहन देण्याबरोबरच ताकदही देईल आणि तुम्हाला प्रसिद्धीच्या झोतातही नेईल.

— **डेव्हिड कोहेन,** चीफ एक्झिक्युटीव्ह मेस्ट्रो,
'रायटर्स ऑफ द राउंड टेबल'

माझ्या उद्योगात दुरुस्त्या करण्याच्या हेतूने मी मायकेलच्या 'ड्रिमिंग रूम'मध्ये प्रवेश केला, तेव्हा त्याने स्वप्नांविषयी बोलायला सुरुवात केली. काय होती ही स्वप्नं? मी प्रचंड व्यग्र होतो. जे मला पूर्ण करणं शक्य नव्हतं, अशा गोष्टींसाठी मी जिवाचा आटापिटा करत होतो. मी संतापलो होतो, निराश झालो होतो. मी ज्या-ज्या गोष्टींना स्पर्श करत होतो, त्याची माती होत होती. नंतर मायकेल माझ्या जीवनात आला. त्याने माझ्यातील 'स्वप्नाळू' जागा केला. माझं आयुष्य पुन्हा एकदा घडवलं.

— **पॅट डूर्न,** अध्यक्ष, माउंटन व्ह्यू इलेक्ट्रिक लिमिटेड

मायकेल जर्बर हा विलक्षण बुद्धिमत्तेचा माणूस आहे. तुम्ही नव्याने व्यवसाय सुरू करत असाल किंवा व्यवसायात तुम्ही बरेच पावसाळे पाहिले असतील; तुमच्या विचारसरणीला मुक्त करण्याची, तुम्ही स्वत:वरच लादून घेतलेल्या मर्यादांची, एका स्फोटात विल्हेवाट लावण्याची ताकद त्याच्यात आहे. तो एवढं करून शांत बसत नाही. व्यवसायातील कठोर वास्तव काय असते, त्यावर काय उपाययोजना करायच्या, हेही तो सांगतो. आपल्या सर्वांतील उद्योजकांसाठी मायकेल हा एक वरदान ठरला आहे.

– **बेटसी बिक्स्बी,** अध्यक्ष, मेरिडियन असोसिएट्स

प्रयोजनाधिष्ठित उद्योजकता हे मायकेलचं वैशिष्ट्य आहे आणि मी ते अत्यंत गांभीर्याने घेतो. माझा प्रवास नुकताच सुरू झालाय. एक बलाढ्य उद्योगपती बनून असामान्य असा उद्योग उभारणं, हे माझं स्वप्न आहे. आपण नेमके कुठे आहोत, हे शोधून काढण्यासाठी मायकेल नेहमीच उद्योजकांना मदत करतो. जे कोणी स्वप्न उराशी बाळगतात, त्यांनाही तो सल्ले देतो आणि ते अमलात आणल्यानंतरची निष्पत्ती आश्चर्यजनक असते.

– **बॉब वॉकर,** सहसंस्थापक, 'पोस्टलसेंटर डॉट कॉम'

आपल्यातील उद्योजकाला जागृत करण्याच्या प्रक्रियेत जी आव्हानं समोर येतात, त्यांचा मुकाबला करण्यात मायकेलचा हातखंडा आहे. आता स्वत:ला तुमच्या आत्मसंतुष्टतेतून मुक्त करा आणि नव्या कल्पनांच्या लाटांवर आरूढ होण्यास सज्ज व्हा!

– **लॅरी कूपर,** संस्थापक, 'मीटिंग्ज ॲन्ड इव्हेंन्ट्स'

माझ्या स्वत:च्याच व्यवसायाचा पुन्हा एकदा नव्याने शोध घेण्याच्या कामी मला 'द इ-मिथ रिव्हिजेटेड' या पुस्तकाचा शब्दश: फार उपयोग झाला. आता 'ड्रिमिंग रूम'ला भेट दिल्यावर माझी स्वप्नं, माझी दृष्टी, माझी उद्दिष्टं आणि माझा व्यवसाय यांच्याकडे डोळसपणे पाहाण्यास मी शिकलो आहे.

– **एड. हर्बर्ट,** अध्यक्ष आणि सीईओ, 'रिअल इस्टेट ओन्ली'

आतापर्यंत मला भेटलेल्या व्यक्तींमध्ये 'अतिशय प्रभावी व्यक्तिमत्त्व' असं मी मायकेलचं वर्णन करीन. त्याच्या 'ड्रिमिंग रूम'मधील शिकवणुकीने मला एका नव्या कोऱ्या मार्गावर आणून सोडलं. त्या एका घटनेमुळे मला माझा नवा व्यवसाय सुरू करण्याची प्रेरणा मिळाली. हा एक लढा तर आहेच, पण अमूल्य असं

काहीतरी मिळवायचं असेल, तर तो लढा देण्याला पर्याय नाही. लवकरच मी माझा व्यवसाय ऑनलाइन करणार आहे आणि तो माझ्या मोठ्या ध्येयप्राप्तीचा प्रारंभ असेल.

– **चार्ली लोरान्स,** ड्रीमकारड्रायव्हर डॉट कॉम

मायकेल जर्बरचा जीवनविषयक मार्ग केवळ फुटपट्टी लावून मोजण्यासारखा किंवा तो कितपत टिकाऊ आहे, या बाबींवर आधारलेला नाही. मायकेलने विकसित केलेली प्रणाली वापरली नाही, तर सद्हेतूने सुरू केलेली एखादी धर्मादाय संस्थाही बंद पडू शकते. बऱ्याच व्यवसायांनाही हाच नियम लागू होतो. हा नियम तुम्ही कसा मोडू शकता? या प्रश्नाचं उत्तर तुम्हाला 'ड्रिमिंग रूम'मध्येच सापडू शकेल.

– **लॉरेन्स किनान,** रोझ चॅरिटीज मायक्रो-लेंडिंग प्रोजेक्ट, व्हॅकूव्हर, ब्रिटिश कोलंबिया

प्रत्येक यशस्वी उद्योगाला बळकटी देणारे घटक कोणते, हे सांगण्याचं काम मायकेल जर्बर आपल्या 'ड्रिमिंग रूम'मध्ये करतो. अनेक यशस्वी उद्योजकांनाही खिळवून ठेवण्याची क्षमता त्याच्यात आहे. ते ज्या ठिकाणी आहेत, तेथून तो त्यांना अत्यंत हळुवारपणे अशा ठिकाणी नेतो, जिथे जग बदलण्याची शिस्तबद्ध यंत्रणा आहे.

– **फ्रान्साइन हार्डबे,** सीईओ, 'स्टिल्थमोड पार्टनर्स' आणि 'ॲरिझोना आंत्रप्रिनरशिप कॉन्फरन्स'चे संस्थापक

लघु उद्योजकांचा मार्गदर्शक

सामान्य माणसांनी असामान्य उद्योगांची केलेली उभारणी!

लेखक

मायकेल इ. जर्बर

अनुवाद

शेखर जोशी

प्रस्तावना : केन ब्लँकार्ड

मेहता पब्लिशिंग हाऊस

AWAKENING THE ENTREPRENEUR WITHIN by Michael E. Gerber

Published by Arrangement with HarperBusiness,
an imprint of HarperCollins Publishers.
Translated into Marathi Language by Shekhar Joshi

लघु उद्योजकांचा मार्गदर्शक / मार्गदर्शनपर

अनुवाद : शेखर जोशी
हाऊस नं. १८६८, देऊळवाडा, पोस्ट बांदा,
ता. सावंतवाडी, जि. सिंधुदुर्ग – ४१६५११

प्रकाशक : सुनील अनिल मेहता, मेहता पब्लिशिंग हाऊस,
१९४१, सदाशिव पेठ, माडीवाले कॉलनी, पुणे – ४११ ०३०.

मुद्रक : मुद्रा, ३८३ नारायण पेठ, पुणे – ४११०३०.

मुखपृष्ठ : फाल्गुन ग्राफिक्स

प्रथमावृत्ती : ऑक्टोबर, २०१५

किंमत : ₹ २६०/-

ISBN 9788184988833

लुझ डेलिया,
...माझी पत्नी, माझी प्रियतमा, माझी सहकारी,
माझी मैत्रीण... हीस,
तुझे प्रेम माझ्या मनाला प्रेरणा देणारे!

चार शब्द

शैक्षणिक रजा घेऊन मी आणि माझी पत्नी मार्गी १९७६मध्ये कॅलिफोर्नियात दाखल झालो. मॅसॅच्युसेट विद्यापीठात मला पूर्ण वेळ प्राध्यापक म्हणून नेमण्यात आलं होतं आणि मार्गीने आपली पीएच.डी. तिथेच पूर्ण केली होती. कॅलिफोर्नियात फारतर वर्षभर राहायचं, असं आम्ही ठरवलं होतं आणि आता त्या गोष्टीला ३० वर्षं पूर्ण होताहेत. या मधल्या काळात नेमकं काय झालं? या काळात आम्हाला उद्योजक होण्याची स्वप्नं पडू लागली होती. जगात काहीतरी बदल घडवून आणायचा, त्यासाठी आपल्या जवळच्या माणसांना चार गोष्टी शिकवायच्या, या उद्देशाने आम्ही आमची उद्योग प्रशिक्षण आणि विकास संस्था स्थापन करण्याचं ठरवलं. सुरुवातीच्या काळात 'आंत्रप्रिनर' या शब्दाचं स्पेलिंगही आम्हाला माहीत नव्हतं आणि आज आमच्या उद्योगाचा पसारा एवढा वाढला आहे की, आमच्या संस्थेच्या एस्कॉनडीडो, कॅलिफोर्निया, टोरँटो आणि लंडन येथे शाखा आहेत. त्याशिवाय इतर तीस देशांत आमची भागीदारी आहे. आज आमच्या संस्थेत ३००जण काम करत आहेत. यशस्वितेच्या सर्व परिमाणांचा विचार केला, तर आम्ही यशस्वी झालो, असं म्हणता येईल. पण मित्रांनो, इथंपर्यंत पोहोचणं तरी साधंसुधं काम होतं काय?

१९८०पर्यंत आम्हाला खर्चाची तोंडमिळवणी करणंच कठीण जात होतं. तुमची संस्था तोट्यात चालली आहे आणि त्याची तुम्हाला कल्पनाही नाही, असं आमच्या अकाउंट्सने वारंवार सांगून पाहिलं. संस्थेची परिस्थिती सुधारावी, यासाठी आम्ही तीन वेळा बाहेरचे चांगले अनुभवी व्यवस्थापक रुजू करून घेतले. पण अपेक्षित यश देण्यात ते असमर्थ ठरले आणि आमच्या संस्थेचा गाडा आम्हीच ओढायला पाहिजे, या निर्णयाप्रत आम्ही आलो. त्या वेळी मायकेल जर्बर जर आम्हाला भेटला, तर चित्र काही वेगळंच असतं.

'छोट्या उद्योगांचा गुरू' म्हणून संपूर्ण जगात मायकेल जर्बरची ओळख आहे. एखाद्याला हे अतिशयोक्तीपूर्ण वाटेल; पण मी खातरीपूर्वक सांगतो की, मायकेलचं

काम खरोखरच त्या तोडीचं आहे. मायकेलच्या उदंड लोकप्रियता लाभलेल्या 'इ-मिथ' पुस्तकांच्या आधाराने जगातील हजारो उद्योजकांनी यशाची नवनवी शिखरं पादाक्रांत केली आहेत. 'अवेकनिंग द आंत्रप्रिनर विदिन' या पुस्तकाने तुमची नाडी अचूकपणे हेरली आहे. त्याच्या 'ड्रिमिंग रूम'मध्ये प्रवेश करून, आतापर्यंत जे तुम्हाला कल्पनातीत वाटत होतं, ते शक्य आहे, हे तो सिद्ध करतो. या पुस्तकातील प्रत्येक शब्द माझ्या मनात झिरपत नाही, तोपर्यंत ते बाजूला ठेवायचं नाही, असं मी ठरवलं होतं. हे पुस्तक तुमच्यातील सुप्त उद्योजक जागा करीलच; पण तुमचं आयुष्यही बदलून टाकील. यशस्वी उद्योजक बनण्याच्या स्वप्नांचा पाठपुरावा तुम्ही करत असाल, तर हे पुस्तक तुमची निराशा करणार नाही. या पुढील प्रवासात मायकेल तुमचा वाटाड्या आहे, त्यामुळे तुम्हाला कशाचीही चिंता करण्याचं कारण नाही.

– केन ब्लँकार्ड
'द वन मिनिट मॅनेजर' आणि
'द वन मिनिट आंत्रप्रिनर'
या पुस्तकांचे सहलेखक

प्रस्तावना

'जर माणसाला माहीत असलं की, त्याच्यामधली सर्जनशीलता कधीही एका क्षणापुरतीही कुंठित होत नाही; तर त्याच्यात वास करून असलेला परमेश्वरच जागृत होईल आणि तो माणूस स्वत:चे जे काही चुकीचं केलं आहे, त्याचं परिमार्जन करील. त्या कृतीनंतर त्याच्यावर असलेल्या मर्यादांच्या शृंखला आपोआप गळून पडतील आणि तो मुक्त होईल.'

– गॉडफ्रे रे किंग, अनव्हिल्ड मिस्टरीज

कोणत्याही चांगल्या पुस्तकाचा जन्म जसा माणसाच्या कल्पनाशक्तीतून होतो, तशीच कोणत्याही चांगल्या उद्योगाची निर्मितीसुद्धा उत्तुंग कल्पनाशक्तीचीच देणगी असते.

कोणत्याही चांगल्या पुस्तकाचं बीजारोपण हे कल्पनाशक्तीच्या सकस मातीत होतं, हृदयातला मायेचा ओलावा तिची जोपासना करतो आणि अजोड बुद्धिमत्तेच्या आधाराने ते पुस्तक बहरून येतं. थोडक्यात कोणतंही चांगलं पुस्तक हे जन्मावंच लागतं, ते 'मेड टू ऑर्डर' बनविता येत नाही.

आता तुमच्या हातात जे पुस्तक आहे, ते वर उल्लेखिलेल्या सर्व निर्मिती प्रक्रियेतूनच 'जन्माला' आलं आहे.

आता यापुढे हे पुस्तक तुम्हाला व्यापून टाकणार आहे, नव्हे त्यासाठीच त्याचा जन्म झाला आहे. मात्र या पुस्तकासंदर्भात एक गोष्ट मला आवर्जून सांगायची आहे, ती म्हणजे या पुस्तकाच्या प्रत्यक्ष जन्मापूर्वी कित्येक महिने – नव्हे कित्येक वर्षं ते माझ्या मनात रुंजी घालीत होतं. माझ्या मनात असलेल्या या पुस्तकाविषयीच्या कल्पना आणि ते प्रत्यक्षात कसं आलं, याचा तुम्हाला अनुभव घ्यायचा आहे. एखाद्या लेखकाच्या मनात अशा पुस्तकाचं बीजारोपण नेमकं कसं होतं, त्या वेळी त्याच्या हृदयात नेमक्या कोणत्या गोष्टी असतात, हे तुम्हाला जाणून घ्यायचं आहे. ही सारी प्रक्रिया म्हणजे एक गुपीत आहे. या गुपिताचा मागोवा तुमचा तुम्हाला

घ्यायचा आहे. हे गुपीत नेमकं काय आहे, मी ते इतरांबरोबर कसं अनुभवलंय, याचाही अनुभव तुम्हाला घ्यायचा आहे. या सर्व गुपितांचा अंतिम परिणाम म्हणजे हे पुस्तक आहे आणि या पुस्तकाचं अंतिम उद्दिष्ट काय आहे? मोजक्या शब्दांत सांगायचं, तर जगातल्या प्रत्येक माणसाच्या आयुष्यात नवजीवनाची स्वप्नं निर्माण करणं, हेच या पुस्तकाचं प्रमुख प्रयोजन आहे.

मग ते जीवन म्हणजे एखाद्याचा उद्योग असू शकतो किंवा एखाद्याला नवी नाती निर्माण करायचे प्रयत्नही असू शकतात.

या पुस्तकात जे काही सांगण्याचा प्रयत्न केला आहे, त्याला प्रत्यक्षरूप देण्यासाठी तुमच्या कल्पनाशक्तीची, तुमच्या कळकळीच्या प्रयत्नांची आणि दृढनिश्चयाची जोड मात्र हवी. एकदा तुम्ही तुमची ही भूमिका पार पाडलीत की, तुमचं बरंचसं काम झालंय असं समजा आणि पुढे काय-काय घडतंय, त्याचं निश्चित मनाने निरीक्षण करा, त्याचा आस्वाद घ्या.

आणि हो! प्रेम व जिव्हाळा या गोष्टींचा उल्लेखच करायचा राहून गेला. या दोन्ही गोष्टी या प्रक्रियेत आवश्यकच आहेत.

मला तुमच्याविषयी वाटणाऱ्या प्रेमातून आणि जिव्हाळ्यातूनच या पुस्तकाची निर्मिती झाली आहे. हे पुस्तक म्हणजे माझी तुम्हाला अत्यंत आत्मियतेने दिलेली एक भेट आहे. हे पुस्तक ज्या कोणाला नवा उद्योग सुरू करायचा असेल, त्याला मौलिक सल्ला देणाऱ्या मित्राची भूमिका पार पाडणार आहे. या पुस्तकाचा हेतू सिद्ध होण्यासाठी गरज आहे, ती तुमच्या इच्छाशक्तीची. अशाच इच्छाशक्तीच्या जोरावर हे पुस्तक मी लिहिलं आहे आणि ते वाचताना तशीच इच्छाशक्ती तुमच्यात निर्माण होईल, अशी माझी अपेक्षा आहे.

हे पुस्तक तुम्ही जसजसं वाचत जाल, तसतशी तुमची कल्पनाशक्तीही वाढत जाईल. याच कल्पनाशक्तीच्या बळावर तुम्ही एका महान प्रकल्पाची निर्मिती करणार आहात आणि हो! प्रकल्प पूर्ण झाल्याशिवाय तुम्ही स्वस्थ बसणार नाही आहात. कारण हे पुस्तक म्हणजेच एक महान प्रकल्प आहे. माझं काम मी केलं आहे आणि आता तुम्ही हे पुस्तक वाचायला प्रारंभ करत आहात. या पुस्तकात मी जे काही सांगितलं, ते सत्यात उतरविण्यासाठी फक्त तुमच्या इच्छाशक्तीची गरज आहे. हे पुस्तकच मुळी इच्छाशक्तीविषयी आहे. या पुस्तकाविषयी आताच तुमच्या मनात जिव्हाळा निर्माण झाला आहे आणि तुमच्या हृदयात खोलवर या पुस्तकातल्या गोष्टी रुजणार आहेत, याबद्दल मला तीळमात्रही शंका नाही.

या पुस्तकातही एक गुपीत दडलेलं आहे. या गुपिताचं नाव आहे 'स्वप्नांची खोली' – 'Dreaming Room'.

आता हे पुस्तक वाचायला सुरुवात करा, त्याची मजा घ्या. त्याची चव

तुमच्या जिभेवर रेंगाळू द्या. अगदी ब्रेकफास्ट घेताना आणि जेवतानाही या पुस्तकाची लज्जत तुम्ही विसरू शकणार नाही, अशी माझी खातरी आहे.

स्वप्नांच्या या दुनियेतील सफरीसाठी माझ्या तुम्हाला शुभेच्छा!

– मायकेल इ जर्बर
चीफ ड्रीमर
ड्रिमिंग रूम कार्ल्सबड, कॅलिफोर्निया,
जानेवारी १, २००८

विषय ओळख

'आता तुम्ही एका स्वप्नाचं श्रवण करणार आहात. या स्वप्नाला मी बोलतं केलंय. मी हे सारं स्वप्नात पाहिलं होतं, कारण माझी अल्पबुद्धी कधीही अशी कलाकृती हेतूत: निर्माण करू शकली नसती.'

– रिचर्ड वॅगनर

लोक उद्योगांची स्थापना मुळात कोणते हेतू मनात ठेवून करतात, त्यांच्यापैकी मोजकेच यशस्वी का ठरतात, यशस्वी उद्योजकांत समान असा दुवा कोणता, या प्रश्नांची उत्तरं शोधण्यासाठी मी जगभर प्रवास केला. या तब्बल तीस वर्षांच्या प्रवासात मी असंख्य छोट्या, मध्यम आणि मोठ्या उद्योजकांबरोबर काम केलं; त्यांच्याशी संवाद केला आणि त्यांच्याकडून काही धडेही शिकलो.

या काळात आलेल्या अनुभवाचं संकलन मी माझ्या 'इ-मिथ' या सात पुस्तकांच्या मालिकेत केलंय. माझ्यात आणि असंख्य उद्योजकांत चर्चा झाल्यानंतर मी ज्या काही सर्वसाधारण निष्कर्षांपर्यंत पोहोचलो, त्यांचा समावेश या पुस्तकांत करण्यात आला आहे. यातलं महत्त्वाचं म्हणजे, आपल्याला वाटतं त्याप्रमाणे नव्याने उद्योग करणारे सर्वच जण खऱ्या अर्थाने 'उद्योजक' नसतात. त्यांचं वर्णन 'उद्योजक' होण्याचं स्वप्न पाहणारे, पण त्यासाठी आवश्यक गुणांची कमतरता असलेले तंत्रज्ञ, असं फारतर करता येईल.

मी लिहिलेल्या पुस्तकांच्या मालिकेला मी 'इ-मिथ' असं नाव दिलंय. यातलं 'इ' हे अक्षर 'आंत्रप्रिन्युअरिअल' या शब्दाचं लघुरूप आहे. 'आंत्रप्रिन्युअरिअल-मिथ' (E-Myth किंवा Entrepreneurial Myth)चं भाषांतर 'उद्योजकांच्या गैरसमजुती' किंवा 'उद्योजकांची मिथकं' असं करता येईल. उद्योजक जर या गैरसमजुतींना कवटाळून बसला, तर त्याच्या उद्योगाचा शेवट शोकात्मकच ठरण्याची शक्यता असते.

अशा उद्योजकांच्या बाबतीत 'इ-मिथ' म्हणतं की, 'हे सर्व जण केवळ तंत्रज्ञ

असतात आणि आपण कोणताही नवा उद्योग सुरू केला की, तो यशस्वी होणारच, अशा गोड गैरसमजुतीत ते वावरत असतात. व्यवसाय सुरू कसा करायचा आणि तो यशस्वीही कसा करायचा, हे ठरवायचा आपल्याला जणू दैवदत्त अधिकार प्राप्त झालाय, असं त्यांना वाटत असतं.

माझ्या 'इ-मिथ' पुस्तकात मी या सर्व प्रकाराचं 'आत्मघातकी समजुती' असं नामकरण केलंय.

मी त्यांना 'आत्मघातकी' म्हणतो; कारण लहान उद्योग तसेच सुरू होतात आणि तसेच संपून जातात.

उद्योग चालविणं म्हणजे फक्त ढोरमेहनत करणं, अशी बहुतेकांची समजूत असते. अशी मंडळी उद्योग सुरू करतात, तो त्यांच्या परीने चालवितातही, त्यात यशस्वी बनण्याचा प्रयत्न करतात; पण अंतिमत: त्यांचे हे सारे परिश्रम वाया जातात.

'इ-मिथ'च्या मतानुसार असे उद्योजक कठोर परिश्रम तर करतात, पण त्यांच्या परिश्रमांना दिशा नसल्याने ते यशस्वी ठरत नाहीत. ते फक्त काम आणि काम करतात. असे उद्योग सर्वसामान्यपणे चालू राहतात; मात्र त्यांचा विकास व्हावा, यासाठी संबंधित उद्योजक विशेष प्रयत्न करताना दिसत नाहीत.

मी माझी 'इ-मिथ'पद्धती आणि 'इ-मिथ' प्रक्रिया यांचा वापर करून सुमारे ६०हजार उद्योजकांना प्रशिक्षण दिलं, त्यांना योग्य असे सल्लेही दिले. नंतर एक गोष्ट मला प्रकर्षाने जाणवली. ती ही की, कोणताही नवा उद्योग सुरू करताना माझ्या 'इ-मिथ'चा उपयोग होतो. मात्र तो व्यवसाय पूर्ण वेगाने धावू लागल्यावर 'इ-मिथ' त्याला फारशी साहाय्यभूत ठरत नाही. कोणताही व्यवसाय सुरू झाल्यानंतर काहीशी गोंधळाची स्थिती निर्माण होते. हा गोंधळ टाळायचा असेल, तर काही बाबींचा विचार आधीच करणं आवश्यक ठरतं. हे आधी केलेले विचारच पुढे उद्योजकाला दिशादर्शन करतात. व्यवसायप्रक्रियेतला तो एक अत्यंत महत्त्वाचा घटक असतो.

प्रत्यक्ष व्यवसाय सुरू करण्यापूर्वी त्याची प्रक्रिया खूप आधी तुमच्या मनात सुरू होणं आवश्यक असतं. खरंतर ती उद्योगाची खरी सुरुवातच असते.

मी माझ्या या पुस्तकांच्या माध्यमातनं, तसंच माझ्या 'ड्रिमिंग रूम'मधल्या सहभागी तरुणांना हेच सांगतो की, तुमच्या उद्योगाचं लौकिक उद्घाटन जेव्हा होईल तेव्हा होईल, पण मानसिक पातळीवरचं उद्घाटन आताच करा. तेव्हाच खऱ्या अर्थाने उद्योगाचा प्रारंभ झाला, असं म्हणता येईल.

तुमच्यापासून प्रारंभ (The Start -Up is You)

होय, तुमच्या उद्योगाची प्रारंभरेषा तुम्हीच आहात, तिथं दुसऱ्या कोणालाही

वाव नाही. मात्र तुम्ही तुमच्या उद्योगाची दारं सर्वांसाठी उघडण्यापूर्वी तुमच्या स्वत:मध्ये काहीतरी आदर्श आणि उच्च प्रतीचं परिवर्तन होण्याची गरज आहे. या परिवर्तनाला मी 'प्रेरणादायी क्षण' म्हणतो. हा क्षण पकडण्यात तुम्हाला यश आलं, तर पुढचा मार्ग खूपच सोपा आहे.

या प्रेरणादायी क्षणाची प्राप्ती झाल्याची खातरी तुमच्या मनात झाली की, जगातल्या अनेक रहस्यांचा तुम्हाला उलगडा होईल.

'प्रेरणादायी क्षण' खरोखरच दुर्मीळ असतो. नव्या उद्योगात अनेक गुंतागुंती असतात, अनेक रहस्यं असतात. या गुंतागुंती नाहीशा करून आणि अनेक कोड्यांची उकल करून, 'प्रेरणादायी क्षण' उद्योजकांचं मानसिक ओझं एकदम कमी करून टाकतो. आपल्या ग्राहकाला आपण काहीतरी अभूतपूर्व असं उत्पादन दिलं पाहिजे, ही प्रत्येक उद्योजकाची आकांक्षा असते. त्यासाठी तो अनेक प्रक्रिया-कल्पनांचा वापर करतो. त्याला वास्तवाचं भानही ठेवायला लागतं. या सर्व प्रक्रियेत आपल्याबरोबर आपले गुंतवणूकदार आणि ग्राहकही आहेत, हे त्याला माहीत असतं. या सर्व घटकांचा विचार मनात ठेवून उत्पादन केलं, तरच ग्राहक आपल्याकडे आकृष्ट होईल, हे सत्य त्याला उमगलेलं असतं. हे उत्पादन किफायतशीर व्हायला पाहिजे, त्यात काहीतरी नवा प्रयोग केल्याचा अनुभव ग्राहकाला यायला पाहिजे; यात उद्योजकाची भावनिक गुंतवणूक आहे, हेही ग्राहकाला जाणवायला पाहिजे. या सर्व खबरदाऱ्या घेतल्या, तरच ते उत्पादन यशस्वी होणार, अशी उद्योजकाची धारणा असायला पाहिजे.

नवा उद्योग सुरू करण्याच्या प्रयत्नात असलेल्या उद्योजकाच्या मनातच वरील गोष्टींचा प्रवास सुरू होतो. नव्या उद्योगाचं वेगळेपण कसं जपायचं, या प्रश्नाचं उत्तर त्याला अनेक मार्गांनी मिळण्याची शक्यता असते. ते उत्तर कधी ध्यानीमनी नसताना एक अपघात म्हणून मिळतं, तर कधी मित्रांशी चर्चा करताना गवसतं. या उत्तरानंच उद्योजकाच्या सुपीक डोक्यात नव्या उद्योगाच्या वेगळेपणाचे अंकुर रुजू लागतात, त्यांची दखल तो घेतो आणि त्या अंकुराला खतपाणी घालतो.

या पुस्तकात हे सर्व काही आहेच, पण त्याशिवायही बरंच काही आहे.

तुमच्यातल्या सुप्त उद्योजक खडबडून जागा करणं, हे या पुस्तकाचं प्रमुख उद्दिष्ट आहे. आपल्या आजूबाजूच्या औद्योगिक परिसरात जे अद्यापि घडलं नाही, ते मला घडवून दाखवायचं आहे, अशी ईर्ष्या हे पुस्तक निर्माण करतं. आपण जे उत्पादन देऊ, ते कलात्मक आणि त्याबरोबरच परिणामकारक असलं पाहिजे, अशी नि:स्वार्थी आणि समर्पित भावना त्याच्या मनात निर्माण करणं आणि उद्योजकाची ईर्ष्या पूर्ण करणं, हेही या पुस्तकाचं आणखी एक प्रयोजन आहे.

वस्तुत: हे पुस्तक म्हणजे मी माझ्या 'ड्रिमिंग रूम'ला भेट द्या, अशी विनंती

करणारं निमंत्रण आहे. या पुस्तकाचा आणि अनेक उद्योगांचा जन्म याच ‘ड्रिमिंग रूम’मध्ये झालाय.

आपल्या सर्वांचा परस्परांना परिचय करून देणं, हे या ‘ड्रिमिंग रूम’मधलं पहिलं पाऊल आहे.

इथं प्रवेश करताना तुमची विवेकबुद्धी जागी असेल; अशी मी आशा करतो. जर तुम्हाला इथं प्रवेश मिळाला नाही, तर तुम्ही बिचकून जाणार नाही किंवा प्रवेश मिळाल्यावर आपण एकटे पडू, असं तुम्हाला वाटणार नाही, असं मी गृहीत धरून चालतो. इथं प्रवेश केल्यावर तुम्ही तुमची विनोदबुद्धी शाबूत ठेवाल आणि तुमच्यातलं लहान मूल सदैव जागं ठेवाल, अशीही मी आशा करतो.

माझ्या साथीने तुम्ही जो आता प्रवास सुरू करणार आहात, त्याबद्दल तुम्ही पुरेसे गंभीर आहात; तसंच या प्रवासात जर माझ्याकडून तुम्हाला काही मानसिक जखम झाली, तुम्हाला काहीसं नैराश्य आलं, तर त्यासाठी तुम्ही मला जबाबदार धरणार नाही; अशीही मी आशा करतो. या प्रवासात एखाद्याला हे सारं मध्येच सोडून जावं, छानशी नोकरी बघावी आणि संसार थाटावा, असं वाटलं; तरी त्यात गैर काहीच नाही. मात्र माझ्याबरोबर शेवटपर्यंत यायचंच, असा निर्धार केलात, तर एक गोष्ट लक्षात ठेवा; हा मार्ग वाटतो तेवढा सोपा नाही, अधूनमधून तुम्ही त्याचा आनंद घेऊ शकाल, तुम्हाला मजाही वाटेल; मात्र कायम तसंच होईल, असं समजून चालू नका.

मात्र अशी मजा आली नाही, तरीही मी तुम्हाला तुमच्या निर्धारित उद्दिष्टांपर्यंत घेऊन जाईन, याची खातरी बाळगा.

या पुस्तकाविषयी आणखी एक गोष्ट मी तुम्हाला आश्वासनपूर्वक सांगतो, हे पुस्तक काही भाकड कथांचा मारा करून तुमच्या बुद्धिमत्तेचा अपमान करणारं नाही. हार आणि जीतीच्या काही चमकदार गोष्टी सांगून ते तुम्हाला भुलविणारही नाही. दिवास्वप्नांत रममाण होण्यातच धन्यता मानणारे काही जण त्यांच्या अशा काही ‘यशोगाथा’ रचतात, वास्तवाशी त्यांचा काहीही संबंध नसतो. अशा काल्पनिक यशोगाथा तुमच्या डोक्यावर मारून, तुमच्या भावना चेतविण्याचं काम करणं, हेही या पुस्तकाचं प्रयोजन नाही.

तुम्ही काही आता दुधखुळे राहिलेले नाहीत. तुम्हाला यशस्वी उद्योजक कसं बनवायचं, हे मी ठरविणार असल्याने काही प्रखर वास्तवांची जाणीव करून देणं, हे माझं कर्तव्य ठरतं. यशाचा हा मार्ग सापडवून देणं म्हणजे काही हातचलाखीचे आणि मनोरंजनात्मक कार्यक्रम नाहीत. अर्थात यशोमंदिराकडे नेणारा हा प्रवास अगदीच रुक्षही नाही, हे मी तुम्हाला सांगू इच्छितो.

एखादा नवा उद्योग सुरू करणं किती दमछाक करणारं काम असतं, याचा मला गेल्या ७० वर्षांचा अनुभव आहे. या बाबतीत आणखी काही ऐकून घ्यायची तयारी असेल, तर पुढचंही सांगतो; ते म्हणजे कोणताही असामान्य उद्योग उभारायचा असेल, तर प्रखर वास्तव काय आहे, हे जाणून घेणं महत्त्वाचं असतं. विचारशक्तीपेक्षा जास्त वेगाने भराऱ्या मारणाऱ्या गोष्टी तुम्हाला दिसायला हव्यात आणि त्यांना पकडणंही तुम्हाला जमलं पाहिजे.

'ड्रिमिंग रूम'मध्ये काम करणं, वावरणं; ही एक कठीण अशी परीक्षा आहे.

वाचक हो, हे एक आव्हान आहे. या सर्व प्रवासात आपण कधीतरी हातघाईवर येणार आहोत, एकमेकांवर डावपेच टाकणार आहोत. याच प्रवासात कधीतरी तुम्हाला कठोर वाटेल, अशी भाषा मी वापरणार आहे. जेव्हा कोणत्याही उपक्रमाकडे गंभीरपणे पाहणारी माणसं एकत्र येतात आणि चक्रावून टाकणाऱ्या एखाद्या कल्पनेशी खेळतात, त्यातून अवाक करायला लावणाऱ्या उद्योगाची निर्मिती करतात, तेव्हा त्यांच्यात ऊर्जा निर्माण करण्यासाठी अशाच भाषेची गरज असते. सर्व खबरदाऱ्या घेऊनही आपल्यातील बरेच जण पूर्णत्वाने यशस्वी ठरत नाहीत, अपयशाच्या खाईपासून त्यांना वाचविण्यासाठी हीच भाषा कामी येते.

होय! आपण कितीही नाकारलं, तरी अपयश हे एक सत्यच आहे. अनेक जणांना या सत्याचा सामना करताना मी पाहिलं आहे. ते विद्यार्थी म्हणून सर्वोत्तम असतात. ते उद्योग उभारतात, त्यात थोडंसं यश आलं की, त्यांच्यातला वृथा आत्मविश्वास जागा होतो. आपल्याला हवं ते गवसलं, या धुंदीत ते राहू लागतात. मग त्यांच्या लक्षात येतं की, आपली धाव कुंपणापर्यंतच आहे. त्या कुंपणाला धडक देणं हेच आता अटळ बनलंय. आता मागे फिरणं अशक्य झालंय, कारण आता खूप उशीर झालाय.

मित्रांनो, ही वेळ तुमच्यावर येऊ नये, म्हणून या पुस्तकाचा घाट घातलाय. माझं 'ड्रिमिंग रूम'ही याचसाठी आहे. कुंपणाला धडक देऊन जे उठतात, ते क्षणभर सैरभैर होतात. मग ते उठतात, धूळ झटकतात, आता काय होणार, आता तू काय करणारायंस, कसं करणारायंस, हे प्रश्न 'ड्रिमिंग रूम' या अवेळी पतन झालेल्या उद्योजकांना विचारतं आणि आता पुन्हा साऱ्यांची नव्याने सुरुवात करायचीय? पुन्हा उभारी घ्यायचीय? अजून काही कल्पना डोक्यात रुंजी घालताहेत? ठीक आहे. आता माझा हात धर, माझ्या 'ड्रिमिंग रूम'मध्ये प्रवेश कर. आपण दोघांनी मिळून आता पुन्हा नव्यानं स्वप्नं बघूयात! असा दिलासाही देतं.

❖

अनुवादाविषयी

गेली सुमारे २५/३० वर्षं पुण्यातील विविध दैनिकांतून उपसंपादक या नात्याने काम केल्यावर मी २००९मध्ये स्वेच्छानिवृत्ती घेतली. कोकणातल्या पिढीजात घरात राहून काहीतरी काम करावं, ही इच्छा होती. पदरात अनुभव होता तो प्रामुख्याने वृत्तपत्रीय संपादनाचा, त्यातही वृत्तपत्रांची गरज भागविणाऱ्या भाषांतरांचा. कोकणातल्या वास्तव्यात या वृत्तपत्रक्षेत्राशी जोडली गेलेली नाळ तुटू नये, निदान 'दिसामाजि काहीतरी लिहीत जावं,' हा उपक्रम थांबू नये, अशी इच्छा होती. याच संदर्भात पुण्यात मेहता पब्लिकेशनला भेट दिली. वेगळे आणि लोकप्रिय विषय असलेल्या पुस्तकांचे अनुवाद आणि त्या पुस्तकांचं विलोभनीय सादरीकरण ही त्यांची वैशिष्ट्यं मला आधीपासूनच माहिती होती. खरंतर 'व्यवसाय व्यवस्थापन' हा माझा प्रांत नाही. माझ्या वृत्तपत्रीय कारकिर्दीत मी जी पुस्तकं वाचली, त्यात प्रामुख्याने 'बेस्ट सेलर्स' पुस्तकांचाच भरणा असायचा. असंच एखादं पुस्तक अनुवादासाठी मिळावं, या आशेने मी 'मेहतां'ना भेटलो. त्यांनी मला पहिल्यावहिल्या अनुवादासाठी जे पुस्तक दिलं, ते पाहून खरंतर मन थोडंसं खट्टूच झालं. पण पहिलंच पुस्तक म्हणून ते मी स्वीकारलं. प्रत्यक्ष अनुवादापूर्वी ते मी वाचलं आणि एका वेगळ्याच विश्वाचा प्रवासी झालो. 'व्यवसाय व्यवस्थापना'सारख्या एरवी रुक्ष वाटणाऱ्या पुस्तकामुळे आपणही झपाटून जाऊ शकतो, ही अनुभूती मला सर्वस्वी नवीन होती. या पुस्तकाचे लेखक मायकेल जर्बर यांची भाषा, त्यांची निवेदनशैली, वाचकाला गुंगवून टाकण्याची त्यांची कला, या साऱ्या गोष्टीच मोहवून टाकणाऱ्या होत्या.

❖

अनुक्रमणिका

भाग १

पूर्वतयारी

१

आईशी संवादातून : 'ड्रिमिंग रूम'चा मार्ग

'मी जन्माला येण्यापूर्वीपासूनच सर्व आदर्श माझ्यासाठी रांगेने वाट पाहत थांबले होते. मी जन्माला आलो आणि मला घडविण्यासाठी ते तिथे उपस्थित होते. त्यामुळे आज जेव्हा मी तुम्हाला माझ्याबद्दल काही सांगतो, ते माझ्यापेक्षा त्यांच्याबद्दलच जास्त असतं.'

– सॉल बेलो, 'द ॲडव्हेंचर्स ऑफ ऑगी मार्च'

माझी आई आज ९६ वर्षांची आहे व जीवनाचा पुरेपूर आनंद घेत आहे. तिच्याकडे पाहिलं, तर ती साठीचीच वाटते. या सर्व वर्षांत तिनं आपली विनोदबुद्धी आश्चर्य वाटावं, अशा पद्धतीने शाबूत ठेवली आहे. ''एके दिवशी मी इथे असणार नाही, याची मला कल्पना आहे, पण आताच माझी गणना तू मरणपंथाला लागलेल्या व्यक्तीत करू नकोस,'' हे उद्‌गार ती मला जेव्हा ऐकवते, तेव्हा तिच्या डोळ्यात एक वेगळीच चमक मला दिसते.

माझ्या आईला गप्पा मारायला फार आवडतं आणि गप्पा मारण्यात जर माझा सहभाग असेल, तर ती आणखीनच खुलते. मी तिला वरचेवर भेटायला जातो आणि मला आलेले अनुभव सांगतो, तेव्हा तर ती अधिकच आनंदी दिसते. मी माझ्या गोष्टी तिला कथन करतो, तेव्हा ती त्यांचा मिटक्या मारीत आस्वाद घेते; मात्र त्या माझ्याच जीवनात घडलेल्या असल्याने मी मात्र त्यांत तिच्याएवढा समरस होऊ शकत नाही. तिला उद्योग-व्यवसाय या क्षेत्रांविषयी काडीमात्रही स्वारस्य नाही,

पण मी याचं विषयांवर लिहिलेली सर्व पुस्तकं तिने वाचली आहेत.

ती मला नेहमी सांगते, ''तुझ्या पुस्तकात तुझं आयुष्यच प्रतिबिंबित झाल्याचं मला जाणवतं. मला ती फारच आवडतात. तू एक असाधारण व्यक्ती आहेस, हे मला कळून चुकलंय, म्हणूनच तू मला फार आवडतोस. मायकेल, तू माझा मुलगा आहेस. मुलाचं कौतुक आईने करावं, असा जणू रिवाजच आहे; पण मी जेव्हा तुझं कौतुक करते, तेव्हा ते अत्यंत मनापासून असतं, हे लक्षात ठेव.'' मी स्वत:ला कोणीतरी मुलखावेगळा किंवा कर्तृत्ववान मानत नाही, त्यामुळे आईच्या या प्रशंसेने मी गोंधळून गेल्यासारखा होतो. मी जसा आहे, तसा स्वत:ला मानतो, मी असाधारण आहे, अशी माझी कधीच धारणा नसते. पण खरं म्हणजे आपण आपल्याला असाधारण समजत असतो, ही वस्तुस्थिती आहे.

२००५मध्ये माझ्या आईने एकदा मला छेडलं. ''कसं काय माईक, सध्या तुझं काय चाललंय?''

मी म्हणालो, ''माझ्या हाती अद्याप काहीच लागलं नाही, अशी माझी सध्या भावना झाली आहे. माझी अवस्था एखाद्या लहान मुलासारखी झाली आहे. मी कोण आहे आणि कुठे चाललोय, हेच मला समजेनासं झालंय. मी माझ्या उद्योगापासूनच नव्हे, तर स्वत:पासूनच तुटलोय, असं मला वाटू लागलं आहे. मला काहीतरी नवं करायचंय; पण हे नेमकं काय आहे, याविषयी मी संभ्रमात पडलो आहे. भूतकाळ आणि भविष्यकाळ यांच्याशी असलेलं आपलं नातं तुटलंय आणि वर्तमानात काय-काय करायचं, याचा निश्चय होत नाही आणि हे सगळं व्यक्त कसं करावं, हेही मला उमजेनासं झालंय.''

एक अत्यंत मोहक पण त्याच वेळी गूढ असं स्मितहास्य करून ती मला म्हणाली, ''मायकेल, एक गोष्ट मला पक्की ठाऊक आहे आणि ती म्हणजे, तू जगापासून अजिबात तुटलेला वगैरे नाहीस. तेव्हा तुझ्या मनात जे काय आहे, ते सांगून मोकळा हो!''

''मला एवढंच म्हणायचंय; मी गेली एकोणतीस वर्षं माझं आयुष्य उभारण्यात, पुस्तकं लिहिण्यात आणि व्याख्यानं देण्यात व्यतीत केलंय. आणि त्यातच मी आकंठ बुडून गेलो होते. तसं करणं; हे जणू माझी आसक्तीच बनली होती. कधीकधी ते करताना फार त्रास झाला असला, तरी माझ्या हातून जे काही घडलं, ते माझ्याच कल्पनाशक्तीबाहेरचं होतं. मी कोणीतरी झालोय, इतर चारचौघांना जे जमलं नाही, ते मी करून दाखवलंय, माझ्या विचारांनी अक्षरश: लाखो लोक प्रभावित झाले आहेत, म्हणूनच मला समाजात काही एक स्थान प्राप्त झालंय. हे सारं खरं असलं तरीही....''

मी क्षणभर थांबलो, आपला काहीतरी मुद्दा सुटतोय, असं मला वाटलं, तरीही नेटाने मी माझं बोलणं पुढे सुरू ठेवलं.

"आई, हे सारं खरं आहे; पण या साऱ्याच्या गाभ्याशी जाताना काहीतरी चुकतंय, असं वाटतंय. मी वाटचाल करताना इतका गुरफटून गेलोय की, आता थांबून या साऱ्या प्रवासाचं सिंहावलोकन करण्याची वेळ आलीय, असं मला वाटतंय. ज्या रस्त्यावरून मी आज चालतोय, तो मला इतर रस्त्यांसारखाच वाटतोय. जर मी वेळीच लक्ष दिलं असतं; तर आपल्यापुढे असंख्य वाटा, असंख्य रस्ते आहेत, हे मला जाणवलं असतं. तसं झालं असतं, तर आता जे काही मी मिळवलंय, त्यापेक्षा वेगळं काहीतरी मिळवू शकलो असतो. मी एका चाकोरीची निवड करून माझं नुकसान करून घेतलंय, ही बाब मला बोचतीये. 'मि. इ-मिथ' या संकल्पनेशी लाखो जणांचं आणि माझंही नातं इतकं घट्ट बनलंय की, त्या प्रतिमेतून बाहेर कसं पडायचं, ते मलाच उमगेनासं झालंय. मला आता काहीतरी नवीन करावं, असं वाटू लागलंय; पण वयाच्या साठीत नवीन काय आणि कसं करायचं, या विचारांनी मला पुरतं वेडं करून टाकलंय."

त्यावर आई म्हणाली, "मायकेल, ज्या गोष्टी तुला एवढ्या भीतिदायक वाटतायंत तेवढ्या त्या मला वाटल्या नाहीत, तुझ्याकडे नवनव्या कल्पनांचा तुटवडा कधीच नव्हता. माझ्या माहितीप्रमाणे तू एक उदंड कल्पनाशक्ती लाभलेला माणूस आहेस. त्यामुळे नेमकं काय करायचं ते तुला आणि मलाही नक्कीच माहीत आहे. पण तुझ्या समोर उभ्या ठाकलेल्या समस्यांशी तू मोकळेपणाने सामना करत नाहीस, असं मला वाटतं. ज्या गोष्टी तुला त्रासदायक वाटतात, त्याच नेमक्या तू टाळतोयंस. तुझ्या बाबतीत हे असं घडावं, ही खरोखरच आश्चर्याची गोष्ट आहे."

आणि मी ज्याच्या शोधात होतो, ते त्या क्षणी सापडलं. हा शोध इतका तातडीने, तीव्रतेने आणि स्पष्टपणे लागला की, तो या आधीच का लागला नाही; याचं मलाच आश्चर्य वाटू लागलं.

"मला भीती वाटतेय आई, 'इ-मिथ' सुरू करताना जी शक्ती माझ्यापाशी होती, ती आता उरलीय की नाही, याबाबत मी साशंक आहे. 'इ-मिथ' एवढंच प्रभावी असताना मी नव्याने काही करू शकेन का, हा प्रश्न मला भेडसावतोय. त्याच वेळी माझं सर्व आयुष्य पणाला लावून उभारलेली 'इ-मिथ' संस्था वाऱ्यावर सोडली, तर ती खचितच मरणपंथाला लागेल, असंही मला वाटतंय. मी ज्यांच्यावर तिचा भार सोपवला आहे, ते त्याची नीट जोपासना करणार नाहीत. मी 'इ-मिथ'ला दिलेला सन्मान टिकवणं त्यांना शक्य होणार नाही. तसं झालं, तर माझ्या सर्व कष्टांवर पाणी पडणार आहे. ती संकल्पना एखाद्या पुस्तकाच्या रूपात शिल्लक राहील एवढंच! लाखो पुस्तकांपैकीच एक पुस्तक अशीच त्याची संभावना होईल. मग ज्या 'इ-मिथ'ने लाखो जणांच्या जीवनावर प्रभाव टाकण्याचं काम केलं, ती प्रक्रियाच थांबेल आणि असं होणं मला मुळीच आवडणार नाही."

माझी ही बडबड सुरू असताना आईच्या चेहऱ्यावरचं हास्य निमालं नव्हतं, पण तिच्या खोल गेलेल्या डोळ्यांत एक कारुण्याची किनार मात्र नक्कीच निर्माण झाली होती.

''मायकेल, तुझ्या यातना मी समजू शकते. पुन्हा एखाद्या गोष्टीची नव्याने सुरुवात करताना किती त्रास होतो, हे मला ठाऊक आहे. अर्थात तुला काळजी करण्याचं काहीच कारण नाही. तू जेव्हा लहान होतास, तेव्हापासून तुझ्यात जी ऊर्जा होती, जो उत्साह होता, तो पुन्हा उफाळून येतोय; म्हणूनच तुझ्यात अशी आत्मसंघर्षाची भावना निर्माण झालीय. जरा धीराने घे मायकेल, शांत चित्ताने साऱ्याचं मनन कर आणि काय होतं, ते पाहा. हे घडणं तुला काहीतरी सांगू इच्छित आहे. ज्या बाळाला मी जीव लावला, ते बाळ आता पुन्हा एकदा जन्म घेऊ पाहतंय. लोक समजतात तेवढा तू मूर्ख नाहीस, हेच त्याला सांगायचंय, त्या बाळाला पुन्हा एकदा बागडायचंय, त्याला वयाची फिकीर नाही. कोण काय म्हणेल, याचीही त्याला पर्वा नाही. मायकेल तू जसा होतास, तस्साच आहेस. आता या नव्या बाळाला जे काही करावंसं वाटतंय, ते करू दे. तुझ्यात काहीतरी नवं तयार होतंय, याच्याच त्या खुणा आहेत. हे सारं काही रोमांचकारी आहे, असं नाही का तुला वाटत मायकेल?''

आईच्या या उद्‌गारानंतर लगेचच 'इन द ड्रिमिंग रूम' या संकल्पनेचा जन्म झाला. माझ्या जीवनाचा एक नवीन अध्याय सुरू झाला. माझ्या ध्यानी-मनी नसलेल्या एका नव्या प्रदेशात या नव्या भावनांनी, उन्मेषांनी मला जणू ढकलून दिलं. माझ्यातला संशोधक खाडकन जागा झाला आणि त्याने टाहो फोडला. ''मी जागा झालोय.''

हा सारा अनुभवच अभूतपूर्व होता. असं काहीतरी कित्येक वर्षांनी मला जाणवत होतं. माझ्यातला उद्योजक जागा झाला होता आणि मला म्हणत होता, ''आता जे तुला सुचलंय, सुचतंय, ते आधी कसं कोणाला सुचलं नाही?''

माझा आणि माझ्या आईचा संवाद झाल्यावर काही दिवसांतच माझ्यात फरक पडला. त्या दिवशी मला झालेल्या नव्या दृष्टान्तामुळे आणि साक्षात्काराने हे पुस्तक लिहायला मी उद्युक्त झालो. त्या आधीच्या सुमारे तीस वर्षांत असा अनुभव मला आला नव्हता. हे पुस्तक लिहिण्यासाठी जे-जे करणं आवश्यक होतं, ते मी केलं. आता मी लाखो लोकांना सामोरा जायला सज्ज झालो आहे. ज्यांना आपल्यातल्या सुप्तावस्थेत असलेल्या उद्योजकाला जागृत करायचंय, ज्यांना स्वतंत्र आणि तणावरहित जीवन जगायचंय, ज्यांना आपल्या स्वप्नांना मूर्त स्वरूप द्यायचंय, त्यांच्यासाठी हे पुस्तक आहे.

स्वत:तला उद्योजक जागृत करायचा, म्हणजे नेमकं काय करायचं, त्याचं विवरण मी या पुस्तकाद्वारे करणार आहे.

पण सुरुवात करण्यापूर्वी या खेळाचे जे नियम आहेत, ते मी तुम्हाला समजावून सांगतो. नव्याने उद्योजक निर्माण करायच्या या खेळात तुम्ही तुमची कल्पनाशक्ती असाधारपणे वापरायची आहे. तरच नसलेल्यातून नवं जग निर्माण करणं, तुम्हाला शक्य होणार आहे. तुमची कल्पनाशक्ती वापरणं; हा एक विलक्षण आनंददायी, अत्यंत विलोभनीय आणि अवाक करणारा अनुभव आहे.

सर्वप्रथम उद्योजकाने ज्याचा सामना करायलाच पाहिजे, अशा पाच वस्तुस्थितींकडे नजर टाकू या.

२

उद्योजकांची पाच वास्तव्ये

'माझ्या मते कोणत्याही एखाद्या कोऱ्या करकरीत कागदाच्या तुकड्याकडे बघण्याचे दोन दृष्टिकोन असतात. एका दृष्टिकोनातून पाहिलं, तर तो कागदाचा तुकडा तुम्हाला जगातल्या एखाद्या भीतिदायक वस्तूसारखा भासेल. कारण त्याच्यावर तुमची स्वत:ची अशी कोणती मुद्रा उमटवावी आणि तिचं पुढे काय करायचं, या भीतीने तुम्ही ग्रासून जाल. दुसरा दृष्टिकोन म्हणजे, त्याच कागदाकडे पाहायचं आणि म्हणायचं, ''अरे, मला आणखी एक कोरा कागद मिळाला. आता मी त्याच्या साहाय्याने माझ्या कल्पनांना उत्तुंग भरारी देऊ शकेन आणि त्याद्वारे एका संपूर्णपणे नव्या जगाची निर्मिती करू शकेन.'' कोरा कागद मिळणं, म्हणजे तुम्हाला सर्वांत उत्तम संधी मिळणं असं समजा. मी गेली अनेक वर्षं माझ्याजवळच्या लोकांना सांगत आहे. कोरा कागद पाहून घाबरून जावं, असं त्यात काहीही नाही.'

– मार्टी स्क्लार, उपाध्यक्ष व कल्पनाविस्तार विभाग-प्रतिनिधी, 'वॉल्ट डिस्ने स्टुडिओ'

वस्तुस्थिती क्र. १

जरी सर्वच उद्योजक संशोधक असले, तरी सर्व संशोधक हे उद्योजक असतातच असं नाही. संशोधक जगाकडे सजग आणि मोकळ्या मनाने पाहतो. प्रश्न विचारणं हे संशोधकाच्या जीवनाचं अविभाज्य अंगच असतं. आपण केलेल्या एखाद्या

प्रयोगात नेमकी कशाची उणीव आहे, असा प्रश्न त्याला लगेचच पडतो आणि तो त्याचं उत्तर शोधून आपला प्रयोग पूर्णत्वास नेतो. हे सर्व करण्यापासून तो स्वत:ला परावृत्त करूच शकत नाही. कारण तेच त्याचं कर्तव्य असतं. संशोधकाच्याही पुढे जाऊन उद्योजक नेमकं काय करतो, यावरच उद्योजकांचं वेगळेपण ठरत असतं.

कोणताही उद्योजक नव्या उद्योगाचा शोध लावतो. असा उद्योजक – मग तो पुरुष असो की स्त्री – जे काही शोधून काढतो, ते त्याचं किंवा तिचं स्वत:चं उत्पादन असतं. असं उत्पादन अनन्यसाधारण स्वरूपाचं असतं आणि इतर उत्पादनात ते स्वत:चं असं वेगळं स्थान निर्माण करतं. ते उत्पादन ग्राहकांचं लक्ष चटकन वेधून घेतं, त्याच्या कल्पनाशक्तीला चालना देतं. अशा उत्पादनांच्या ग्राहकांत केवळ बाजारपेठेतले ग्राहकच नाही; तर एखाद्या कंपनीचे कर्मचारी, अशा उत्पादनांचे पुरवठादार, मोठाल्या उद्योगांचे प्रमुख आणि गुंतवणूकदार यांचा समावेश असतो.

मात्र सर्वच उद्योगांना अशा प्रकारच्या अनन्यसाधारणतेचं वरदान लाभत नाही. खरं सांगायचं, तर अशा व्यवसायांची गणना 'संशोधन' या व्याख्येत बसत नाही. अशा व्यवसायाला जर संशोधनाची जोड नसेल, तर त्याला यश मिळणं अवघडच होऊन बसतं आणि असे उद्योग अपयशी होणार, ही काळ्या दगडावरची रेघ असते.

वस्तुस्थिती क्र. २

खरे उद्योजक तयार संधीची वाट पाहत बसत नाहीत, तर ते स्वत: स्वतंत्र अशी संधी निर्माण करतात. 'फ्रँचायझी'सारख्या औद्योगिक संधींना यश जरूर मिळतं, पण त्या यशाला मर्यादा असतात. कारण असे उद्योजक संशोधनाच्या वाटेलाच जात नाहीत. ते स्वत:ची संशोधकवृत्तीच दाबून टाकतात. परिणामी त्यांना स्वत:च्या धंद्याविषयी वाटणाऱ्या 'आपलेपणा'वरही मर्यादा येतात. संशोधनवृत्तीचं दमन करण्याची ही सवयच घातक असते. त्यामुळे जे उद्योजक आधीच तयार असलेल्या संधी 'खरेदी' करतात, ते काही काळातच नैराश्याच्या गर्तेत जातात. मग वरकरणी त्यांना यश मिळतंय, असं जरी वाटत असलं, तरी ते खोटं असतं आणि त्यांना येणारं नैराश्य हे अटळ असतं. आपला उद्योग कसाबसा चालविणं, हे कोणत्याही उद्योजकाचं पहिलं प्रेम असता कामा नये. दुसऱ्याने संशोधन करून विकसित केलेला व्यवसाय यशस्वीपणे सांभाळणं, हे तरी निदान त्याचं पहिलं प्रेम असता कामा नये. त्याचं पहिलं प्रेम हे अनन्यसाधारण असा नवा उद्योग शोधून काढणं, हेच असायला हवं. कारण असे उद्योगच खऱ्या अर्थाने 'यशस्वी' या संज्ञेला न्याय देऊ शकतात.

ज्या तंत्रज्ञान – संशोधनाची प्रेरणा किंवा आस नसते, त्यांच्यासाठीच नव्या उद्योगांच्या संधी शोधून काढाव्या लागतात. जे दुसऱ्याने तयार केलेले उद्योग विकत

घेऊन चालवितात, म्हणजेच फ्रँचायझी घेतात; अशांची संख्या ९० टक्क्यांच्या घरात जाते. मग त्यांच्या लेखी तो उद्योग राहात नाही, तर तो एक 'रोजगार' बनतो. कदाचित असे रोजगार इतर रोजगारांच्या तुलनेत जरा बऱ्या स्वरूपाचे वाटतात. (वस्तुस्थिती मात्र वेगळीच असते.); पण शेवटी रोजगार ते रोजगारच! त्यांना काही खऱ्या 'औद्योगिक संधी' म्हणता येणार नाही. ज्या नव्या संशोधनाशी उद्योजक किंवा उद्योजिका एकरूप होतात, असेच नवे उद्योग यशस्वी ठरतात. उद्योगात केवळ आत्ममग्न राहणे हे खऱ्या उद्योजकाचं लक्षण नसून; जे हाताशी आहे, त्यावर सतत नवनवे प्रयोग करणं, हेच त्यांचं खरं लक्षण असतं आणि तीच त्याची इतिकर्तव्यताही असते.

वस्तुस्थिती क्र. ३

'संशोधन हे संसर्गजन्य रोगासारखं पसरतं.' जगाने ज्यांच्यावर संपूर्ण विश्वास ठेवला आहे, अशा अभूतपूर्व आणि नवीन व्यावसायिक संकल्पनांची अनुभूती घ्यायला लोकांना नेहमीच आवडतं. त्यांना तो संसर्ग आवडतो. त्यामुळेच केवळ नवीन संशोधन करून कोणत्याही उद्योजकाचं खरं समाधान होत नाही. आपण केलेल्या संशोधनापासून लोकांना आनंद मिळतो आहे, ते त्याचा मनापासून वेगळा अनुभव घेत आहेत, हे जेव्हा त्याला जाणवतं; तेव्हाच त्याला खऱ्या समाधानाचा आनंद मिळतो.

इथे अशा व्यावसायिकाची आणि एखाद्या मुरब्बी अभिनेत्याची तुलना करणं अप्रस्तुत ठरणार नाही. कोणत्याही अभिनेत्याला प्रेक्षकांनी दिलेली पसंतीची टाळी हवीहवीशी वाटते. चांगल्या उद्योजकाची अवस्था याहून काही वेगळी नसते. आपल्या निर्मितीला ग्राहकांकडून पसंतीची पावती मिळते आहे; हे जाणवल्यावरच त्याला खरा आनंद, खरं समाधान मिळतं. अशी पावती मिळाल्यावर तर त्याचं आपल्या उद्योगावरचं प्रेम अधिकच वाढतं.

कोणत्याही उद्योजकाच्या दृष्टीने ग्राहकांनी दिलेल्या पसंतीच्या टाळीइतकं आणि त्याने केलेल्या प्रशंसेइतकं इतर काही महत्त्वाचं असूच शकत नाही. आपली वस्तू खरेदी केलेला माणूस परत आपल्याकडे येतो आणि त्या वस्तूची अधिक मागणी करतो, तेव्हा मिळालेली ती एक प्रकारची पावतीच असते. आपल्या उद्योगाचं नावीन्य, त्यासाठी वापरलेलं बुद्धिचातुर्य आणि त्याचं यशस्वी सादरीकरण या गोष्टींना मिळालेली ती दाद आहे; याबद्दल त्याची खातरी पटते. आपल्या मनात जे होतं, ते प्रत्यक्षात तंतोतंत उतरलंय आणि म्हणूनच ग्राहक आपल्याकडे पुन:पुन्हा येत आहेत, हे कळल्यावर आपल्या निर्मितीवर सार्वत्रिक शिक्कामोर्तब झाल्याचं समाधान त्याला मिळतं.

एकदा का यशस्वितेची ही पायरी गाठली की, ते यश कसं टिकवून ठेवायचं, यावर उद्योजकाला आपले सर्व प्रयत्न केंद्रीभूत करावे लागतात. संशोधनाचं वेगळेपण

जेवढं जास्त, तेवढंच त्याचं यश टिकवून ठेवण्याची जबाबदारीही महत्त्वाची ठरते. मात्र मूळ संशोधनच जर कमी महत्त्वाचं असेल, तर त्यापासून मिळणारं समाधानही अल्पजीवी असतं. त्यामुळे ते टिकवून ठेवण्यासाठी उद्योजकाला फारसे कष्ट घेण्याची गरजच भासत नाही.

वस्तुस्थिती क्र. ४

कोणत्याही उद्योजकाचं संशोधन आणि त्याचा उद्योग यांचं मोजमाप त्याला मिळणाऱ्या वाढत्या प्रतिसादावर अवलंबून असतं. जेवढं संशोधन यशस्वी असेल, तेवढाच त्यावर अवलंबून असलेला उद्योगही यशस्वी ठरेल. जर व्यवसायवाढीची गती धीमी असेल, तर त्यासाठी केलेलं संशोधनही दुबळंच असणार. कोणत्याही उद्योजकाच्या दृष्टीने व्यवसायवृद्धीची गती कमी असणं किंवा ती मुळीच नसणं, ही उद्योगाची मृत्युघंटाच असते. अशा उद्योगांच्या वाटेला कोणीही जाऊ नये.

अमेरिकेच्या ब्रॉडवे भागात नाट्यगृहांची रेलचेल आहे. तिथे होणारे प्रयोग जर यशस्वीपणे चालत नसतील, तर निर्माता ते तातडीने बंद करतो. उद्योजकांनी ब्रॉडवेच्या निर्मात्यांचं अनुकरण करायला हवं. आपला न चालणारा व्यवसाय त्यांनी तातडीने बंद करायला हवा, म्हणजे ग्राहकांनाही निवडीचं स्वातंत्र्य मिळेल आणि उद्योजकही अनुकूल अशा आणि मानसिक समाधान देणाऱ्या व्यावसायिकाकडे वळतील.

दुर्दैवाने बरेचसे उद्योग वेळीच बंद होत नाहीत. आपलं अस्तित्व कसंबसं टिकवावं, यासाठीच त्यांची कसरत सुरू असते. केवळ अस्तित्व टिकवायचं एवढ्या माफक उद्देशाने कोणीही उद्योजकाने व्यवसाय सुरू करू नये. कारण असं करणं, म्हणजे स्वतःहून स्वतःला नाशाकडे नेण्यासारखे आहे. खरा उद्योजक एखाद्या व्यवसायाची भरभराटीला येण्याची शक्यता किती आहे, याचे आडाखे बांधूनच यावर व्यवसाय सुरू करतो. 'देअर इज नो बिझनेस लाइक शो बिझनेस' असं म्हणतात. खऱ्या उद्योजकाला ते तंतोतंत लागू पडतं. आपला 'शो' कधी एकदा सुरू होतोय, असं त्याला वाटत असतं, निदान तसं वाटलं पाहिजे आणि तेच महत्त्वाचं असतं.

वस्तुस्थिती क्र. ५

यशस्वी उद्योजक बनण्याची शक्यता प्रत्येकात असते. शोध लावणं, नव्या उद्योगाचं बीजारोपण करणं आणि साध्याच पण अचंबित करणाऱ्या कल्पनेवर आधारित अशा उद्योगाची निर्मिती करणं, हेच यशस्वी उद्योजकाचं महत्त्वाचं लक्षण

असतं. आपल्यापैकी काही जणांना हे साध्य करण्याकरिता थोडा जास्त वेळ द्यावा लागेल. त्यासाठी थोडे अधिक कष्टही घ्यावे लागतील.

मात्र कोणत्याही स्थितीत संशोधन कसं करायचं, त्याला सर्जनात्मक जोड कशी द्यायची, सर्वस्वी नवीन अशा उद्योगांचं बीजारोपण कसं करायचं इत्यादी गोष्टी शिकणं अपरिहार्यच ठरतं. स्वत:तील कौशल्यांची जोपासना करायची असेल, तर त्यासाठी धीर धरून वाटचाल करावी लागेल. तरच त्याने निर्माण केलेल्या निर्मितीतील आनंद कायमचा टिकून राहू शकेल.

एखाद्याला जर स्वत:मधील व्यावसायिक कौशल्यं वाढवायची असतील, तर त्यासाठी सतत सराव करणं, ही आवश्यक बाब ठरते. याचा अर्थ असा नाही की, तुम्ही एखादा व्यवसाय सुरू करतानाच त्याविषयीच्या कौशल्यांचा सराव सुरू केला पाहिजे. सुरुवातीच्या काही काळात तर त्याची गरजही पडणार नाही. याचा सरळ अर्थ असा की, सर्वच संशोधक जसे आपल्या संशोधनात परिपक्वता आणण्यासाठी सतत सराव करीत असतात, तसाच तो तुम्हालाही हळूहळू वाढवीत न्यावा लागेल. या सर्वांसाठी खरी गरज आहे, ती 'कोऱ्या कागदाची' आणि 'उत्साहाची'! खरी गरज आहे, ती आपण काहीतरी नव्याने सुरुवात करणार आहोत; या उत्कट भावनेची!

उद्योजक हा तयार व्हावा लागतो, तो जन्माला येत नाही. सर्जनशीलतेला कोणत्याही स्वरूपाची बंधनं नसतात. सर्जनता व्यक्त करण्याची तळमळ मात्र अत्यंत आवश्यक आहे. एकदा ती तळमळ, ती तहान तुमच्यात दिसू लागली की, तुमच्यातील सुप्त उद्योजक जागा झालाच म्हणून समजा! त्या तळमळीचं दर्शन झालं की, तुमच्यातील उद्योजक केवळ जागा झाला आहे असं नाही; तर तो भव्य स्वप्नंही पाहू लागलाय, याची खातरी बाळगा.

या साऱ्या प्रक्रियेची प्रामाणिकपणे सुरुवात करण्यापूर्वी आणखी एक गोष्ट मला सांगायची आहे. मी वर ज्या पाच वस्तुस्थितींचा उहापोह केला आहे, त्या उद्योजकाच्या व्यक्तित्वात अंगभूत असणाऱ्या चार महत्त्वाच्या घटकांवर आधारित आहे. ते घटक पुढीलप्रमाणे –

(अ) त्याची स्वप्नं बघण्याची क्षमता

(ब) त्याच्यातील विचारवंत

(क) उत्तम कथाकार अशी असलेली त्याची प्रतिमा

(ड) त्याच्यातील नेतृत्वगुण

कारण याच घटकांच्या आधारावर तो वास्तवाशी सामना करून आतापर्यंत उजेडात न आलेल्या औद्योगिक संधींचा शोध घेऊ शकतो आणि उद्योग स्थापन करून, आपल्यातील क्षमता जगासमोर आणून त्यावर स्वत:चा ठसा उमटवू शकतो.

३

उद्योजकाच्या व्यक्तिमत्त्वाचे चार पैलू

'सर्व जुनाट आणि जर्जर गोष्टींपासून मन जेव्हा मुक्त होतं, तेव्हा त्याला सभोवतालची प्रत्येक गोष्ट नवीच दिसू लागते आणि असं जेव्हा होतं, तेव्हाच माणसाला आत्मानंदाचा साक्षात्कार होतो.'

– जे. कृष्णमूर्ती, 'द फर्स्ट ॲन्ड लास्ट फ्रीडम'

कोणताही नवा उद्योग सुरू करताना उद्योजकाच्या वाटचालीत चार महत्त्वाचे घटक अनमोल अशी भूमिका पार पाडत असतात. 'स्वप्नरंजक', 'विचारवंत', 'कथाकथनकार' आणि 'नेता' हे ते चार पैलू किंवा घटक. नव्या उद्योगाचं बीजारोपण करतानाच या चार पैलूंची सर्वंकष माहिती करून घेणं, हे महत्त्वाचं ठरतं.

स्वप्नरंजक

सर्वच उद्योजकांमध्ये एक स्वप्नरंजक (Dreamer) दडलेला असतो आणि गमतीचा भाग असा की, 'स्वप्नरंजक' नावाची चीज आपल्या व्यक्तिमत्त्वात वास करून आहे आणि ती आपल्याला समजली आहे, याचा त्या उद्योजकाला बहुतेक वेळा पत्ताच लागलेला नसतो. उद्योजक हा स्वप्नाळू असतो, असावा लागतो, असं ढोबळमानानं सर्वच जण मानत असतात; मात्र अशी स्वप्नं म्हणजे नेमकं काय, याची जाणीव फारच थोड्या जणांना असते. बहुतेक जण 'दिवास्वप्नं' बघणं किंवा

केवळ आशावादी विचार करत बसणं, यांनाच 'स्वप्नरंजन' समजतात आणि इथंच त्यांची फसगत होते.

अमेरिकेतील कृष्णवर्णीय नेते डॉ. मार्टिन ल्यूथर किंग (ज्युनिअर) यांच्या मनात ठोस अशा स्वरूपाचं स्वप्न होतं. ते त्यांनी स्वत: पाहिलेलं, त्यांचं असं स्वप्न होतं. त्यांच्या त्या स्वप्नाने आम्हाला खाडकन जागं केलं, त्या स्वप्नाने आमचं अवघं जीवन व्यापून टाकलं, त्यांच्या स्वप्नाने आमच्यासाठी 'जागल्या'ची भूमिका पार पाडली. डॉ. किंग यांच्या व्यक्तिमत्त्वाप्रमाणेच त्यांचं स्वप्नही भव्य होतं. आपल्यापैकी बऱ्याच जणांना जी स्वप्नं पडतात, ती डॉ. किंग यांना पडलेल्या स्वप्नासारखी भव्य असतात का? एवढंच नव्हे, तर आपण ज्यांना स्वप्नं म्हणतो, समजतो ती खरीखुरी आपली स्वप्नं आहेत, असा दावा आपण करू शकतो का, हा खरा प्रश्न आहे. कोणत्याही स्वप्नपूर्तीसमोर एक प्रयोजन असावं लागतं, ते प्रयोजन सिद्धीस नेण्याची क्षमता तुमच्या स्वप्नात आहे काय; हे प्रयोजन आणि त्याची सफलता या दोन गोष्टी एकमेकांशी सांगड घालत आहेत काय; या स्वप्नपूर्तीसाठी, आपल्या प्रयोजनसिद्धीसाठीच आपला जन्म झालाय, याची तुम्हाला जाणीव आहे काय? या प्रश्नांची उत्तरं तुम्हाला शोधायची आहेत.

मग तुमच्यात दडलेला 'तो' कोण आहे? हे मला करायचंय आहे, त्यासाठी प्रयत्नांची पराकाष्ठा करीन, असं तो तुमच्यात दडलेला 'स्वप्नाळू' ठामपणे म्हणतो आहे का? या प्रश्नांची उत्तरं होकारार्थी असतील, तर मग तुम्हाला ते प्रयत्न कधी आणि कसे करायचे याही प्रश्नांची उत्तरं शोधावी लागतील.

नवं घर घेणं, एखाद्या रम्य सागरकिनारी बंगली उभारून तिथेच वास्तव्य करणं किंवा 'करोडपती' होणं, हीच केवळ तुमची स्वप्नं असता कामा नयेत. तुमच्यात दडलेला खराखुरा स्वप्नाळू कोण, हे आधी तपासून घ्यावं लागेल.

इथं मला संदर्भ द्यायचाय; तो तुमच्या व्यक्तिमत्त्वात ठाण मांडून बसलेल्या केवळ स्वप्नाळू वृत्तीचा नाही, तर तुमच्या ठायी बसणाऱ्या उद्योजकाचा. केवळ स्वप्नं पाहण्याची क्षमता असलेला उद्योजक काहीच कामाचा नसतो. असे उद्योजक आपल्या हाती आलेल्या साधनांचा दुरुपयोग करतात. ते आपली स्वप्नं स्वत:च्या हातांनी नष्ट करतात आणि अपयशापोटी आलेल्या दु:खाचे धनी मात्र होतात. अशा उद्योजकांना पडणारी स्वप्नंही खुजी असतात. त्यांना त्या छोट्याशा स्वप्नातही काही अर्थ आहे, हे कळत नाही, त्यांना अशी छोटी स्वप्नं अडथळाच वाटू लागतात. अशा स्वप्नाळू व्यक्ती केवळ कल्पनांचे हवाई इमले बांधतात आणि मुळातच अस्तित्वात नसलेल्या स्वप्नांची आभासी निर्मिती करत बसतात. अशी स्वप्नं पाहण्याची वेळ आपल्यावर जेव्हा येते, तेव्हा भयचकित होणं, एवढंच आपल्या हाती उरतं.

विचारवंत

'विचारवंत' हा स्वप्नाळू व्यक्तीचा मित्रच नव्हे, तर जीवाभावाचा सखा असतो. तो स्वप्नाळू व्यक्तीचे विचार काळजीपूर्वक समजावून घेतो. या सर्व घडामोडींत आपल्याला नेमकी कोणती आणि महत्त्वाची भूमिका पार पाडायची आहे, याची त्याला अचूक जाण असते. स्वप्नाळू व्यक्तीच्या विचारांना मूर्त आणि अंतिम स्वरूप कसं द्यायचं, हे त्याला पक्क ठाऊक असतं. स्वप्नाळू व्यक्तीच्या विचारांना योग्य आकार देऊन अपेक्षित फलनिष्पत्ती झाली नाही, तर तो स्वप्नाळू उद्योजकच उद्ध्वस्त होईल, याची पक्की खूणगाठ विचारवंतानं बाळगलेली असते.

स्वप्नाळू व्यक्तीच्या 'काय करावं?' या प्रश्नाला, जो कोणी 'कसं करावं' याचं समर्पक उत्तर देऊ शकतो, तोच खरा 'विचारवंत.' एखाद्या स्वप्नाळू उद्योजकासाठी उद्योगाचं प्रारूप तयार करताना विचारवंत ते स्वप्न दृष्टीला कसं दिसेल, त्याचं भावनात्मक मूल्य काय, त्याची व्यवहार्यता किती आणि त्याची आर्थिक गणितं कशी असतील, याचा विचार करतो. याच्या जोडीनेच त्याला या स्वप्नांचा ग्राहक, गुंतवणूकदार या सर्व व्यापारात गुंतलेला कर्मचारिवर्ग आणि त्याचे भागीदार इत्यादी घटकांवर कोणते परिणाम होतील, याही बाबी विचारात घ्याव्या लागतात.

याच अनुषंगाने या नव्या उद्योगाचं वेगळेपण कशात आहे, त्याचे ग्राहकाला फायदे कोणते, आणि ते फायदे जास्तीत जास्त प्रमाणात पोहोचविण्याचे मार्ग कोणते, सेवा देताना सदर उद्योगाला येऊ शकणाऱ्या अडचणी कोणत्या, या अडचणींवर किफायतशीरपणे मात करण्यासाठी उद्योजकाने काही उपाययोजना केल्या आहेत काय; या सर्व प्रश्नांची उत्तरं शोधण्याचं काम विचारवंतानं करायचं आहे. मात्र असं करताना आपल्याकडून उद्योजकाला कोणत्याही स्वरूपाचा चुकीचा सल्ला दिला जाणार नाही, याची काळजीही त्याला घ्यावी लागेलच, उलट स्वप्नाळू उद्योजकाच्या ध्यानीमनीही येणार नाहीत, अशा मार्गांचा अवलंब करून त्याच्या अडचणी सोडविण्याची भूमिका त्याला पार पाडावी लागेल. उद्योजकाच्या मेंदूच्या उजव्या भागात जिथून स्वप्ननिर्मिती होते, तिला आपल्या मेंदूच्या उजव्या भागात निर्माण होणाऱ्या प्रतिभेची जोड देऊन त्याची स्वप्नपूर्ती करणं; हेच विचारवंतांचं आद्यकर्तव्य असेल.

कथाकथनकार

कथाकथनकाराला 'अभिनेता' या संज्ञेनेही काही ठिकाणी ओळखण्यात येतं. लोकांना जेव्हा एखादं स्वप्न विशद करून सांगितलं जातं, तेव्हा कथाकथनकार

त्यांच्यात औत्सुक्य निर्माण करतो. कोणत्याही स्वप्नांचं रूपांतर प्रखर वास्तवात करायचं असेल, तर ते वास्तव मंत्रमुग्ध करणाऱ्या कथेच्या रूपातच सांगायला हवं. कारण सर्वसामान्य लोक प्रभावी कथेनेच भारावले जाऊ शकतात, याची जाणीव कथाकाराला असते. स्वप्नाला मंत्रमुग्ध कथेची जोड नसेल, तर ते वास्तवात उतरवणं अशक्यप्राय असतं, याचीही खातरी तो बाळगू असतो. स्वप्नाळू व्यक्तीची दूरदृष्टी आणि विचारवंताने तिला दिलेला आकार यांचा तो सखोल अभ्यास करतो आणि प्रत्येक असाधारण कथेच्या मुळापर्यंत जाऊन तिच्यातील सर्जनात्मक गोष्टी जाणून घेतो.

कथाकथनकाराच्या ध्यानीमनी एकच गोष्ट ठाण मांडून बसलेली असते, ती म्हणजे कथा! तो उद्योजकाच्या स्वप्नांना वाचा देतो, त्यांना नादमाधुर्य देतो. जीवनाच्या सर्व थरातील लोकांसाठी तो जेव्हा कथाकथन करतो, तेव्हा श्रोत्यांच्या प्रतिक्रिया जाणून घेण्यात तो कमालीचं स्वारस्य दाखवतो.

आपण ज्या स्वप्नांना वास्तवरूप दिलंय, त्याची सत्यता पारखून घ्यायची असेल, तर कथाकथनकाराला लोकांच्या (श्रोत्यांच्या) सहकार्याची मदत घेतल्यावाचून गत्यंतर नसतं. कारण कथाकथनकाराने जे काही सांगितलं आहे, ते अर्थपूर्ण आहे की नुसतीच पोकळ बडबड आहे, याचा निर्णय शेवटी त्यांना करायचा असतो. संपूर्ण जीवनाचं जिच्यात सारं आहे, तीच खरी कथा असते. असं खरा कथाकार मानत असतो. स्वप्न पाहणारा आणि विचारवंत यांना सर्वसामान्यांपर्यंत नेण्याची जबाबदारी कथाकथनकाराची असते, कारण तो विचारवंत आणि स्वप्नरंजक यांचा आवाज मान्यकार असतो.

नेता

स्वप्नांना प्रत्यक्षात साकार करण्याचं उत्तरदायित्व ज्याच्यावर असतं, त्याला 'नेता' म्हणता येईल. या हेतूसफलतेसाठी आपण नेमक्या कोणत्या वाटा चोखाळायला हव्यात, त्या वाटेवरची आपली वाटचाल कशी असेल, आपण आपल्या निश्चित स्थळी नेमके कधी पोहोचू, आपण इप्सित स्थळी पोहोचल्यावर आपल्या मूळ स्वप्नात कोणते बदल झालेले असतील, या सर्व प्रश्नांची उत्तरं शोधण्याची जबाबदारी नेत्यावर येऊन पडते. कोणत्याही नव्या उद्योगाचं भविष्य कसं घडवायचं, याची आव्हानात्मक जबाबदारीही त्याचीच असते. कथा ही केवळ एक कथा नसून ते एक चिरंतन असं सत्य आहे, त्याची अनुभूती घ्यायला हवी, नव्हे ते अक्षरश: जगायला हवं, हे नेत्याचं उद्दिष्ट असतं. त्यासाठी आधी तो तिचा मनोमन स्वीकार करतो, तिला भक्कम करतो, तो तिच्याशी एकरूप होतो आणि लोकांच्या सहज

पचनी पडेल, अशी त्याची मांडणी करतो.

स्वप्नं पाहणाऱ्याची आसक्ती, विचारवंताचं बुद्धिचातुर्य आणि कथाकथनकाराचे आनंद या तिन्ही गुणांचा परिपाक ज्याच्यात एकवटलेला असतो; तोच खरा नेता! यांपैकी एक किंवा सर्व गुणांची कमतरता आपल्या व्यक्तिमत्त्वात असेल, तर ते गुण स्वत:मध्ये विकसित कसे होतील, याची तो सुरुवातीपासूच काळजी घेतो. आपल्याकडून लोकांच्या फार मोठ्या अपेक्षा असल्याचं त्याला माहीत असतं, म्हणूनच तो एखाद्या चाणाक्ष विद्यार्थ्याप्रमाणे स्वत:तील मर्यादा आधीच ओळखतो. कोणत्याही समस्येला सर्वांनिशी सामोरे जाण्याची क्षमता हे नेत्याचं व्यवच्छेदक लक्षण असलं पाहिजे. स्वत:चा अशा रीतीने विकास करणं, ही गोष्ट कदाचित एखाद्याला हास्यास्पद वाटू शकेल, पण त्याने काहीही बिघडत नाही.

नव्या उद्योगासाठी स्वप्नरंजकाने, विचारवंताने आणि कथाकथनकाराने आपल्यासाठी एक व्यासपीठ तयार केलं आहे; त्यामुळे हा उद्योग यशस्वी करण्याची इतर तिघांइतकीच आपलीही जबाबदारी आहे, हे नेत्याला ठाऊक असतं, असायला हवं. जर स्वप्न प्रत्यक्षात यायचं असेल, तर या जबाबदाऱ्यांपासून पळ काढता येणार नाही, हेही तो उमगून असतो.

हे सर्व घटक मला आणि माझ्या वाचकांनाही लागू पडतात. या प्रक्रियेतून आपल्या सर्वांनाच जायचंय. ही सर्व प्रक्रिया कशी असते, तिचा अनुभव कसा घ्यायचा, हे सर्व काही सांगणं, हाच या पुस्तकाचा एकमेव आणि मुख्य हेतू आहे. यापुढे मी जे काही सांगणार आहे, ते केवळ मला स्वत:ला आलेल्या अनुभवांपुरतं मर्यादित नाही; तर माझा जो जगातील हजारो नव्हे; लाखो उद्योजकांशी संबंध आला, आमच्यात जी वैचारिक देवाणघेवाण झाली, ते सर्व काही सार रूपाने या पुस्तकात येणार आहे. या सगळ्याचा उपयोग तुम्हीही करा. त्यावर विचार करा, ते अनुभव दुसऱ्याला कथित करा आणि या साऱ्याचा तुमच्या मनात जो नव्या उद्योगाचा अंकुर फुटला आहे, त्याचं प्रचंड वृक्षात रूपांतर करण्यासाठी वापर करा.

माझा हात हातात धरून तुम्ही जेव्हा पावलं टाकायला लागाल, तेव्हा तुम्हाला या सर्व प्रकियेची माहिती होणार आहेच, पण तुमच्यात सुप्तपणे वास करून राहिलेला स्वप्नरंजक, विचारवंत, कथाकथनकार आणि नेताही जागृत होणार आहे... आणि या सर्वांतून एक अजब, अद्वितीय असं रसायन तयार होणार आहे.

पण पुढे जाण्यापूर्वी काही गोष्टी तुम्ही आधीच जाणून घ्यायला हव्यात. या प्रक्रियेत ठरावीक 'ठोकताळे' असा काहीही प्रकार नाही. या प्रक्रियेला कोणत्याही सीमा नाहीत. हे एका व्यक्तीच्या – म्हणजे माझ्या एकट्याच्या कल्पनाशक्तीतून तयार झालेलं रसायन आहे. माझ्या स्वप्नांच्या दुनियेत जे आले, अशा शेकडो जणांना आणि त्यांच्याही आधी येथे येऊन गेलेल्या लाखो जणांना याचा 'न भूतो न

भविष्यति' असा फायदा झाला आहे. त्यांनी घेतलेल्या कष्टांना, त्यांच्या धाडसाला आपण सलाम केला पाहिजे. त्याचबरोबर एखादी छोटीशी गोष्टसुद्धा प्रत्यक्षात आणताना त्यांनी जी धडाडी दाखवली, त्यापासून आपण स्फूर्ती घेतली पाहिजे. या पुस्तकाने जे व्रत अंगिकारलं आहे, त्याचा हा सारांश आहे. तुमच्यातील सुप्त उद्योजक जागा होऊन तो जेव्हा काळाच्या न रुळलेल्या वाटेवर आपली पदचिन्हं उमटवू शकेल, तेव्हाच हे व्रत पूर्ण झालं, असं मी समजेन.

चला तर सुरुवात करा! मी तुमच्याबरोबर आहेच!

भाग २

स्वप्नाळू आणि स्वप्न

४

जागृतावस्था

'जीवनाला 'जागृतावस्था' येणं, ही एक क्रांतिकारी घटना आहे. ही घटना घडत असताना जुनं जग नष्ट होऊन त्याची जागा नवं जग घेत असतं. एक 'नवा मनू' उदयास येत असतो आणि त्याचा परिणाम सभोवतालच्या सर्व गोष्टींवर पडत असतो. या साध्या बदलापासून आम्ही स्वत:ला अलिप्त ठेवू शकत नाही. आमच्या दृष्टीत आम्ही आम्हालाच परके होतो आणि भांबावून जातो. या भांबावलेल्या अवस्थेत आम्ही आम्हालाच काही प्रश्न विचारू लागतो, आपण कोण आहोत? आम्ही कोठून आलो आहोत? आम्ही कोठे निघालो आहोत? आम्हाला ज्या नावाने ओळखलं जातं, तेच आम्ही आहोत का? भूतकाळात आपण आपल्याला पूर्ण ओळखलं आहे, अशी जी आपली समजूत होती; ती कितपत खरी आहे? आपलं शरीर आपण आरशात पाहतो. आपलं ते प्रतिबिंब तरी खरं आहे का? आपण कोणाचं तरी अपत्य आहोत, या साऱ्या गोष्टी तरी खऱ्या आहेत का? मग आम्हाला आमच्याच अस्तित्वाची जाणीव करून देणारा, आमच्यासाठी विचार करणारा, जो कोणी आपल्यात वास करून राहिलाय; तो तरी नक्की कोण आहे? आपल्या इच्छा आणि संघर्ष, योजना आणि त्यांना येणारं अपयश हे सारं जर आपल्या शरीराचे, मनाचेच खेळ असतात. त्यावर नियंत्रण तरी कोणाचं होतं, असतं? मग अचानक कधीतरी आपण खडबडून जागे होतो, आपण आपल्याला ओळखलेलंच नाही, असा साक्षात्कार आपल्याला होतो. आपण ज्या आपल्या कर्तृत्वाला चिकटून होतो, त्याच्यावर आंधळेपणाने प्रेम करत

राहिलो, तो सारा आभास होता; आपण कधीच आत्मपरीक्षण केलं नाही, हे सत्य आपल्यासमोर उभं ठाकतं.'

– जे. जे. व्हॅन डेर लिव, 'द कॉंक्वेस्ट ऑफ इल्युझन'

जेव्हा मी प्रथम सफल उद्योजकासंबंधी विचार करत होतो, तेव्हा खरं तर एका वेगळ्याच कामात गढून गेलो होतो.

एखाद्या चांगल्या घराची उभारणी करताना चांगली चौकट कशी करावी, याचे धडे मी एका कसबी सुताराकडून घेत होतो आणि त्यात बऱ्यापैकी पारंगतही झालो होतो. त्या आधी वय वर्षं ९ ते १७ या काळात मी एका पारंगत गुरुकडून सॅक्सोफोन (Saxophone) या वाद्याची दीक्षा घेतली होती. वयाच्या विशीत मी एका चांगल्या सेल्समनच्या साथीने शब्दकोश विकण्याचा उद्योगही करून पाहिला होता. पण या उद्योगात अपयश आलं; ते का, याचा मी विचार करू लागलो (मी या संदर्भातील माझ्याजवळची सर्व पुस्तकं जमिनीत गाडून टाकली. या प्रकरणावर कायमचा पडदा पडावा, अशा इच्छेने मी गाडलेल्या पुस्तकांच्या ठिकाणी मेणबत्या पेटवून त्यांना 'श्रद्धांजली'ही अर्पण केली.).

तुमच्या सुदैवाने मी गाडलेल्या पुस्तकात सदर पुस्तकाचा समावेश नव्हता.

अशक्य गोष्टी शक्य कशा करायच्या, या विचाराचा मी गेली ३०वर्षं चिकाटीने पाठपुरावा करतो आहे. हे करत असताना आपलं स्वत्व कोणत्याही प्रकारे गमावलं जाणार नाही, याची काळजी मी घेतली आहे. टोकाची व्यवहारवादी भूमिका घेऊन व्यापक प्रमाणात यश कसं संपादन करायचं, याचा मी जो सारासार विचार केलाय, त्याची फलनिष्पत्ती म्हणजे हे पुस्तक. (याच प्रकारच्या आणखी एका पुस्तकाची मला या वेळी आठवण येते. ते म्हणजे टॉम ब्राउन यांचं 'द ट्रेकर' हे पुस्तकही वाचनीय आणि विचारप्रवर्तक आहे.)

आता आपण मूळ गोष्टीकडे वळू या. ही १९७५च्या सुमाराची गोष्ट असावी. कॅलिफोर्निया राज्यातील मेन्डोसिना येथे एक शेतजमीन विकत घेऊन तेथे एक फार्महाउस बांधावं आणि तेथेच कंत्राटदार म्हणून काम करावं, अशी माझी योजना होती. तेथे निघालो असता वाटेत माझा मित्र अर्नी वेस्ट याच्याकडे थांबून थोडी विश्रांती घ्यावी, त्याच्याशी गप्पाटप्पा कराव्यात, असा माझा मनसुबा होता. मेन्डोसिनात मी घर बांधणार होतो, ते माझ्या स्वप्नातलं घर होतं. त्या घराच्या आजूबाजूला जंगल होतं, झरे होते. शेतं होती. या निवांत वातावरणात राहून लेखन, चिंतन, मनन करावं; अशी स्वप्नं मी पाहत होतो.

ज्या घराच्या परिसरात मी जोपासलेली कोंबड्या आणि बदकं असतील, घर

कुत्र्या-मांजरांनी भरलेलं असेल, घोड्यांची एखादी पागाही (तबेला) असेल, इतर कोणताही त्रास नसेल, असं ते घर असावं, असं मला वाटत होतं.

मला स्वप्नं बघायला आवडतात. कोणतीही पूर्वसूचना नसताना मी स्वप्नांच्या भराऱ्या मारू लागतो. एका वेळी मी एकच स्वप्न पाहतो, पण ते किती काळ टिकेल, याचा भरवसा नसतो. क्षणभराचीही उसंत न घेता मी दुसऱ्याच स्वप्नात शिरू शकतो.

ज्या क्षणी मला स्वप्नं पडायला लागतात, तो क्षण महत्त्वाचा असतो. माझ्या स्वप्नांना कोणत्याही पूर्वनियोजनाची गरज नसते. त्यासाठी एखादं मॉडेल हवं, असंही नसतं. माझ्या स्वप्नांचे हेतूही निश्चित नसतात किंवा त्यांच्यासाठी काही सरावही केलेला नसतो. नियोजनाचा अभाव हे माझ्या स्वप्नांचं वैगुण्य असलं, तरी त्यातील आत्मा गमावला जाणार नाही, याची काळजी मी घेतो.

माझ्यापुढे काय वाढून ठेवलंय, हे जाणून घेण्यात मला नेहमीच स्वारस्य वाटत राहिलं आहे. अशा वेळी माझ्यातील औत्सुक्याने परमावधी गाठलेली असते.

माझ्या मनात हे विचार थैमान घालत असतानाच मी अर्नीला भेटायचं ठरवलं आणि त्याच वेळी आपल्या एका क्लायंटच्या मदतीसाठी त्याने मला निमंत्रण दिलं.

***

अर्नीच्या भेटीबाबत मी यापूर्वी दुसऱ्या एका पुस्तकात सविस्तरपणे विवेचन केलंय. त्याला याही पुस्तकात थोडासा उजाळा देण्याचा मी प्रयत्न करणार आहे.

या भेटीचा पुनरुच्चार करणं महत्त्वाचं आहे. कारण अर्नीशी झालेली ही भेट मला प्रथमदर्शनी निर्हेतूक आणि निरुपद्रवी वाटली; तरी तिने माझ्या मनात भविष्यातील माझ्या योजनांचं आणि स्वप्नांचं बीजारोपण केलं, हे मान्य करावंच लागेल.

आणि त्याच वेळी मला जागृतावस्थेचा साक्षात्कार झाला. या सर्व भेटीत माझे पूर्वानुभव पुन्हा एकदा मला तपासून पाहता आले. माझे सॅक्सॉफोनचे धडे, विक्रेता म्हणून मी जे काही शिकलो ते, माझे सुतारकामाचे मला आलेले अनुभव या साऱ्यांची जणू उजळणीच झाली. एवढंच नाही; तर माझा प्रेमभंग, माझ्यातला तत्त्वचिंतक आणि माझा स्वप्नाळूपणा या बाबींचाही मी पुनर्विचार करू लागलो. हे आणि हे सारं अर्नीशी झालेल्या पहिल्याच भेटीत घडून गेलं.

अर्नीची जाहिरात एजन्सी होती. त्याच्या एका ग्राहकाला त्याने केलेल्या जाहिरातींचा त्याच्या उद्योगवाढीसाठी फारसा उपयोग होत नव्हता. हे नेमकं कशामुळे घडतंय, हे शोधण्याची जबाबदारी अर्नीने माझ्यावर सोपविली. मला जाहिरात क्षेत्रातील काहीच कळत नाही, असं मी त्याला सांगण्याचा प्रयत्न केला. त्यावर तो म्हणाला, ''त्याने फारसा फरक पडत नाही. तुला जे काही माहीत आहे, ते पुरेसं आहे.'' अर्नीने दिलेला आत्मविश्वास आणि एवीतेवी मला यात काहीच गमवायचं

नाही, या भावनेनं मी आणि अर्नी त्याच्या मित्राच्या कार्यालयात गेलो. अर्नीच्या ग्राहकाचं नाव होतं – बॉब. आम्ही जेव्हा तिथे पोहोचलो, तेव्हा तो त्याच्या कार्यालयातील एका कोपऱ्यात खुर्चीवर बसलेला होता. त्याच्या टेबलावर कागदांचा ढीग पडला होता आणि त्यांचीच विल्हेवाट लावण्यात तो गर्क होता.

अर्नीने आम्हा दोघांचा परस्परांशी परिचय करून दिला आणि ''तुम्ही गप्पा मारत बसा, मी एक तातडीचं काम उरकून तासाभरात परत येतो,'' असं सांगून तो निघून गेला. आता बोलायला प्रथम सुरुवात कोणी करायची, याची वाट पाहत आम्ही बराच वेळ नुसते बसून राहिलो.

''तुला माझ्या उद्योगाविषयी काय माहिती आहे?'' असं विचारत बॉबनेच संभाषणाला प्रारंभ केला. माझं उत्तर अर्थातच 'मला काहीच माहीत नाही,' हे होतं.

बॉब काहीसा आश्चर्यचकित झाला. ''मग माझ्या उत्पादनाविषयी तरी तुला काही माहिती आहे का?'' त्याने विचारलं.

''मी त्या बाबतीतही अनभिज्ञ आहे.''

''ठीक आहे; पण जर माझ्या उद्योगाविषयी किंवा माझ्या उत्पादनाविषयी तुला काहीच माहिती नसेल, तर तू मला मदत कशी करू शकणार?'' बॉबने काहीशा काळजीयुक्त सुरात विचारलं.

''मला खरोखर काही माहिती नाही; पण मी काहीतरी करू शकेन, असं अर्नीला वाटतं. तुला अर्नी आवडतो आणि मलाही आवडतो. आपल्याला एवीतेवी तासभर काढायचाच आहे, काहीतरी चर्चा करू आणि काही मार्ग निघतो का, ते पाहू.'' मी उत्तरलो.

आणि मला त्या क्षणी जे तर्कसंगत वाटलं, ते करायला मी सुरुवात केली. मी त्याला त्याच्या उद्योगाविषयी, त्याच्या उत्पादनाविषयी; तसंच त्याचं काय चुकत असावं, काय बरोबर ठरत असावं, यासंबंधीचे प्रश्न विचारले.

मला त्याच्या उद्योगाविषयी मुळीच माहिती नाही, हे गृहीत धरूनच आम्ही चर्चा सुरू केली. बॉबच्या उद्योगाविषयी आपण पूर्णपणे अनभिज्ञ आहोत; मात्र ज्या अर्थी बॉब या उद्योगात आहे, त्याअर्थी त्याला त्याविषयी, त्यातील उच्च तंत्रज्ञानाविषयी काहीतरी माहिती असणार, याची मला खातरी होती.

तासाभराच्या चर्चेनंतर काही गोष्टी आपल्या हाती लागत आहेत, हे मला जाणवलं, त्यातील पहिली गोष्ट म्हणजे बॉबच्याच नव्हे, तर इतर उद्योगातीलही काही मूलभूत गोष्टी मला समजतात, हे माझ्या लक्षात आलं. 'विक्रीकला'ही नियोजनावरच अवलंबून असते, असा निष्कर्ष मी काढला. मी काही दिवस विक्री क्षेत्रात राहिलो असल्याने त्याचा मला इथं उपयोग होत होता. 'अमुक एखादी गोष्ट तू कशी करतोस, ते महत्त्वाचं असतं.' असा मंत्र मला माझ्या सर्वच गुरूंनी दिला

होता. आता मी जे काही करतोय किंवा पुढे करणार आहे, त्यात सुसंगती असली पाहिजे, असा त्यांचा आग्रह असे. एवढंच नाहीतर; मी जे काही करीन, त्यात मी असाधारण प्रावीण्य प्राप्त केलं पाहिजे, असंही त्यांनी सांगितलं होतं.

बॉबशी चर्चा केल्यावर दुसरी एक गोष्ट मला जाणवली, ती म्हणजे विक्रीकलेला एक शिस्त असते, याची गंधवार्ताही त्याला नव्हती. एवढंच नव्हे, तर आपण जो उद्योग चालवत आहोत, त्यातही एक प्रकारची शिस्त असावी लागते, हेही त्याला कळलेलं नव्हतं. त्यामुळे आपल्यापुढे काही समस्या आहेत, हे समजून घ्यायलाच तो तयार नव्हता.

आमची तासभर चाललेली चर्चा संपत आली, तेव्हा माझं मन नव्या माहितीने ओतप्रोत भरून गेलं होतं. माझी छाती दडपून जाईल, एवढी उत्तेजना माझ्यात निर्माण झाली होती. माझ्यात झालेला शक्तीचा संचय तर थोपवून धरण्यापलीकडे गेला होता. मी एका नव्या जगात प्रवेश केला होता आणि ते जग मला ओरडून-ओरडून सांगत होतं, 'मित्रा, तू जे आतापर्यंत शोधत होतास, ते तुला आता सापडलंय, तुला तुझी खरी दिशा गवसली आहे. या नव्या जगात तुझं स्वागत असो. आता नव्या उमेदीने या जगात प्रवेश कर.'

***

होय! मी जागृत होण्याची ती पहिली पायरी होती. त्याची दुसरी पायरी दाखविली, ती माझ्या ९४ वर्षीय आईने! "मायकेल, आता नव्याने काहीतरी सुरुवात करण्याची वेळ आली आहे," असे तिचे उद्‌गार होते. माझा जागृतावस्थेचा पहिला प्रसंग १९७५ साली घडला. त्यानंतर तब्बल ३० वर्षांनी दुसरा!

हा पुढचा मुद्दा विशेषत्वाने समजून घेण्यासारखा आहे. आतापर्यंत कधीही न दिसलेली संधी जेव्हा एखाद्या उद्योजकासमोर उभी राहते, तेव्हाच त्याची जागृतावस्था सुरू होते. अशी जागृतावस्था प्राप्त होण्याचा क्षण उद्योजकाचं अवघं आयुष्य प्रकाशमान करून टाकतो.

काहीतरी घडावं आणि तो जागृतावस्थेचा आनंददायी क्षण आपल्या आयुष्यात यावा, असं स्वप्न तो उराशी बाळगून असतो आणि एका बेसावध क्षणी त्याला कोणीतरी म्हणतं, "अरे वेड्या झोपलास काय, जागा हो!" आणि तो जागा होतो. हिवाळ्यातील दिवसात गुहेत निद्रा घेत असलेलं एखादं भुकेलं अस्वल उन्हाळ्याची चाहूल लागताच जागं व्हावं आणि त्याने आपल्या भक्षासाठी बाहेर पडावं, अशी त्या उद्योजकाची अवस्था होते. त्याला मिळणार असणारी संधी हे त्याचं सावज असतं.

यामुळे जी चेतना निर्माण होते, तिच्याशी कशाचीही तुलना होऊ शकत नाही, हे मला ठाऊक आहे. कोणतीही पूर्वकल्पना नसताना, कोणत्याही प्रकारे आपण

निमंत्रण न देता, जेव्हा ती संधी झगझगीतपणे आपल्यासमोर उभी राहते; तेव्हा होणारा आनंद अवर्णनीय असतो. त्याच वेळी माझ्यातला उद्योजक जागृत होत असतो, तो पुढे येतो, माझ्या अस्तित्वालाही तो त्या वेळी बाजूला सारतो आणि माझ्याच जागी विराजमान होतो. काहीतरी नवीन करण्यासाठी आणि त्यातून परमानंद प्राप्त करून घेण्यासाठी तो पुढे येतो. तो असा अचानकपणे चैतन्याने भारलेल्या अवस्थेत पुढे येतो. आपल्यालाच अचंबित करतो. तो आपल्या आत कुठेतरी सुप्तावस्थेत होता, याची तोपर्यंत आपल्याला जाणीवही झालेली नसते. या सर्व अवस्थेमुळे निर्माण होणारा आनंद भारावून टाकणारा असतो. तो कसा साठवावा, हे नवंच आव्हान त्यामुळे निर्माण होतं. माझ्या आतापर्यंतच्या सर्वसामान्य जगण्याला या सर्वच गोष्टी परक्या असतात, पण त्यामुळेच माझी कल्पनाशक्ती उत्तुंग भरारी मारण्यासाठी सज्ज झालेली असते.

कारण माझ्यातला सुप्त उद्योजक जागा झालेला असतो.

***

थांबा आणि लक्ष केंद्रित करा

जागृतावस्था

आपण आता आपल्या जीवनाच्या अत्यंत रोमांचकारी अशा वळणावर आला आहात. या ठिकाणी मी तुमचं मन:पूर्वक स्वागत करतो. इथून तुमची आगेकूच होणार आहे. जर तुम्ही ही वाट याआधीच चोखाळली असेल, तर तुमची घोडदौड सुरू होणार आहे आणि जर तुम्हाला तीच वाट अनोळखी वाटत असेल, तर तुम्हाला एका नव्या अनुभवाला सामोरं जावं लागणार आहे.

तुम्हाला जो मार्ग आणि त्यावरून चालण्याची संधी मिळणार आहे, ती एकाच वेळी चैतन्यदायी आणि काहीशी भीतिदायकही ठरणार आहे. चैतन्यदायी अशासाठी की, या वाटेवर तुम्ही अनपेक्षितपणे येऊन पोहोचला आहात, आतापर्यंत रोजच्या जीवनात तुम्ही जी भाषा वापरत होतात; त्यापेक्षा वेगळी अशी भाषा, वेगळं असं शब्दभांडार तुम्हाला मी उपलब्ध करून दिलंय आणि ते निश्चितच चेतनादायी आहे. मी येथे वापरलेली भाषा तुम्हाला पूर्णपणे नवीन आहे, अशातला भाग नाही. तुमची रोजचीच भाषा वापरून ती फक्त वेगळ्या पद्धतीने मी मांडली आहे. कदाचित माझ्या या नव्या वापरामुळे ती तुम्हाला परकी वाटण्याची शक्यता आहे. मी माझ्या या सांगण्यातून तुम्हाला नव्या संधीची दारं किलकिली करून दाखविली आहेत. ज्या गोष्टीसाठी तुम्हाला आयुष्यभर आस लागून राहिली होती, त्या गोष्टी उपलब्ध करून देण्याचं वचन मी तुम्हाला दिलं आहे. ही वाट काहीशी भीतिदायकही आहे, कारण त्यावरून वाटचाल करताना तुम्हाला सर्वस्वी अज्ञात अशा प्रदेशातून जावं लागणार आहे. आपण आपल्या जीवनाकडे सर्व साधारणपणे एक 'कोष' म्हणून पाहतो आणि भविष्यात आपल्याला अपेक्षित तेच घडेल, असं गृहीत धरून चालतो. आता यापुढे आपण आपल्या जीवनाकडे एक नवा साक्षात्कार, एक नवी जागृतावस्था म्हणून पाहणार आहोत. कारण यापुढे तुमच्या आयुष्यातील प्रत्येक क्षण अर्थगर्भ असणार आहे. इथे या नव्या क्षणाचा आस्वाद घ्या; क्षणभर थांबा! यापुढे कोणताही मार्ग निवडताना

क्षणभर थांबा, विश्रांती घ्या. या सर्व नव्या अनुभवावर लक्ष केंद्रित करा. त्याचा तुमच्या एकूण जीवनावर नेमका काय परिणाम होईल, हे तपासून पाहा. कोणताही मार्ग निवडताना आपल्या आत्म्याशी संवाद साधा. कारण तुम्ही आता नव्याने जागृत झाला आहात. आता तुमच्यातील सुप्त उद्योजक तुमच्याशी संवाद सुरू करणार आहे. तुम्ही कोणताही उद्योग आता सुरू करा; पण या नव्या जागृतावस्थेचा क्षण, ज्याची तुम्ही आतापर्यंत कल्पनाही केली नसेल, तो निसटू देऊ नका. थांबा, लक्ष केंद्रित करा आणि या क्षणाची अनुभूती घ्या.

५

जाणीव

'भौतिक जगाची कोडी सोडवण्याचं पहिलं पाऊल म्हणजे भौतिकाच्या भूतकाळाचा धांडोळा घेणं.'

– टोड सिलर, 'ब्रेकिंग द माइंड बॅरिअर'

अर्नीच्या वाटेकडे मी अधीरतेने पाहत उभा होतो. काही वेळापूर्वी जे काही घडलं, ते कोणाला तरी सांगून मला मोकळं व्हायचं होतं. बॉबच्या ऑफिसबाहेर मी येरझाऱ्या घालत होतो.

बॉबला त्याची वितरण व्यवस्था कशी सुधारता येईल, याबद्दल मी आताच त्याला चार युक्तीच्या गोष्टी सांगितल्या होत्या आणि त्याने त्या स्वीकारल्याही होत्या.

मी बॉबला जो सल्ला दिला होता, त्याबद्दल त्याने मला किती सेवाशुल्क द्यायचं, याबद्दल आमच्यात काहीच बोलणी होऊ शकली नाहीत. कारण अशा गोष्टींसाठी काही शुल्क आकारलं जातं, हे तोपर्यंत माझ्या गावीही नव्हतं. शेवटी बॉब हा अर्नीचा ग्राहक होता. मी जे बॉबला काही सांगितलं, ते अर्नीच्या विनंतीवरूनच; म्हणून या सर्व व्यवहारातील ज्या काही आर्थिक बाबी असतील, त्याबद्दल अर्नीच काय तो निर्णय करील, असं मी बॉबला सांगितलं.

बॉबशी चर्चा केल्यानंतर मला तातडीने एक गोष्ट जाणवली. ती म्हणजे अर्नी हा स्वत:ला जरी जाहिरात क्षेत्रातील व्यावसायिक समजत असला, तरी प्रत्यक्षात तो वितरण क्षेत्रातच होता. फक्त गंमत म्हणजे ही गोष्ट त्याला आतापर्यंत समजलेली

नव्हती. बॉबला जाहिरात नको होती. आपल्या उत्पादनाला उठाव मिळाला पाहिजे, अशी त्याची अपेक्षा होती आणि अर्नी त्याला जे हवं तेच नेमकं देत नव्हता. अर्नी आपल्या व्यवसायाचा या दृष्टीने खरोखरच विचार करतोय का, अशी शंका माझ्या मनाला चाटून गेली. खरंतर बॉबला मी नव्याने असं काहीच दिलं नव्हतं. अर्नी त्याला जे काही देत होता, त्याचं मी फक्त विस्तारीकरण केलं होतं. कदाचित असं विस्तारीकरण करणं आवश्यक होतं, म्हणून मी ते केलं, असंही म्हणता येईल.

इथं एक गोष्ट लक्षात घ्या – आता मी जे काही सांगतोय, त्याचा पुसटसाही विचार मी बॉबशी झालेल्या चर्चेदरम्यान केला नव्हता. त्यानंतर हे विचार माझ्या मनात मुसंडी मारू लागले. माझ्या मनात नव्या संधी अचानक प्रवेश करू लागल्या. 'अरे, या संधीचा उपयोग अर्नीही करू शकतो. तो या नव्या विक्रीसंकल्पना आपल्या इतर ग्राहकांनाही देऊ शकतो,' असं माझं मन मला सांगू लागलं. अर्नीच्या ग्राहकांत जर बॉबसारखे गोंधळलेले ग्राहक असतील, तर अर्नी त्यांनाही या संकल्पना विकू शकतो आणि असं झालं, तर अर्नीची संस्थाही अशा सेवा देणारी एकमेव संस्था ठरू शकते. बॉबकडे मला पाठवताना अर्नीला या गोष्टींची जाणीव होती का? मी बॉबला भेटल्यावर असं काही तरी घडेल, हे अर्नीने गृहितच धरलं होतं का?

मग मी विचार करू लागलो. 'मला आता जे काही-काही गवसलंय, त्याची माहिती जाहिरात क्षेत्रातील प्रत्येकालाच असते. त्यांना ते माहीत नसणं, कसं शक्य आहे? ती तर त्यांच्या दृष्टीने एक सहज असली, तरी अत्यावश्यक अशी प्रक्रिया असते. खरं सांगायचं, तर बॉबही दाखवतो तेवढा अडाणी नक्कीच नसणार. मी त्याच्याकडे बसलो असताना जे पाहत होतो, त्याची त्याला काहीच कल्पना नव्हती, असं कसं म्हणणार? जे आता मला गवसलंय ते जाहिरात, उद्योग आणि उच्च तंत्रज्ञान या क्षेत्रात काम करणाऱ्या कोणाला ना कोणाला तरी माहीत असणारच की!'

तेवढ्यात अर्नी आला. त्याच्या गाडीत बसता क्षणी थोड्या वेळापूर्वी जे काही घडलं, ते उत्साहाच्या भरात मी त्याला सांगून टाकलं. आपल्या व्यवसायाबद्दल किंवा उत्पादनाबद्दल मला काहीच ठाऊक नाही, हे ऐकल्यावर बॉब जसा आश्चर्यचकित झाला होता; तशीच अवस्था आता अर्नीची झाली होती. मी बॉबकडे जे काही अनुभवलं, ते ऐकल्यावर तो चक्क ओशाळल्यागत झाला. "तू आता काय म्हणालास? तू त्याला सल्ला दिलास? म्हणजे तू चक्क तुझ्या सेवा त्याला विकल्यास?" अर्नीने विचारलं. एखाद्याला आपलं राहतं घर कोणीतरी कोणालातरी परस्पर विकल्याचं कळल्यावर त्याच्या चेहऱ्यावर जसे भाव उमटतील, तसेच भाव मला आता अर्नीच्या चेहऱ्यावर दिसत होते.

मी म्हणालो, "आता मी जे काही केलं, त्याला काय म्हणायचं, ते तूच ठरव. मी कोणेकाळी शब्दकोश विकताना ती वितरणव्यवस्था विकसित केली होती,

तशीच व्यवस्था तुला उभारून देतो, एवढंच मी बॉबला सांगितलं.''

''मायकेल, तुझं मानसिक संतुलन तर बिघडलेलं नाही ना? बॉबच्या व्यवसायाविषयी किंवा त्याच्या उत्पादनाविषयी तुला काय माहीत आहे? त्या उत्पादनाची विक्री कशी करायची, त्याचा नेमका ग्राहकवर्ग कोणता, याची तुला थोडीशी तरी कल्पना आहे का?'' इति अर्नी.

''अर्नी, बॉबकडे येताना मी हीच शंका तुला विचारली, तेव्हा तू म्हणालास, 'तुला जे काही माहीत आहे, ते पुरेसं आहे' आणि तुला खरं सांगू का, मला बरंच काही माहीत आहे, हे मला आता कळलंय.''

***

तीस वर्षांनंतर....

हे २००५ हे वर्ष आहे. सुमारे ३० वर्षांपूर्वी बॉबच्या ऑफिसमध्ये जे मला गवसलं होतं, त्याला मूर्त रूप द्यायचं मी ठरवलंय. आता मी मोकळा आहे. बॉबच्या ऑफिसातील तो विचार प्रत्यक्षात उतरविण्याची हीच संधी आणि हीच वेळ आहे. बॉबच्या ऑफिसात माझ्यातील सुप्त उद्योजक जागा झाला होता. त्याला आता बाहेर काढून कार्यरत करण्याची वेळ आलीय. आश्चर्याची गोष्ट म्हणजे, आज माझ्या वयाच्या सत्तरीतही माझ्यातील तो उद्योजक त्याच उमेदीने आणि उत्साहाने पुन्हा उभा राहत आहे. त्याचा उत्साह आणि आवेग पस्तिशीच्या तरुणालाही लाजवील असा आहे.

एक गोष्ट मात्र खरी आहे आणि ती मला कबूल करावीच लागेल, ती म्हणजे माझ्या ठायी वास करणारा तो उद्योजक गेली काही वर्षं निद्रितावस्थेत होता, हे मी साफ विसरूनच गेलो होतो. १९७५ ते २००५ या ३० वर्षांत मी उद्योजकांविषयी लिहीत राहिलो, विचार करीत राहिलो, व्याख्याने देत राहिलो, एवढंच नाही, तर माझ्या स्वत:च्या कंपनीत उद्योजक या नात्याने कामही करत राहिलो. मला तर उद्योगजगतातील काही जणांनी 'वैचारिक उद्योजक' ही पदवीही बहाल करून टाकली आणि आता वयाच्या ६९व्या वर्षी पुन्हा एकदा उद्योजक बनण्याच्या योजना मी आखतोय. 'ते कसं शक्य आहे? मी एवढी वर्षं निद्रितावस्थेत घालवली तरी कशी? मी गेली अनेक वर्षं जे काही करीत होतो, ती उद्योजकता नव्हती, तर नेमकं काय होतं?'

या सर्व प्रश्नांची उत्तरं तातडीने माझ्याकडे आपसूकपणे चालत आली. मी माझ्या इतर ग्राहकांसारखाच एक व्यवस्थापक आणि तंत्रज्ञ होतो आणि खरं सांगतो, ते मलाही कळत होतं. आता मी जो जागृतावस्थेचा अनुभव घेत आहे, तो दुर्मीळ आणि अत्यंत निर्दोष आहे. हा अनुभव प्रत्येक उद्योजकाने घ्यायलाच हवा. कारण हा अनुभव म्हणजे नव्याने प्राप्त झालेली अंतर्दृष्टी आहे. चकित करणारी अशी ती

अभूतपूर्व जाणीव आहे. अचानकपणे होणारा तो एक साक्षात्कार आहे.

ही नवीन जाणीव जेव्हा एखाद्या झंझावातासारखी तुमच्यात निर्माण होते, तेव्हा तुम्हाला एक नवा प्रकाश दिसतो. तुमच्यावर असलेलं अज्ञानाचं मळभ दूर होतं. या जाणिवेच्या स्वागतासाठी सज्ज व्हा!

त्या दिवशी ही जाणीव माझ्यात निर्माण झाली. लखलखणारी, मुग्ध करून टाकणारी अशी ती जाणीव म्हणजे एक जबरदस्त शक्ती होती. या शक्तीच्या आगमनानंतरच माझ्या स्वप्नांच्या दुनियेची निर्मिती झाली. सुमारे ३० वर्षांपूर्वी 'इ-मिथ' या माझ्या संस्थेची स्थापनाही अशाच एका जाणिवेच्या आगमनानंतर झाली होती.

***

थांबा आणि लक्ष केंद्रित करा

जाणीव

तुमच्यामध्ये जाणीव निर्माण होण्याची प्रक्रिया या आधीच सुरू झालीय. ती नेमकी कधी झाली, ते आठवून बघा. ती निर्माण झाली, तेव्हा तुमच्या मनात नेमके काय विचार होते, त्यानंतर तुम्ही नेमकी कोणती कृती केलीत, हे सर्व आठवून पाहा. त्यानंतर तुम्हाला सुचलेले विचार आणि तुमच्या मनात निर्माण झालेल्या भावना कोणत्या होत्या, त्या स्वतंत्रपणे लिहून ठेवा. अचानक तुमच्यापुढे संधींची दारं उघडली आणि तुम्हाला त्याची जाणीव झाली. तो क्षण जास्तीत जास्त आठवण्याचा प्रयत्न करा.

या सर्व घटनांमुळे तुमचं आयुष्य एका ठरावीक उंचीवर येऊन ठेपलंय, असं तुम्हाला वाटत नाही का? या नव्या संधींनी तुम्हाला वेगवेगळ्या वाटा दाखविल्या. कोणीतरी किंवा कोणत्यातरी एका अनुभवाने किंवा एखाद्या विशिष्ट घटनेमुळे तुम्हाला नव्या वाटा चोखाळण्याचं आवाहन मिळालं की नाही? या सर्व घटकांमुळे तुम्ही झेप घेण्यास तयार झालात की नाही?

...की तुम्ही याच्याबरोबर नेमकं काहीतरी उलटं केलंत? त्या सर्व काळाचं स्मरण करा. त्याला तुमचा प्रतिसाद नेमका कसा होता, हे तपासून पाहा.

६

नकारात्मक प्रतिक्रिया

'आज आपण ज्या संघर्षाचा सामना करत आहोत; त्याला आपली आर्थिक, मानसिक किंवा जिला आपण सरसकटपणे 'धार्मिक' म्हणतो, ती परिस्थिती मुळीच कारणीभूत नाही. आजची 'संघर्षात्मक स्थिती' आपल्याच कल्पनाशून्यतेचं अपत्य आहे. आम्ही आहे, त्या परिस्थितीला घट्ट चिकटून राहतो आणि परिस्थितीचा नव्याने विचारच करीत नाही. 'जैसे थे' या तत्त्वज्ञानाच्या आपण प्रेमात पडलो असून, त्या परिस्थितीला सोडचिठ्ठी देण्याचं आपण टाळत असतो. नव्या विचारांच्या पुरात स्वतःला लोटून दिलं, तर आपण बुडून जाऊ, या भीतीने आपल्याला ग्रासून टाकलं असतं, आपला पोकळपणा उघडा पडेल, या गंडाने आपण पछाडले गेलेलो असतो.'

– मॉर्क गॅफनी, 'द मिस्टरी ऑफ लव्ह'

अर्नीबरोबरचा परतीचा प्रवास माझ्या दृष्टीने चिरस्मरणीय ठरला. अशा विक्षिप्त अवस्थेत मी मला स्वतःला आणि अर्नीला कसं आणून ठेवलं, याचाच तो अचंबित होऊन विचार करत होता. मी बॉबला जी आश्वासनं देऊन ठेवली होती, त्याबद्दल तो बॉबला काय सांगणार होता?

मी जे काही केलं, त्याच्याकडे अर्नी आणि त्याच्याकडे मला मिळालेली एक अभूतपूर्व संधी म्हणून मी पाहत होतो.

हे प्रकरण लवकरात लवकर कसं संपेल, याची विवंचना अर्नीला पडली

होती; तर या समस्येवर माझ्याकडे उपलब्ध असलेल्या साधनांचा जास्तीत जास्त उपयोग करून कसा तोडगा काढता येईल, याचा मी विचार करत होतो.

ही सर्व घटना अडचणींनी तुडुंब भरली असून तिचा आपल्याला तर उपयोग नाहीच, तर त्यामुळे आपल्या जीवनातील गुंतागुंत वाढणारच आहे. त्याचा आपल्या व्यवसायावर, कामगारांशी असलेल्या नाजूक संबंधांवर आणि ग्राहकांवर अनुचित परिणाम होणार आहे; असं अर्नीला वाटत होतं. तर या गोष्टींमध्ये अनेक शक्यता आणि संधी असून, त्यामुळे माझं जीवन अधिक सुकर होणार आहे, अशी ग्वाही माझी मनोदेवता मला देत होती.

अर्नी या सर्व गोष्टीकडे आपल्या मेंदूच्या डाव्या बाजूने – म्हणजे एक 'विचारवंत' म्हणून पाहत होता, तर मी तिच्याकडे मेंदूच्या उजव्या बाजूने – म्हणजे एक 'स्वप्नरंजक' म्हणून पाहत होतो. या नव्या गोष्टीकडे अर्नी एक अस्ताव्यस्त आणि अतार्किक बाब म्हणून पाहत होता. त्याच वेळी माझ्यातील 'स्वप्नाळू' मात्र या सर्व गोष्टींतून निर्माण होणाऱ्या संधीकडे एक अमर्याद, उत्तेजना देणारं आणि एक अमाप कार्यक्षेत्र म्हणून पाहत होता. मी बॉबला जी आश्वासनं दिली होती, ती पूर्ण कशी करणार, याचे पुरावे अर्नीमधील 'विचारवंत' मागत होता. त्याचबरोबर आपल्याला नस्त्या फंदात पाडण्यात आल्याबद्दल तो रागावलाही होता. या गोष्टीला आपण विधायक असं उत्तर देऊ, अशी माझ्यातील स्वप्नरंजकाला खातरी असल्याने, मला अशा पुराव्यांची आवश्यकताच भासत नव्हती. एक विक्रेता म्हणून काम करताना माझ्यापाशी जे अनुभवसंचित जमा झालं होतं, त्याच्या आधारावर हे शक्य होईल, अशी मला आणि माझ्यातील 'स्वप्नरंजका'ला खातरी वाटत होती. त्याला असं वाटण्याचं कारण त्याने तर्कशास्त्राला बाजूला ठेवलं होतं. 'स्वप्नरंजका'ला तर्काची गरज नसते. तो तर्कशास्त्राला नेहमीच दुय्यम स्थान देत आला आहे. निदान अर्नीला जो तर्क हवा होता, ती देण्याची आवश्यकता माझ्यातील स्वप्नरंजकाला भासत नव्हती.

स्वप्नरंजकाला तर्काची गरज नसते. तो तर्कशास्त्राला नाकारतो. तो तर्कशास्त्रविरहीत जगातच वावरत असतो. 'स्वप्नरंजक' हा एक प्रकारे तर्कशास्त्राचा कट्टर शत्रूच असतो. असं म्हटलं तरी चालेल! अर्थात त्याचबरोबर तो तर्कशास्त्राचं महत्त्व कमीही लेखत नाही. तर्कशास्त्र वापरण्याची म्हणून अशी एक वेळ असते. तर्कशास्त्राचा योग्य वेळी मान राखला पाहिजे, याचं भान त्याला असतं; मात्र आता या क्षणी त्याला त्याची गरज भासत नाही एवढंच!

आता, या क्षणी तुमच्यातील उद्योजक जागा झाला आहे, या क्षणी तरी आपलं डोकं वर काढण्यासाठी तर्कशास्त्राला वाव नाही. आता तुमच्यातील विचारवंताला चार हात दूरच ठेवायचं आहे. आता जर तुम्ही तुमच्यातील विचारवंताला जवळ केलंत,

तर तुमच्या स्वप्नांचा चुराडा झालाच म्हणून समजा. तुमच्यातील स्वप्नरंजकाने ज्या नव्या लहरी निर्माण केल्यायंत, त्याला स्वप्नांचंच खतपाणी घालण्याची गरज आहे.

***

बॉब आणि माझ्यात जी वैचारिक देवाणघेवाण झाली होती, ती मी कितीही उत्साहात अर्नीला सांगण्याचा प्रयत्न करीत असलो, तरी त्याच्या मानगुटीवर बसलेलं औदासिन्याचं भूत काही केल्या उतरायला तयार नव्हतं. त्याचा हेका चालूच होता. तो मला सांगत होता. ''मायकेल, हे लोक कसे असतात, याची तुला कल्पना नाही. जेव्हा एखाद्या प्रकल्पाच्या यशस्वितेबद्दल तू त्यांना आश्वासन देतोस तेव्हा तर ते तुझी पाठ सोडणार नाहीत. जर आश्वासन दिल्याप्रमाणे त्यांच्या अपेक्षा पूर्ण केल्या नाहीस, तर ते तुला अक्षरश: भंडावून सोडतील. म्हणूनच जाहिरातकंपन्या यशाबद्दल आपल्या ग्राहकांना आश्वासन देत नाहीत. आम्ही त्यांना आश्वासन देऊच शकत नाही. 'जाहिरातबाजी' म्हणजे एक प्रकारे हवेत गोळीबार करण्यासारखं आहे. कधी तुमचा नेम अचूक लागतो, तर कधी अजिबात लागत नाही. आम्ही फक्त आमच्या प्रयत्नांना जास्तीत जास्त यश मिळेल, यासाठी उपाययोजना करू शकतो. आम्ही करत असलेल्या जाहिरातीद्वारे लोकांना प्रतिक्रिया देण्यासाठी उद्युक्त करू शकतो. आमच्या जाहिराती पाहून ग्राहकाने निर्मात्याकडे लक्ष द्यावं, एवढीच आमची अपेक्षा असते. काही ग्राहक निर्मात्याकडे त्याच्या उत्पादनाविषयी तपशीलवार माहिती मागवतात, तेवढ्या यशावर आम्हाला समाधान मानावं लागतं. तू जी आश्वासनं देत आहेस, ती प्रत्यक्षात येणं जवळपास अशक्यच आहे. तू बॉबला जास्तीत जास्त प्रतिसाद कसा मिळेल, यासाठी मदत करू शकतोस; मात्र तुझ्या कल्पना त्याने वापरल्या, तर त्या यशस्वी ठरतीलच असं नाही.''

मी ज्या शक्यता यशस्वी होतील, याची खातरी देत होतो, त्याबाबतच अर्नीचा दृष्टिकोन इतका नकारात्मक असावा, याबद्दल मला राहून-राहून आश्चर्य वाटत होतं. या त्याच्या वागण्याबाबत बराच विचार केल्यावर एक गोष्ट मला प्रकर्षाने जाणवली, ती म्हणजे, अर्नी हा प्रत्यक्षपणे विक्रीक्षेत्रात कधीच नव्हता. त्याने उत्पादनांच्या फक्त जाहिराती केल्या होत्या. या जाहिराती तो आपल्या ग्राहकांना देत होता आणि ते त्यांचा मुकाटपणे स्वीकार करत होते. अर्नीच्या त्या ग्राहकांना – म्हणजेच उत्पादकांना आपल्या त्यांच्या वस्तूंची मागणी करणाऱ्या ग्राहकांपर्यंत पोहोचायचं होतं आणि त्यासाठी ते अर्नीच्या जाहिरात कंपनीचा वापर करत होते.

एखाद्या जाहिरात फलक रंगवून देणाऱ्या कंपनीप्रमाणे अर्नी वागत होता, असं माझं मत बनलं. तुम्ही एखादा भला मोठा जाहिरातीचा बोर्ड रंगवता आणि शहरातील मोक्याच्या ठिकाणी तो लावता आणि तो पाहून लोकांनी तुमच्याकडे

यावं, अशी अपेक्षा करता. आजच्या इंटरनेटच्या युगात हजारो उत्पादक किंवा त्यांचं प्रतिनिधित्व करणारे जाहिरात व्यावसायिक नेमकं हेच करत आहेत, असं मला वाटतं. ते आपली वेबसाइट तयार करतात आणि प्रतिसादाची वाट पाहत बसतात. अशा वेबसाइटस्‌ची संख्या सध्या लाखोंच्या घरात गेली आहे आणि त्यावरून देण्यात येणाऱ्या जाहिरातींची संख्या तर काही कोटींच्या वर पोहोचली आहे.

या सर्व गोष्टी मला जाणवल्या, तेव्हा सत्तरीचं दशक सुरू होतं. त्या वेळी मला ही जी नवी जाणीव झाली त्याने माझं अवघं आयुष्यच बदलून जाणार होतं.

अर्नीबद्दल मी जरी वरीलप्रमाणे विश्लेषणात्मक विचार करीत असलो, तरी तो जसं वागत होता, त्यासाठी मी त्याला मुळीच जबाबदार धरणार नाही. सत्तरीच्या दशकात अर्नीप्रमाणेच आम्ही सर्वच जण एका भावरम्य अशा कल्पनाविश्वात जगत होतो.

मात्र दुर्दैवाने त्या संपूर्ण भावविश्वाला ठोस माहितीची किंवा प्रखर वास्तवाची बैठक नव्हती. हा सर्व विचार करत असतानाच माझ्यातील 'विचारवंत' जागा होत होता. तो मला विचारत होता 'तू ज्या कल्पनांविषयी बोलतोयंस, त्यांचा जन्म कसा झालाय? की केवळ आरंभशूरत्वातून त्या उपजल्या आहेत? की या सर्व गोष्टींशी काहीही संबंध नसलेले शब्दकोशविक्रीचे किंवा सॅक्सोफोन वाजविण्यासारखे तू उद्योग केलेस, त्या अनुभवांची ही परिणिती आहे? तुझं वाचन, तुझं तत्वज्ञान, तुझी आध्यात्मिक बैठक यांचा आणि या कल्पनांचा अर्थाअर्थी काही संबंध आहे, असं तुला वाटतंय का? या सर्व बाबींचे आजच्या 'हायटेक' युगाशी आणि 'हाय-टेक' उत्पादनांच्या विक्रीशी काही लागेबांधे आहेत काय?' माझ्यातील विचारवंताने सुरू केलेल्या या प्रश्नांच्या सरबत्तीला कसं तोंड द्यावं, याचाच विचार मी करत होतो.

आणि माझ्यातील तो विचारवंत थांबायला तयारच नव्हता. तो म्हणत होता, 'जर एक हमखास यश देणारी वितरणव्यवस्था निर्माण केल्याचा दावा तू करत असशील, तर तिच्याशी निगडीत अशा इतर घटकांचा तू विचार केला आहेस काय? कारण एखादी समर्थ वितरणव्यवस्था निर्माण करायची ठरविल्यास त्यासाठी एक प्रशिक्षण यंत्रणा उभारावी लागेल. त्यासाठी कुशल अशा वितरकांची भरती करावी लागेल. त्यासाठी वितरण व्यवस्थापन असावं लागेल. त्यासाठी मागणी आणि पुरवठा विभाग सुरू करावा लागेल. या सर्वांसाठी वेळेच्या नियोजनाचा स्वतंत्रपणे अभ्यास करावा लागेल.'

या भडिमारानंतर एक गोष्ट माझ्या लक्षात आली, ती म्हणजे बॉबला सल्ला देताना माझी सपशेल दांडी उडाली. माझ्यात अशी कोणती गुणवत्ता आहे की, जिच्या आधारे मी बॉबला वितरणवृद्धीचे सल्ले देऊ शकतो? शेवटी बॉब हा एक मूळचा अभियंता होता, एक चांगलं उत्पादन करून स्वत:ची पात्रताही सिद्ध केली

होती. मी त्याच्या ऑफिसमध्ये शिरेपर्यंत तो नेमकं काय उत्पादित करतो, याची मला सुतरामही कल्पना नव्हती. त्याने आपल्या व्यवसायासाठी योग्य मार्गाने भांडवल उभारणी केली होती. तो आपल्या क्षेत्रापुरता का होईना, यशस्वी ठरला होता आणि मी काय केलं होतं? काहीच नाही?

या वैचारिक वावटळीनंतर माझं मन प्रचंडपणे संकोचल्यासारखं झालं. आपण तोंडघशी पडलो आहोत, हे माझ्या लक्षात आलं. अर्नी किंवा इतर कोणाच्याही उद्योगांच्या यशाची गुरुकिल्ली मला सापडली आहे, असं समजण्याचा मला अधिकारच काय होता? काही क्षणांपूर्वी मी जो उत्साहाचा फुगा फुगवला होता, त्याच्यातील हवाच निघून गेली. मी जे काही निर्णय अंतिम स्वरूपाचे आहेत, असं समजत होतो आणि त्यावर माझी मतं बनवत होतो, ते सर्वच बिनबुडाचे आहेत, हे जाणवल्यावर मला माझीच लाज वाटू लागली. मी माझं स्वतंत्र असं विश्व निर्माण केलंय, ही माझी समजूत म्हणजे वेडगळपणा तर नव्हता? मी निर्माण केलेल्या या कल्पनाविश्वाच्या आधारे बॉबचं आणि पर्यायाने माझं परिवर्तन करू शकतो, असं प्रामाणिकपणे मला खरंच वाटत होतं का?

बेचैन करणाऱ्या या विचारांनी माझा पिच्छा २००५च्या डिसेंबरपर्यंत सोडला नाही. १९७५मध्ये अर्नीबरोबर केलेल्या त्या प्रवासात माझ्या कल्पनाविश्वाला जो तडा गेला होता, तो २००५ पर्यंत सांधला गेला नव्हता. बॉबला मी दिलेली आश्वासनं आणि त्याची पूर्तता कशी करावी, या समस्येची एक भली मोठी भिंत माझ्यासमोर आ वासून उभी होती.

पण हे सर्व एवढ्यावरच थांबणार नव्हतं. पुन्हा एकदा तसाच अनुभव मला येणार होता आणि तो आला २००५च्या डिसेंबर महिन्यात, त्या महिन्याच्या ८, ९ आणि १० या दिवशी माझ्या 'ड्रीम हाउस'मध्ये एक कार्यशाळा सुरू होती. सुमारे २७ 'स्वप्नाळू' तरुण त्यात सहभागी झाले होते. त्या वर्षी 'कॅटरिना' नावाच्या वादळाने अमेरिकेच्या न्यू ऑर्लिन्स या राज्यात हाहाकार मागवला होता. वादळग्रस्तांसाठी सरकारने राबविलेल्या मोहिमेत सहभागी झालेला 'गनी' नावाचा एक निष्णात पायलट आपले अनुभव आणि आपल्याला आलेल्या समस्यांविषयी कार्यशाळेत सांगत होता. मी त्याला मध्येच थांबवलं आणि अशा वेळी आलेल्या समस्यांचा सामना कसा करायचा, हे त्याला सांगू लागलो. त्या क्षणी माझी चूक पुन्हा एकदा मला कळली.

'अरे, ज्या माणसाने अत्यंत प्रतिकूल परिस्थितीत एफ-२० हे विमान चालवलं, ज्याने अनेक वेळा युद्धांत भाग घेतला आणि शत्रूशी मुकाबला केला, त्याला सल्ला देणारा मी कोण? या माणसाने जे भोगलंय, त्याचा पुसटसा तरी अनुभव मी घेतलाय का? मी स्वत:ला समजतो तरी कोण?' मी काय बोलतो आहे, याकडे

कार्यशाळेला हजर असलेल्या २७ जणांचं लक्ष होतं. गनीही माझ्याकडे टक लावून पाहत होता. माझी अवस्था त्याला तात्काळ समजली.

या सर्व अनुभवातून मी एक गोष्ट नक्कीच शिकलो. ती म्हणजे कोणत्याही क्षेत्राचा, त्यात येणाऱ्या अडचणींचा त्या क्षेत्रात काम करणाऱ्यांपुढे उभ्या ठाकणाऱ्या समस्यांचा पूर्णपणे अभ्यास केल्याशिवाय आपण सल्ले देता कामा नयेत. अनेक वर्षांपूर्वी अर्नीबरोबरच्या प्रवासात मला हेच जाणवलं होतं आणि आता २००५च्या डिसेंबर महिन्यात त्याचीच पुनरावृत्ती होत होती.

***

थांबा आणि लक्ष केंद्रित करा

नकारात्मक प्रतिक्रिया

'नकारात्मक प्रतिक्रिया' तुमची सर्व कल्पनाशक्ती संपवून टाकू शकते. या प्रतिक्रियेमुळे निर्माण होणारं हे आव्हान त्यामुळेच फार मोठं असतं. तुमच्यातील उद्योजक जागृत होत असतानाच नकारात्मक प्रतिक्रिया आपल्या कामाला लागते. तुमच्या कल्पनाशक्तीतील काळी बाजू अशा प्रकारच्या प्रतिक्रियेच्या चटकन लक्षात येते. नकारात्मक प्रतिक्रियेचं काम एवढ्यावरच थांबत नाही. ती तुमच्या स्वप्नांचा चक्काचुराडाही करू शकते.

तुमची कल्पनाशक्ती, तुमची स्वप्नं आणि तुमचा सर्जनात्मक उमाळा यांचं खच्चीकरण करण्याचं काम नकारात्मकता करते आणि त्याचा तुमच्या संपूर्ण जीवनावर प्रतिकूल परिणाम होऊ शकतो.

जेव्हा-जेव्हा आपल्यातील उद्योजक जागरूक होत आहे, असं तुम्हाला वाटू लागतं न लागतं, नेमक्या त्याच क्षणी कुणीतरी अज्ञात आवाज तुम्हाला धमकीवजा प्रश्न विचारू लागतो, 'जे धाडस तू करू पाहत आहेस, त्याबद्दल तुला काय माहीत आहे? या सर्वांची किंमत मोजायची तुझी तयारी आहे काय? यापूर्वीही तू असे प्रयत्न केले होतेस आणि त्यात तुला अपयश आलं होतं, हे तू विसरलास का?' सरतेशेवटी तर तो आवाज तुम्हाला विचारतो, 'तू स्वत:ला समजतोस तरी कोण?' त्याच्या या प्रश्नात एक आव्हान दडलेलं असतं. ज्या अनोळखी मार्गावरून जाण्याचं धाडस तुम्हाला करायचं असतं, त्याला आडकाठी कशी घालायची, हे या नकारात्मक प्रतिक्रियेला बरोबर ठाऊक असतं.

या धमक्यांनी घाबरून जाऊ नका. शांत व्हा आणि लक्ष केंद्रित करा. कारण हे प्रश्न विचारणारे तुमच्या आजूबाजूलाच असतात. त्यांनी विचारलेले प्रश्न त्यांनाच परत विचारा. या लोकांनी असं काय केलंय की, त्यांना हे प्रश्न विचारण्याचा अधिकार प्राप्त झालाय, हे स्वत:लाच विचारा. असं काय घडलंय की, तुम्ही

त्यांचं बोलणं ऐकावं. तुम्हाला जोखीम पत्करण्यापासून रोखणारे हे लोक कोण आहेत, त्यांच्यापासून तुम्हाला असा कोणता धोका आहे? आणि ज्या-ज्या वेळी तुम्ही नव्याने काही सुरू करता नेमके तेव्हाच हे प्रश्न विचारणारे नेमके कुठून उपटतात? या सर्व प्रश्नांना बेधडकपणे सामोरे जा.

या सर्व घटनांचं बारकाईने निरीक्षण करा. जो संघर्ष उभा राहील, त्याला सामोरे जा. तुम्ही पाय रोवून उभे राहा. आता काय अनुभवायला मिळतंय, तो अनुभव घट्ट धरून ठेवा. कारण यापुढे तुम्हाला विविध प्रकारचे अनुभव येणार आहेत, त्यासाठी तयार व्हा!

७

व्यक्तिसापेक्ष स्वप्न

'स्वप्नं पाहणं, ती पडणं ही मानवाच्या दृष्टीने स्वाभाविक अशी प्रक्रिया आहे. आपण जसे हवा-पाण्यावर अवलंबून असतो, तसे स्वप्नांवरही अवलंबून असतो. आपण प्रत्यक्ष जगत असतो, त्यापेक्षा वेगळं असं आपलं आणखी एक विश्व असतं. त्या जगात तुम्ही वास्तवापेक्षा काहीतरी वेगळे असता, जिथले दृष्टिकोन वेगळे असतात. तिथले विचार आणि भावनाही वेगळ्या असतात.

या दुसऱ्या विश्वात रमायला तुम्हाला जमलं नाही, तर तुमचं साधं जीवनही वाया गेलंय, असं समजा. जागं होण्याची कृती सारं काही बदलवून टाकू शकते. कारण हे जागं होणं म्हणजेच स्वत:मधल्या त्या दुसऱ्या जगात जन्माला येणं आहे.'

– हेन्री टॅको, 'द टेस्ट ऑफ थिंग्ज दॅट आर टू'

स्वप्नांच्या अनेक तऱ्हा असतात. एकटं एकटं वाटणाऱ्या व्यक्तीचं स्वप्न वेगळं असतं. उत्कट प्रेमाची आस लागलेल्यांचं स्वप्न वेगळं असतं; तर पुन्हा तरुण व्हावं, असं वाटणाऱ्या वयस्क व्यक्तीचं स्वप्न वेगळ्याच तऱ्हेचं असतं. काही तरुणांना लवकर मोठं व्हावंसं वाटत असतं. कुमारिका एखाद्या मित्राच्या शोधात असते. मित्राला प्रियकर व्हायचं असतं. सतत नापास होणाऱ्या विद्यार्थ्याला उत्तम मार्क पडावेत, अशी स्वप्नं पडत असतात. एकटीने संसार करणाऱ्या आईच्या दृष्टीने आपला मुलगा लवकरात लवकर मिळवता व्हावा, असं वाटत असतं, तर

साधीसुधी तरुणी 'स्वप्नसुंदरी' होण्याची आकांक्षा बाळगून असते.

या सर्वच स्वप्नांना आपण वैयक्तिक स्वप्नं म्हणू शकतो. अर्थातच यांपैकी काही स्वप्नं उदात्त असतात, तर काही वेडगळ असतात. काही वास्तववादी असतात, तर काही दिवा स्वप्नांसारखी असतात. मात्र एक खरं की, यांपैकी बरीच स्वप्नं माणसाच्या मनात सातत्याने पोखरल्याची भावना निर्माण करत राहतात. आपल्यापैकी काही जणांना तर या स्वप्नांनी पुरतं झपाटून टाकलेलं असतं.

मात्र यांपैकी काही स्वप्नांना प्रत्यक्षात उतरवता आलं, तरी त्यांच्यापासून आपल्याला मनाजोगती फळं मिळतीलच, असं नाही. यांपैकी काही स्वप्नं ही आपली उद्दिष्टं असतात. पण उद्दिष्टं पूर्ण झाली की, आपल्याला त्यांच्याविषयीच साशंकता निर्माण होते. उदाहरणार्थ एका शल्यचिकित्सकाला पहिली शस्त्रक्रिया करेपर्यंत उत्सुकता असते, ती पार पाडल्यावर मात्र त्याला अपेक्षित असं समाधान मिळत नाही; तीच गोष्ट एखाद्याला मनाजोगता जोडीदार मिळाल्यावर किंवा एखाद्या निसर्गसुंदर अशा टेकडीवर घर बांधल्यावर, एखाद्याने उत्तम शरीरयष्टी संपादन केल्यावर घडते. अशा प्रकारच्या स्वप्नांची पूर्ती झाल्यावर त्याला पूर्ण समाधान मिळत नाही आणि आणखी काहीतरी हवं होतं, अशी बोचणी त्याला लागून राहते. अशी स्वप्नपूर्ती मग पोकळ, मूर्खपणाची आणि म्हणूनच दुःखदायी वाटू लागते. अशा स्वप्नपूर्तीचं समाधान आणि आपल्याला आपल्या कल्पनाशक्तीने दिलेली आश्वासनं यांत बरीच तफावत असल्याचं आपल्या लक्षात येतं.

अशी स्वप्नं आणि त्यांची पूर्तता यांच्याकडे मी एखाद्याला मिळणाऱ्या 'तात्पुरत्या वेतनवाढी'प्रमाणे पाहतो. कारण कोणीही तात्पुरत्या पगारवाढीने समाधानी होत नसतो. त्याला आणखी पगारवाढीची आशा लागून राहिलेली असते आणि या त्याच्या भुकेला अंत नसतो. फार फार तर असं म्हणता येईल की, आपल्या एरवीच्या नीरस आणि भावनारहित जीवनाला ती थोडीफार चालना देऊ शकतात. अशी स्वप्नं म्हणजे आपल्या वैयक्तिक इंद्रधनुष्यी जीवनाची पुसट होत जाणारे रंग असतात. थोडक्यात आपण लहानपणी जे काही करायचं ठरवलेलं असतं, त्याला ही स्वप्नं फारसा हातभार लावू शकत नाहीत.

तरीही, मोठेपणी आपल्याला भविष्यातला टायगरवूड (ख्यातनाम गोल्फ पटू) बनायचं आहे, हे स्वप्न आपण उरी बाळगलेलं असतं; ते सहसा सर्वांना शक्य होत नाही आणि समजा ते काही प्रमाणात पूर्ण झालं, तरी आपलं समाधान झालेलं नसतं. वैयक्तिक स्वप्नं अशा तऱ्हेने आपला भ्रमनिरासच करत असतात. एका अर्थी म्हणायचं, तर अशी स्वप्नं ही आपल्या जीवनाची फार-फार तर प्रस्तावना असू शकतात; मात्र त्यांना आपलं संपूर्ण असं समृद्ध जीवन म्हणता येणार नाही.

अशा स्वप्नांची झळाळी लवकर निघून जाते, त्यापासून मिळणारा आनंद

तात्पुरता असतो. अशा स्वप्नांचं सौंदर्य चटकन नाहीसं होतं. वैयक्तिक स्वप्नांकडून होणाऱ्या भ्रमनिरासांची ही मालिका जणू संपतच नाही, असं वाटतं. ज्या ज्या गोष्टींना आपण आपल्या मानल्या, वैयक्तिक मानल्या; त्या आपल्याला सोडून जातात. म्हणूनच जागृत उद्योजक वैयक्तिक स्वप्नांच्या नादी लागत नाही, तो नेहमी व्यक्तिनिरपेक्ष स्वप्नं बघतो.

***

थांबा आणि लक्ष केंद्रित करा

व्यक्तिसापेक्ष स्वप्न

तुमची वैयक्तिक स्वप्नं किती आहेत? तुम्हाला आठवतील तशी ती लिहून काढा. त्या स्वप्नांचं काय झालं? आपल्यापाशी अनेक मोटारी असाव्यात, असं स्वप्न जर तुम्ही पाहिलं असेल, तर आतापर्यंत किती मोटरी घेणं तुम्हाला शक्य झालंय? आतापर्यंत तुम्हाला किती आणि कोणत्या प्रकारचे पुरस्कार मिळालेत? ते मिळाल्यावर तुमच्यात नेमके कोणते बदल झालेयंत? तुम्ही आतापर्यंत कोणत्या नव्या वस्तूंची खरेदी केलीयंत? त्या वस्तूंचं नंतर काय झालं?

आता थांबा आणि तुमच्या वैयक्तिक स्वप्नांवर पूर्णपणे लक्ष केंद्रित करा. तुम्हाला या स्वप्नांविषयी आता काय वाटतंय? त्यांचा पाठपुरावा तुम्ही कधीपासून करीत आहात? तुमच्या या प्रयत्नांना यश आलंय की, ती फोल ठरलीयंत? वैयक्तिक स्वप्नांचं तुमच्या आयुष्यातील नेमकं स्थान काय?

तुमची वैयक्तिक स्वप्नं आणि ती पूर्ण करत असताना होणाऱ्या प्रक्रियेचा अनुभव घ्या. तुम्हाला जे हवं होतं, ते मिळाल्यावर तुमच्यात जे काही बदल झाले आहेत, एका वैयक्तिक स्वप्नाकडून दुसऱ्या आणि मग त्यापुढच्या प्रत्येक स्वप्नाकडे जाताना तुम्हाला जे अनुभव येत आहेत, ते मनात साठवून ठेवा.

वैयक्तिक स्वप्नरंजनाच्या प्रक्रियेचाही अनुभव घ्या. हा अनुभव घेताना तुमच्या मनाची कवाडं सताड उघडी ठेवा.

८

व्यक्तिनिरपेक्ष स्वप्न

'माझ्या सभोवतीचं सारं काही अचानक हवेत विरून जातं आणि त्यांची जागा जणू अज्ञातातून प्रकट होणाऱ्या वस्तू घेतात. परिपक्व आणि साकार अशी फळं माझ्या डोळ्यांसमोर येतात आणि नष्टही होतात. मी याबाबत काहीही करू शकत नाही. माझे हात जणू काही दूरस्थ इच्छेच्या हातचं बाहुलं बनले आहेत, असं मला वाटतं.'

– पॉल क्ली

जेव्हा मी 'व्यक्तिनिरपेक्ष स्वप्नं' हा शब्द उच्चारतो, तेव्हा मला नेमकं काय म्हणायचं असतं? जे जे काही व्यक्तिसापेक्ष किंवा वैयक्तिक नाही; ते ते व्यक्तिनिरपेक्ष, असंच मला म्हणायचं असतं. हे तुमचंही नसतं आणि माझंही नसतं, म्हणजे नेमकं मग ते काय असतं? ती असते एक सर्जनात्मक कृती. यापूर्वी आपल्या दृष्टीस न पडलेली अशी ती एक शक्यता असते. एखादी अननुभूत अशी गोष्ट, असा एखादा विचार तुमच्यासमोर उभा ठाकतो की, ज्याला स्वत:ला प्रकट व्हायचं असतं. त्याच्या प्रकटीकरणासाठी अनुकूल अशी परिस्थिती निर्माण झालेली असते. त्याच्यासाठी कालौघाचा एक तुकडा जणू राखून ठेवलेला असतो. या क्षणासाठी तो विचार आसुसलेला असतो. त्याला स्वत:त बदल घडवून आणायचा असतो. आपली नव्याने ओळख व्हावी, असं त्याला वाटत असतं. स्वत:त आमूलाग्र बदल व्हावा, असंही त्या विचाराला, त्या सर्जनात्मक कृतीला वाटत असतं.

या नव्याने हाती लागलेल्या सर्जनात्मक कृतीला प्रत्यक्षात आणण्याचं काम

आपल्याला म्हणजे उद्योजकाला करायचं असतं. ही मोहीम फत्ते करण्यात उद्योजक यशस्वी झाला, तर जगात एका नव्या सुखाची पहाट फुलण्याची शक्यता निर्माण होते. एखाद्या दारिद्र्यात खितपत पडलेल्या स्त्रीचं आयुष्य त्यामुळे बदलू शकतं, एखाद्या अंधाऱ्या झोपडीत प्रकाशाचा प्रवेश होऊ शकतो. ज्या ठिकाणी पाण्यासाठी वणवण करायला लागायची, तिथे निर्मळ आणि शीतल असे निर्झर वाहू शकतात. भाकरीच्या तुकड्यासाठी लाचार झालेल्या मुलांच्या पोटाला अन्न मिळू शकतं. कारण अन्न कसं उत्पादन करायचं, हे कोणालातरी कळलेलं असतं. एखाद्या महत्त्वाकांक्षी आणि उभरत्या अधिकारी स्त्रीला यशाचे पुढचे टप्पे कसे गाठायचे, त्याचं गमक अवगत होऊ शकतं.

यापेक्षा कमी पातळीवरचं उदाहरण द्यायचं, तर मोबाइल फोनचं रूपांतर कॅमेऱ्यात होऊ शकतं. कॅमेऱ्याचं रूपांतर टेलीव्हिजनमध्ये, एखाद्या कारचं रूपांतर सुसज्ज अशा तारांकित नौकेत होऊ शकतं. या नौकेचं रूपांतर पुढे विमानात होऊ शकतं. आता आपला व्यवसाय कुठेही सुरू करण्याची क्षमता आपण प्राप्त करून घेतली आहे, त्यामुळे आपण आपल्या इच्छांना हवं ते रूप देऊ शकतो.

आता हे सारं जो करतो, त्याच्या दृष्टीने ते व्यक्तिनिरपेक्ष असतं; मात्र त्याच वेळी ते जो घेतो, विकत घेतो, त्याच्या दृष्टीने ते वैयक्तिक किंवा व्यक्तिसापेक्ष ठरतं.

मला काय म्हणायचं, ते तुमच्या लक्षात येतंय ना? मला म्हणायचंय की, उद्योजकता म्हणजे एखादी वस्तू निर्माण करणारा निर्माता आणि ती खरेदी करणारा म्हणजेच तिचा ग्राहक किंवा उपभोक्ता एवढ्यावरच हे सारं संपत नाही. उद्योजकाला एखाद्या वस्तूच्या निर्मितीत फारसं स्वारस्य नसतं. तर (हो, कदाचित तो त्या वस्तूविषयी आत्मीयता बाळगू शकेल.) आपण जी वस्तू निर्माण केलीय, त्याला ग्राहक कसा प्रतिसाद देतोय, त्यात त्याला काही स्वारस्य आहे की नाही, हे पाहण्याकडे त्याचं जास्त लक्ष असतं. हे सर्व नव्याने जन्माला आलेल्या उद्योजकाच्या बाबतीतच संभवू शकतं, कारण जुन्या उद्योजकांनी या गोष्टींचा विचार करायचं फार पूर्वीच थांबवलेलं असतं.

नव्याने जागृत झालेल्या उद्योजकाला पहिला प्रश्न हा पडायला हवा की, मी जे काही करू इच्छित आहे किंवा करणार आहे, त्याचा माझ्या ग्राहकाला नेमका फायदा काय होणार आहे? आणि हा मुद्दा कितपत महत्त्वाचा आहे? शेवटी नवा उद्योजक जो उद्योग किंवा जी कंपनी सुरू करणार आहे, तिचं स्वरूप तात्पुरतं आणि बेगडी असणार नाही, हे तर नक्की. त्याचं स्वरूप चिरस्थायी असणार आहे आणि ते तसंच असायला हवं. त्याचं मूल्य केवळ उद्योजकांपुरतं स्थायी असून भागणार नाही, तर ते त्याच्या ग्राहकाच्या दृष्टीनेही चिरस्थायी असायला हवं.

ग्राहक एखाद्या कंपनीच्या आहारी जातो का? हो. नक्कीच जातो. जोपर्यंत ती

कंपनी ग्राहक आणि त्याचं हित या गोष्टी महत्त्वाच्या मानून स्थापन केलेली असेल, तोपर्यंत ग्राहकाने तिच्या आहारी जाणं स्वाभाविकच नाही, तर आवश्यकही ठरतं.

जोपर्यंत त्या विशिष्ट कंपनीने तयार केलेल्या वस्तू किंवा सेवा ग्राहकाला समाधान देतात, जोपर्यंत त्यांचा विश्वास त्या वस्तू किंवा सेवांवर टिकून आहे, त्या वस्तू किंवा सेवा आपलं पूर्ण समाधान करतात, अशी जोपर्यंत त्याची भावना आहे; तोपर्यंतच हे नातं टिकून राहतं, त्यांचं कंपनीच्या आहारी जाणं अबाधित राहतं.

म्हणूनच उद्योजकाने कंपनी स्थापन करताना स्वत:पेक्षा आपल्या ग्राहकाला केंद्रस्थानी ठेवलं पाहिजे. आपल्या उत्पादनावर त्यांचा विश्वास नसेल, तर तो विश्वास त्याला निर्माण करावा लागेल. कारण प्रत्येक ग्राहकाला आपण खरेदी केलेली वस्तूच सर्वश्रेष्ठ आहे, असं वाटत असतं. त्याचं हे वाटणं ही उद्योजकाच्या दृष्टीने जमेची बाजू असते. यापूर्वी कोणीही ग्राहकाची इच्छा १०० टक्के पूर्ण केली नसेल, तर ते काम आपल्याला करायचंय हा एकमेव हेतू, हे एकमेव समर्थनीय कारण नवा उद्योग सुरू करताना उद्योजकाच्या समोर असायला हवं.

मात्र या टप्प्यावरच काही गोष्टी निसरड्या होतात, काही अंदाज चुकू शकतात. त्याचं कारण म्हणजे एखाद्या वस्तूचा किंवा सेवेचा विचार ग्राहकाच्या मनात येण्यापूर्वीच उद्योजक त्याला गृहीत धरतो आणि त्यांची निर्मिती करतो. आपल्याला गृहीत धरून उद्योजकाने कशाचा शोध लावलाय, याबद्दल ग्राहक पूर्णपणे अंधारात असतो. तुम्ही जर अशी वस्तू किंवा सेवा घेऊन ग्राहकाकडे गेलात, तर तो विचारेल; हे सर्व मला हवंय, हे कोणी ठरवलं? कदाचित उभ्या आयुष्यात या वस्तूची किंवा सेवेची मला आवश्यकताही भासणार नाही, या उत्पादनाचं माझ्या दृष्टीने महत्त्व काय, ते मी का विकत घ्यावं? 'फॅक्स' मशिनचं उत्पादन कोणाला तरी ते हवं म्हणून तयार करण्यात आलं नव्हतं किंवा ग्राहकांची गरज म्हणून कोणी टेलिव्हिजनचा शोध लावला नव्हता. फार काय, मोटारीही कुणाची तरी गरज भागविण्यासाठी तयार करण्यात आल्या नव्हत्या. त्यांचा उपयोग फार उशीरा लोकांच्या लक्षात आला. सुरुवातीला तर मोटारी तयार होऊन पडून होत्या आणि त्या घ्यायला कोणी फिरकतही नव्हतं, अशी स्थिती होती.

जी गोष्ट वरील वस्तूंची; तीच ट्रॅक्टर, फ्रीज, डिश वॉशर, हेअर ड्रायर किंवा लॉन मूव्हरची. आज या गोष्टी तुमच्या जीवनाचा भाग झाल्या आहेत, म्हणून त्यांची मागणी वाढली आहे.

उद्योजक जेव्हा एखाद्या उपयोगी वस्तूची निर्मिती करतो, तेव्हाच तिची मागणी वाढते आणि उद्योजकाला धनसंपन्न करून जाते. वस्तू तयार असली की, तिला पैसा मिळतो. केवळ पैसा आहे म्हणून वस्तू तयार होते, असं कधी होत नाही.

बाजारात आलेली कोणतीही वस्तू सार्थ असेल, उपयोगी असेल, तर आणि

तरच ग्राहक तिच्याकडे वळतो. हे नव्या बाजारपेठेचं सूत्र आहे. लोकांना नवं ते हवं आहे, ही गोष्ट खरी असली, तरी जे नव्याबरोबरच अर्थपूर्णही आहे, तेच त्याला हवं आहे, हे तितकंच खरं आहे.

या नव्या जगाचा, नव्या बाजारपेठेचा एक नवा मूलमंत्र आहे आणि तो अवगत करून घेणं नव्या उद्योजकाच्या दृष्टीने आवश्यक आहे. 'जे काही कराल, ते पुढचा विचार करून करा, भावी पिढीला डोळ्यासमोर ठेवून करा.' मग तुम्ही टायर तयार करा, पिझ्झा बनवा, बूट पॉलिश तयार करा, काहीही करा – पण ते तयार करताना कोणाचीही नक्कल करू नका. तुमच्या उत्पादनात काहीतरी नावीन्य असायला हवं, जे पूर्वी कोणीही दिलेलं नाही, ते तुम्ही द्यायला हवं. केवळ जुन्या वस्तूंना पर्याय उपलब्ध करून देण्यावर समाधानी राहून चालणार नाही. जे द्याल, ते नावीन्यपूर्ण तर हवंच; पण ग्राहकाच्या दृष्टीने किफायतशीरही हवं, आणि ते त्याला जलद गतीने मिळायला हवं. या साऱ्या गोष्टी नव्या उद्योजकाने आपल्या विचारात रुजवण्याची गरज आहे.

***

अगदी प्रारंभीच्या काळात मी आणि अर्नी यांच्यात फारसे मतभेद असे नव्हतेच. आम्ही जणू स्वतंत्रपणे आणि वेगवेगळ्या विश्वात वावरत होतो. सतत काम करणं, हे त्याचं विश्व होतं; तर प्रत्यक्ष व्यवहारात कोणत्या गोष्टी उपयोगी ठरू शकतात, हे शोधण्याचं माझं काम होतं.

जाहिरातीची कॉपी लिहिणं, जाहिरातींच्या वापरासाठी आवश्यक त्या व्यूहरचना निश्चित करणं, जाहिरातींची डिझाइन्स तयार करणं आणि कॅम्पेनचं मार्केटिंग करणं ही अर्नीची कामं होती. अर्नीच्या कामाची निश्चित अशी प्रक्रिया निर्माण करणं, त्यासाठी आवश्यक असं व्यवस्थापन करणं आणि त्यांचा उपयोग करून अर्नीच्या जाहिराती त्याच्या ग्राहकाला विकणं हे काम मी करत होतो.

अर्नीच्या ग्राहकांना हेच हवं होतं. पर्यायाने मीही त्यांना हवा होतो. त्यांची माझ्याविषयीची ही गरज पुढे एवढी वाढली की, मला अर्नीच्या ऑफिसमध्येच माझं ही एक ऑफिस थाटावं लागलं. मी अर्नीने केलेल्या जाहिरातीचं मूल्यवर्धन करू लागलो. आमच्या या संयुक्त प्रयत्नांनां लवकरच चांगली फळं धरू लागली आणि आमच्याकडे येणाऱ्या ग्राहकांचा ओघही वाढू लागला.

अर्नीने यापूर्वी आपल्या ग्राहकांत एवढं स्वारस्य दाखवलंच नव्हतं. आपली कंपनी जेवढं काही करू शकते, तेवढं करण्यावरच तो समाधानी होता. त्याने आपल्यात आणि आपल्या ग्राहकांच्या उद्योगविश्वात एक सीमा आखून घेतली होती. ती सीमा पार करून त्यांच्या उद्योगांच्या अंतरंगात त्याने कधीच प्रवेश केला नव्हता.

आपण फक्त जाहिराती तयार करून त्या ग्राहकापर्यंत पोहोचवायच्या, त्याचं पुढे काय होतं ते पाहाणं हे ग्राहकांचं काम, आपला त्याच्याशी काहीही संबंध नाही; असं त्याचं तत्त्वज्ञान होतं.

त्याच्या या दृष्टिकोनाचं मला आश्चर्य वाटत होतं. आपली कंपनी आणि ग्राहकांचे व्यवसाय यांच्यात तो अशी कृत्रिम सीमा रेषा कशी काय आखू शकतो? एकदा आपली जाहिरात ग्राहकाच्या दारापर्यंत नेल्यावर 'हे मी करून आणलंय, याचं पुढे काय करायचं, हे आपण दोघांनी मिळून ठरवायचं आहे,' असं तो का म्हणू शकत नव्हता?

पण अर्नीने असं काही केलं नाही आणि मला ते करावं लागलं. त्यानंतर अर्नीचा व्यवसाय जोमात वाढू लागला. पण वाढत्या व्यवसायाने काही समस्याही आपल्याबरोबर आणल्या. आता अर्नीने केवळ जाहिराती करून थांबू नये, तर पुढच्या वाटचालीतही त्याचा सहभाग असायला हवा, अशी अपेक्षा त्याचे ग्राहक करू लागले. खरंतर ते काम माझं होतं, पण आता त्याची जबाबदारी अर्नीवरही येऊन पडली. अर्नीने केलेल्या जाहिरातींमुळे उत्पादनविक्रीवर अपेक्षित परिणाम न झाल्याने त्या जाहिरातींबरोबरच उत्पादनाच्या उपयोगितेविषयीही प्रश्नचिन्हं निर्माण होऊ लागली आणि अचानक कोणतीही पूर्वसूचना नसताना अर्नीभोवती प्रश्नांची वावटळ निर्माण झाली. या प्रश्नांची उत्तरं शोधण्याचा प्रयत्न तर त्याने कधीच केला नव्हता. आपण जाहिरातीची कॉपी लिहितो, म्हणजे नेमकं काय करतो, त्याचं मूल्य काय, त्या जाहिरातींमुळे उत्पादनांच्या रूपावर काही बरा वाईट परिणाम होतोय का आणि तसं होत असल्यास त्याला कारणीभूत ठरणारे नेमके घटक कोणते आहेत; अशा स्वरूपाचे ते प्रश्न होते.

या सर्व प्रश्नांची उत्तरं शोधताना अर्नीच्या पुढे एक संपूर्णपणे नवं असं जग उभं राहिलं. ते जग होतं व्यवस्थापनाचा विचार करणाऱ्यांचं, विचारवंतांचं. या जगात मी पूर्वीपासूनच वावरत होतो आणि कळत-नकळतपणे अर्नीही माझ्या बाजूला येऊन उभा राहिला होता. या जगाची आणि त्याची तोंडओळखही नव्हती आणि मी मात्र त्यात पूर्णपणे रममाण झालो होतो. अर्नी ज्या कोषबंध जगात वावरत होता, त्याला मात्र या साऱ्यामुळे तडा गेला होता.

***

माझ्या 'ड्रिमिंग रूम'मध्ये मला नेमक्या याच समस्येचा सामना करावा लागला होता. व्यक्तिनिरपेक्ष स्वप्नांचा पाठपुरावा करताना इतक्या लोकांना अशा अनेक समस्या भेडसावतील, हे मी गृहीत धरलं नव्हतं. माझ्या 'ड्रिमिंग रूम'मध्ये सहभागी झालेल्या एखाद्या उभरत्या उद्योजकाला मी कधीकधी विचारायचो, 'तुला नेमकं काय

हवंय?' या प्रश्नाचं उत्तर ठोकळेबाज असायचं. बऱ्याच वेळा ते वैयक्तिक स्वप्नाचं विवरणच असायचं. उदा. कोणतीही समस्या नसलेलं एक घर असावं, त्या घराला निर्दोष अशी कौटुंबिक पार्श्वभूमी असावी, जिथं सारं काही सुंदर असेल, कशाचीच ददात नसलेल्या विश्वात ते घर असावं इत्यादी.

या मंडळीत आणि अर्नी यांच्यात काहीच फरक नव्हता. अर्नीप्रमाणेच त्यांना असं काही काम करायचं होतं, जे सोपं असेल, ज्याच्यापासून मिळणाऱ्या मोबदल्यातून आपल्याला हवं ते खरेदी करता येईल, अशीच त्यांची कामाविषयी आणि त्यातून मिळणाऱ्या परताव्याबाबत अपेक्षा होती.

या साऱ्यामुळे माझ्या 'ड्रिमिंग रूम'मधील सहभागी तरुण किती अल्पसंतुष्ट आणि स्वत:च्याच प्रेमात पडलेले आहेत, या प्रखर वास्तवाची जाणीव मला झाली. मात्र त्यानंतर मी साऱ्याचाच सखोल विचार करू लागलो. माझ्या वरील प्रश्नाला माझ्या तरुण विद्यार्थ्यांनी किंवा उद्योजकांनी दिलेलं उत्तर वरपांगी सामान्य वाटत असलं, तरी त्यांनी व्यक्त केलेल्या अपेक्षांपेक्षा त्यांना आणखीही काहीतरी हवं आहे, हे माझ्या लक्षात आलं. आपल्या या आत्मभानातून आणि स्वत:च्याच प्रेमात पडण्याच्या सवयीतून मुक्तता करणारं असं काहीतरी हवं आहे, अशीही त्यांची मानसिक मागणी असल्याचं मला जाणवलं. सकाळी उठल्यापासून रात्री झोपेपर्यंत आपण काय करायचं, ते कसं करायचं आणि ते का करायचं, हे आधीच कोणीतरी ठरवून ठेवलंय आणि ही हे सर्व ठरल्यावर हुकुम करायचं. सर्व प्रक्रियाच उबग आणणारी आहे, हे त्यांच्या लक्षात आलं होतं.

हा उबग त्यांना सतावत होता. काही जण या बाबतीत संवेदनाहीन झाले असले, तरी सर्वांची अवस्था तशी नव्हती. सर्वच जण उबगलेले होते. माझ्या 'ड्रिमिंग रूम'मध्ये प्रवेश करणारा असा कंटाळलेला, सर्व आशा सोडून दिलेला कोणी असेल, याची मला सुतरामही कल्पना नव्हती. ते सतत काहीतरी हवं आहे, या हव्यासाच्या मागे लागले होते. एवढं मिळालं, आता पुढे काय, हा प्रश्न त्यांना सतावत होता. पुढे काय? या प्रश्नाऐवजी त्यांना मी कोण आहे, माझं काय आहे, हे प्रश्न पडत नव्हते आणि नेमके हेच प्रश्न त्यांना पडावेत, अशी माझी इच्छा होती, माझे तसे प्रयत्न होते.

***

थांबा आणि लक्ष केंद्रित करा

व्यक्तिनिरपेक्ष स्वप्न

जिथं तुमच्या असण्या-नसण्यापेक्षा ग्राहकाचं असणं-नसणं महत्त्वाचं ठरतं, त्याच्या अस्तित्वाने तेथील परिस्थितीत फरक पाडण्याची शक्यता असते; तेथे जाणं, पोहोचणं तुमच्या कल्पनेपेक्षा फारच कठीण असतं.

एक क्षणभर थांबा आणि विचार करा. ग्राहकाचं निरीक्षण करा, त्याला किंवा तिला जवळून पाहा. ग्राहकाला काय पाहिजे, हे जाणून घेणं, हेच उद्योजकाच्या दृष्टीने महत्त्वाचं असतं. तरच त्याला चांगली सेवा देणं उद्योजकाला सोपं जातं. तुमचं उत्पादन केव्हा फलदायी होतं, याचा विचार तुम्ही कधी केलायंत का? तसा केलात, तर एक गोष्ट तुमच्या तातडीने लक्षात यायला हवी आणि ती म्हणजे ग्राहकाला तुमच्याशी फारसं देणं-घेणं नसतं. ते असतं; तुम्ही उत्पादित केलेल्या वस्तूशी, सेवेशी. म्हणूनच व्यक्तिनिरपेक्ष स्वप्नांचा वास तुमच्यात होत नसतो, तर तो अन्य कोणाच्या तरी मनात असतो. कुठेतरी होत असतो. सच्च्या उद्योजकाला हे सर्व काही सूर्यप्रकाशाप्रमाणे लखलखीत दिसलं पाहिजे, तरच त्याला आपल्या कामाची झळझळीत पावती मिळू शकेल. तरच एका चैतन्यदायी आनंदाची अनुभूती तो घेऊ शकेल.

आता व्यक्तिनिरपेक्ष स्वप्नांकडे तुमचं सारं लक्ष केंद्रित होऊ द्या. त्या स्वप्नांची नीट मांडणी करा. आवश्यकता असल्यास त्यांचे प्राधान्यक्रम निश्चित करा. आतापर्यंत जे कोणीही आपल्याला देऊ शकला नाही, ते हा उद्योजक देतोय, ही भावना तुमच्या ग्राहकाच्या मनात पक्की रुजू द्या. हे सारं साध्य केलंत, तरच एक उद्योजक म्हणून तुमचं खरं काम सुरू झालं, असं म्हणता येईल आणि तुमच्या स्वप्नांची पूर्तता होण्यास प्रारंभ होईल. त्या स्वप्नांची सार्थकता होईल.

९

अनपेक्षित धक्का

'जेव्हा एखादा माणूस अनोळखी प्रदेशात जातो, तेव्हा-तेव्हा त्याने आपले भूतकाळातील संदर्भ विसरायला हवेत आणि या नव्या आणि अनोळखी प्रदेशाचे अंगभूत गुण, कायदे, नियम आणि चालीरीती आत्मसात करायला हव्यात. त्याने जुने आदर्श आणि जुन्या श्रद्धा आणि वेळ आलीच, तर आपल्या जीवनाला आतापर्यंत ज्या आचारसंहितांनी आकार दिला; त्या आचारसंहिताही गुंडाळून ठेवल्या पाहिजेत.'

– जॅक लंडन, 'इन ए फार कंट्री'

एखादा आकस्मिक धक्का बसणं, अचानक एखादा आघात होणं आणि धक्क्याने व आघाताने पूर्वीचं सारं काही ढासळून जाणं हे आपल्या सर्वांच्याच बाबतीत घडतं. आपल्यातला सुप्तावस्थेतील उद्योजकाला जागृत करण्याच्या प्रक्रियेतील अशा प्रकारचा हा आकस्मिक धक्का एक महत्त्वाचा घटक आहे. असा धक्का न अनुभवता जर तुम्ही स्वप्नं पाहत असाल, तर ती कवडीमोलाची असून पाठपुरावा करण्यालायक नाहीत, असंच म्हणायला हवं. मला स्वत:ला १९७५ साली जे स्वप्न पडलं होतं, त्यात मी माझा उद्योग पाहिला होता. असा उद्योग जो निर्दोष असेल, सर्वगुणसंपन्न असेल, सर्वार्थाने परिपूर्ण असेल.

मला बसलेला धक्का असाच आकस्मिक स्वरूपाचा होता. त्याची काहीशी पूर्वसूचना मिळाली असली, तरी त्याची व्याप्ती मला नंतरच उमजली. तो धक्का बसल्यानंतरच!

हा धक्काही मला अर्नीबरोबर काम करत असतानाच्या काळातच जाणवला. अर्नी आणि त्याच्या ग्राहकांसाठी मी जो काम करण्याचा आराखडा तयार केला होता, तो सादर करतानाच या नव्या अनुभूतीला मला सामोरं जावं लागलं. या आराखड्यात अर्नीच्या जाहिरात कंपनीसाठी आवश्यक असलेल्या सर्व गोष्टींचा समावेश होता. एखादा नवा व्यवसाय कसा, कधी आणि कुठे सुरू करायचा, याबद्दलचं मार्गदर्शन करणं हे जाहिरात एजन्सीचं महत्त्वाचं काम असतं, ही बाब जरी खरी असली, तरी एखादा व्यवसाय बंद कधी करायचा, हा सल्लाही एजन्सीने दिला पाहिजे.

हा विचार येता क्षणी आणि एक गोष्ट जाणवली, 'अरे! आपण केवळ उत्पादनांच्या केवळ जाहिराती करण्याइतपत मर्यादित राहिलेलो नाही, तर उद्योगांच्या खरेदी-विक्री क्षेत्रातही नकळतपणे प्रवेश केलाय.'

अर्नीचा व्यवसाय तुफान चालू लागला होता आणि ज्या अर्थी त्याचा व्यवसाय जोमात सुरू होता, त्या अर्थी माझ्याही व्यवसायाला बरकत आली होती. कारण अर्नीच्या व्यवसायात माझं स्थान महत्त्वाचं होतं. ग्राहकांना तोंड देण्याची पहिली पाळी माझी असायची; कारण अर्नीने जे वायदे केले होते, ते पूर्ण करून ग्राहकांपर्यंत नेण्याचं काम मी करत होतो. अर्नी आपल्या जाहिरातींच्या माध्यमातून ग्राहकांना फक्त आश्वासनं देत होता, त्यांना पूर्तता देण्याची जबाबदारी माझी होती.

मग मी आणि अर्नी आणि पर्यायाने त्याचे ग्राहक या दोघांनाही फायदेशीर ठरू शकेल, अशी व्यवसाय यंत्रणा विकसित करून ती त्यांच्याकडे सुपूर्द केली, पण तरीही माझं समाधान होत नव्हतं.

कारण मी कोणत्याही छोट्या उद्योगाच्या परिसरात पाऊल टाकलं की, मला तिथल्या त्रुटी अचानक दिसू लागायच्या. या उद्योगाच्या डोलाऱ्यातच काही मूलभूत कमतरता आहेत आणि त्या कमतरताच हा डोलारा कोसळण्यात कारणीभूत ठरणार आहेत, असं मला वाटून जायचं. एखादं उत्पादन यशस्वी होत असेलही; पण त्याच्यासाठी जे काम करतात, त्यांना त्याचा पुरेसा मोबदला मिळतो की नाही, एखाद्या क्षुल्लक उत्पादनासाठी जर कामगारांना ढोरमेहनत करावी लागत असेल, तर त्याचा ताळतंत्र कोणी सांभाळायचा? समजा कामगारांना त्या उत्पादनाच्या निर्मितीबद्दल भरपूर मोबदलाही मिळत असेल, तरी त्यांना समाधान मिळतंय का; आपण एका सर्जनात्मक निर्मितीप्रक्रियेचे भागीदार आहोत, अशी सुखद भावना त्यांच्या मनात उत्पन्न होतेय का; आपल्याला उच्च कोटीची यंत्रसामग्री उपलब्ध करून दिलीय खरी; पण तिचा वापर करताना लागणारी ऊर्जा आणि उर्मी आपल्यात निर्माण होतेय का; असे प्रश्न कामगारांना पडू शकतात, हेही माझ्या लक्षात यायचं.

सध्याच्या या माहिती-तंत्रज्ञानाच्या युगात एखादा माणूस वैतागलेला किंवा

अलिप्त कसा राहू शकतो, याचंच मला आश्चर्य वाटतं. मी स्वत: तर या इंजिनियरिंगच्या नव्या जगात पुरता रमून गेलोय. माझं अवघं आयुष्यच बदलून गेलंय. सिलिकॉन व्हॅलीत नित्यनेमाने काही तरी घडत आहे, नवे शोध लागतायंत, आश्चर्यचकित करणाऱ्या गोष्टी रोजच आपल्याला पाहायला आणि ऐकायला मिळतायंत. मात्र दुर्दैवाने काही जण या सर्वांकडे उदासीन वृत्तीने का पाहतात, तेच मला कळत नाही. हे सर्व नवं जग मला एखाद्या अलिबाबाच्या गुहेसारखं अद्‌भुतरम्य वाटतं. काही जणांना मात्र हे नेहमीचंच काहीतरी चालू आहे, त्यात विशेष काही आहे, असं वाटत नाही.

अर्थात अशा लोकांना तरी का दोष द्यायचा, असा मला प्रश्न पडतो. कारण ॲपल कॉम्प्युटर्स या जगद्‌विख्यात कंपनीतील माझा अनुभव फारसा उत्साहवर्धक नव्हता. तुमचे डीलर्स कशा पद्धतीने व्यवसाय करतात, असा प्रश्न मी 'ॲपल'च्या व्यवस्थापकांना विचारला, तर त्यांच्याकडे या प्रश्नाचं समाधानकारक उत्तर नव्हतं. 'त्यांनी त्यांचा व्यवसाय कसा करायचा, हा त्यांचा प्रश्न आहे. आम्ही त्यात फारसं लक्ष घालत नाही' हे उत्तर मला मिळालं. हाच प्रश्न मी जेव्हा एका ॲपलच्या डिस्ट्रिब्युटरला विचारला, तर तो माझ्याकडे विचित्र नजरेनंच पाहायला लागला.

१९७५ आणि १९७६ या काळात मी माझी नवी वितरणयंत्रणा घेऊन सिलिकॉन व्हॅलीत फिरत होतो. या यंत्रणेसाठी ग्राहक शोधताना मला वरीलप्रमाणे अनुभव आला.

मात्र 'मॅकडोनाल्डमधील' माझा अनुभव अत्यंत वेगळा होता. पुनरावृत्तीचा दोष पत्करून तो मी तुम्हाला सांगणार आहे. (कारण माझ्या यापूर्वीच्या पुस्तकातही त्याचा उल्लेख आहे.) मॅकडोनाल्डचा अनुभव मी जर तुम्हाला आता सांगितला नाही, तर उद्योजकाच्या जागृततेसाठी आवश्यक असणाऱ्या त्या आकस्मिक आघातातील हवाच निघून जाईल.

एका प्रसन्न सकाळी मी मॅकडोनाल्डला भेट दिली आणि आतापर्यंत उद्योग सल्लागार म्हणून काम करताना मला त्यांच्यावर मॅकडोनल्डने कशी मात केली. ते मला दिसायला लागलं आणि हे दिसणं म्हणजे माझा जणू पुनर्जन्मच होता.

आणि मला यंत्रणा दिसली!

मला अखेर यंत्रणा दिसली. मला तिचा रंग दिसला, आकार दिसला. तिची लांबी-रुंदी माझ्या लक्षात आली, तिची विस्मयकारक अशी सहजता मी पाहिली, तिच्यात वावरणारे लोक मला दिसले. त्यांचा उत्साह मी पाहिला, तेथील वेगाचा मी अनुभव घेतला आणि मी अक्षरश: चक्रावून गेलो.

मॅकडोनाल्डच्या दुकानातील हालचाली म्हणजे मला एखाद्या नेत्रसुखद

कवायतीसारख्याच भासल्या. तुम्ही मॅकडोनाल्डचं दुकान पाहिलंच असेल. त्या दुकानांच्या भिंतीची, फर्निचरची, तिथल्या वेटर्सच्या कपड्यांची रंगसंगतीही तुम्ही न्याहाळली असेल. इतर वेळा अत्यंत बटबटीत आणि सौंदर्यशास्त्र दृष्ट्या कमालीचे विसंवादी रंग त्या दुकानात मात्र किती नेत्रसुखद वाटतात. मॅकडोनाल्डमध्ये काम करणारे बहुतेक सर्व जण तरुण असतात. त्यांच्या हालचाली, त्यांचा उत्साह, त्यांच्यात निर्माण झालेलं चैतन्य तुम्ही कधी पाहिलंत? बर्गरसारखी वस्तू विकत मिळण्याच्या जागीही असं काही सळसळतं आणि चेतनादायी वातावरण असू शकतं, याची यापूर्वी तुम्ही कधी कल्पना तरी केली होतीत का? तिथे काम करणाऱ्यांचं सोडा, ग्राहक म्हणून जाणाऱ्या इवल्याशा बाळांच्या डोळ्यातील चमक तुम्ही कधी पाहिलीयंत? एरव्ही गडबड करणारी ही मुलं आपला बर्गर कधी मिळतो, ते वाट पाहत रांगेत आणि तेही मोठ्या संयमाने उभी आहेत. त्यांच्यासाठी आकर्षण म्हणून ठेवलेल्या इलेक्ट्रॉनिकच्या खेळण्यांशी खेळताना, ते कसे हरखून जातात, याचा अनुभव तुम्ही घेतलाय? बर्गर, फ्राइज आणि कोक यांसारख्या एरव्ही नीरस वाटणाऱ्या वस्तू एवढं आकर्षक वातावरण निर्माण करू शकतील; अशी कल्पना यापूर्वी कोणीच केली नव्हती आणि ती केली रे क्रॉक या माणसाने. त्याने मॅकडोनाल्डची स्थापना केली आणि जगातील लाखो नव्हे, करोडो मुलांवर आणि त्यांच्या आयांवर अक्षरश: गारुड घातलं.

मॅकडोनाल्डला दिलेल्या पहिल्याच भेटीत मला विलक्षण असा साक्षात्कार झाला. ही भेट मी नेमक्या कोणत्या दिवशी दिली, ते मला आठवत नाही; पण त्याने जे चित्र माझ्या मन:पटलावर कोरलंय, ते मी कदापि विसरू शकणार नाही. या चित्रानेच मला धीर दिला आणि आपणही असं काही करू शकतो, असा विश्वासही दिला.

मीच कशाला, मला जो अनुभव आला, तसा अनुभव येणाऱ्या, तो घेऊ शकणाऱ्या, त्या अनुभवाचं सार अंगी मुरवू शकणाऱ्या प्रत्येकालाच असा चमत्कार घडवून आणणं शक्य आहे.

आणि अशा समृद्ध अनुभवाने ओतप्रोत भरलेल्या अवस्थेत मी माझ्या पुढच्या ग्राहकाला गाठलं, त्याला खऱ्या अर्थाने जागृत केलं आणि माझी गोष्ट त्याला सांगून प्रवृत्तीचा मार्गही दाखवला.

***

थांबा आणि लक्ष केंद्रित करा

अनपेक्षित धक्का

सुप्त उद्योजकाला जागृत करताना कोणते धडे आतापर्यंत आपण घेतले? मला 'मॅकडोनाल्ड'मध्ये जो अनुभव आला, त्याचा आणि या साऱ्याचा काही संबंध आहे का? मला जे अचानक दिसलं, त्याचा या सर्व प्रक्रियेवर काही परिणाम झालाय का? मी ज्या धक्क्याविषयी बोललो, तो नेमका कशा प्रकारचा होता?

थांबा आणि विचार करा. तुमच्या आयुष्याचा आणि या आकस्मिक धक्क्याचा काही परस्पर नातेसंबंध आहे का? आणि तुमच्या स्वप्नाशी तो कोणत्या स्वरूपात एकरूप होऊ पाहतोय?

थांबा आणि विचार करा. तुम्ही जी वास्तवं आतापर्यंत पाहिली नव्हती आणि आकस्मिक धक्क्यानंतर तुम्हाला ती दिसू लागली असतील, तर त्यांची एक संगतवार यादी तयार करा.

आता तुम्ही काहीही करू नका. जे काही करायचंय, त्याची संपूर्ण जबाबदारी तुमच्या अनुभवांवर सोपवा आणि या अनुभवांच्या साथीला तुमच्या कल्पनाशक्तीची जोड द्या.

१०

एका स्वप्नाचा जन्म!

'आमचं सर्वसाधारण वर्तन याप्रमाणे असतं – आपण पुढे जाण्यापूर्वी पहिलं पाऊल जपून टाकतो. नंतर दुसरं पाऊल टाकतो. मग हळूच डोळे उघडून जगाकडे पाहतो आणि स्मित करतो. ही 'सावधगिरीची भावना' आता त्याज्य ठरवायला हवी. प्राप्त परिस्थितीचा विचार करा, ती समजून घ्या. त्यानुसार योग्य ती कारवाई करा. 'सत आणि असत' प्रवृत्तींचा लोंढा येत आहे, तो जगाला व्यापून टाकणार आहे. त्यावर मात करायची असेल, तर अंधारातून बाहेर या, रात्रीनंतर येणाऱ्या उष:कालाच्या स्वागताची तयारी करा. नव्या दिवसाला दिलेली वचनं पूर्ण करण्यासाठी धीराने पुढे जा. स्वत:च्या प्रेमात पडण्यापेक्षा सत्याचा शोध घ्या. शुद्ध आणि वर्णनातीत अशी सत्यं जपून ठेवा. कारण जोपर्यंत नियतीची इच्छा आहे, तोवरच आपलं अस्तित्व अबाधित राहणार आहे, हे कायम लक्षात ठेवा.

– ग्रेगरी डेव्हिड रॉबर्ट्स, 'शांताराम'

आयुष्यात काहीतरी नवं करायचंय, याचं भान मला आईच्या घरी आलं आणि मी माझ्या घरी पोहोचताच त्या नव्या गोष्टीचा प्रारंभ केला.

मी ड्रिमिंग रूम तयार केली.

त्यानंतर मी मागे वळून पाहिलंच नाही.

ड्रिमिंग रूम ही अशी एक जागा होती, जिथे तुमच्या माझ्यातला उद्योजक जागा होणार होता. तिथे आपल्याला अर्थपूर्ण असं काहीतरी करायला मिळणार होतं; जे

आपल्याला अस्वस्थ करणारं होतं, प्रेरणादायी ठरणार होतं, आसक्ती चेतवणारं होतं. यापूर्वी अगदी मोजक्या लोकांना अनुभवायला मिळालं, असं काहीतरी ते असणार होतं.

व्यक्तिनिरपेक्ष स्वप्नाने आम्हा सर्वांना दिलेली ही एक अत्यंत वैयक्तिक स्वरूपाची भेट आहे.

अर्थातच त्यानंतर लोकांकडून अपेक्षेप्रमाणे प्रश्नांची सरबत्ती सुरू होते, व्यक्तिनिरपेक्षच का? एखादं स्वप्न व्यक्तिनिरपेक्ष आहे, या गोष्टीला मुळात महत्त्व किती द्यायचं? मला कधीही अशी स्वप्नं पडलेली नाहीत. जी काही पडली किंवा पडतात, त्यात मी कुठे ना कुठे तरी असतोच.''

मी त्यांना सांगतो, ''तुम्ही जे म्हणताय, ते मी समजू शकतो आणि तुम्ही म्हणताय ते जर खरं असेल, तर व्यक्तिनिरपेक्ष स्वप्नं प्रत्यक्षात आणून त्याची फलनिष्पत्ती काय असते, याचा रोमांचकारी अनुभव तुम्ही घेतलेलाच नाही.''

''एखाद्या मित्राला अनपेक्षितपणे तुम्ही भेटवस्तू देता, तेव्हा त्याला होणारा आनंद किंवा एखाद्या बालकाला त्याला अपेक्षित नसताना रोमांचकारी अनुभवाची प्रचिती देता, तेव्हा त्याला होणारा आनंद किंवा एखाद्या व्यक्तीची समस्या पूर्णपणे दूर करता, तेव्हा तिच्या चेहऱ्यावर उठणाऱ्या आनंदलहरी इत्यादींचा अनुभव तुम्ही घेतलेलाच नाही. व्यक्तिनिरपेक्ष स्वप्नं फलद्रूप होतात, तेव्हा मिळणारा आनंद अशाच स्वरूपाचा असतो.''

आणि जर अशा प्रकारचा आनंद कधी काळी तुमच्या कळत-नकळत घेतला असेल, तर मला काय म्हणायचंय, ते तुमच्या लक्षात येईल.

ज्याला व्यक्तिनिरपेक्ष स्वप्नं म्हणतात, ते हेच.

१९७५मध्ये मला स्वत:ला उद्योजक बनण्याचं जे स्वप्न पडलं होतं, त्याची जातकुळी वरील स्वप्नासारखीच होती. माझ्या आयुष्याच्या पुढच्या तीस वर्षांच्या वाटचालीची ती सुरुवात होती आणि तो प्रवास अद्यापि सुरूच आहे. त्याच वेळी आपण एक छोटासा, पण नवा क्रांतिकारक असा व्यवसाय सुरू करणार आहोत, याची मला जाणीव झाली. याबाबत मी माझा भागीदार थॉमस याच्याशी चर्चा केली. मी त्याला म्हटलं, ''संपूर्ण जगातील छोट्या उद्योगात क्रांतिकारक बदल घडवून आणण्याचं सामर्थ्य असलेला असा एक उद्योग स्थापन करावा, असं माझ्या मनात आलंय.'' हा थॉमस होता, म्हणून तर मी नवं धाडस करू शकलो. तो नसता, तर मला माझी योजना गुंडाळून ठेवावी लागली असती.

''मॅकडोनाल्डने जे मोठ्या प्रमाणावर केलंय, त्याची लघुआकृती आपण निर्माण करावी. आपण जास्तीत जास्त छोट्या उद्योजकांत आणि त्यांच्या उद्योगात नव्याने प्राण फुंकावे, असं मला वाटतंय. ज्याला व्यवसायातील ओ की ठो कळत

नाही, त्यालाही आपला उपयोग झाला पाहिजे. त्याच्याकडे प्राथमिक भांडवल कितीही कमी असलं, तरी चालेल, पण त्याने उद्योग सुरू केला पाहिजे. आपण जर हे करू शकलो, तर काय धमाल येईल, याची कल्पना कर.'' थॉमसने माझ्याकडे एक कटाक्ष टाकला आणि तो म्हणाला, ''चला तर मग, तू म्हणतोयंस ते तातडीने सुरू करू या.''

***

जगभरातील सर्व छोट्या उद्योगांत परिवर्तन घडवून आणणं हे आमचं स्वप्न होतं.

छोट्या उद्योजकांना सल्ला देणारी अशी साखळीव्यवस्था उभारणं हे आमचं ध्येय होतं.

छोट्या उद्योजकांच्या आयुष्याचा कायापालट घडवून आणणं ही आमची आसक्ती होती.

या क्षेत्रातील कशाचीही माहिती नाही, अशा तरुणांना प्रशिक्षण देऊन तज्ज्ञ करणं आणि त्यांच्याद्वारे छोट्यातील छोट्या उद्योगापर्यंत सेवा पोहोचणं आणि या सेवा घेताना त्या उद्योजकाच्या अंदाजपत्रकावर मुळीच ताण पडणार नाही, याची काळजी घेणं, हे आमच्या नवीन मिशनचं प्रमुख उद्दिष्ट होतं.

आणि आम्ही हे तंतोतंतपणे प्रत्यक्षात आणलं.

तीस वर्षांनंतर मला दुसरं स्वप्न पडलं. हे स्वप्न होतं, 'ड्रिमिंग रूम'चं. सर्वसामान्य माणसात लपलेल्या उद्योजकाला जागं करून, त्याला स्वप्नं पाहयला लावून आणि ती प्रत्यक्षात कशी आणता येतील, त्याबद्दल त्याला सल्ला देऊन यशस्वी करणं, हा त्यामागचा हेतू होता.

या नव्या उद्योजकांना 'ड्रिमिंग रूम'म्हणजे छोट्या प्रमाणावरचं 'मॅकडोनाल्ड'च आहे, असं वाटावं, अशी आमची योजना होती.

या उद्योजकांनी एकाच वेळी साधनसंपत्ती गोळा करावी, त्याचा स्वत:बरोबरच इतरांना लाभ घेऊ द्यावा आणि या सर्वांनी नवनिर्मितीत काय 'थ्रिल' असतं, हेही अनुभवावं, अशी माझ्या 'मिशन'ची इच्छा होती.

स्वत:च्या पायावर ज्यांना उद्योग करायचाय, त्यांना अथपासून इतिपर्यंतचे सर्व धडे देणं, हेही माझं एक उद्दिष्ट होतं आणि हे सारं मी आता करतोय......

***

नव्या व्यवसायाची पायाभरणी करणं हे स्वप्नांचं प्रमुख कार्य असतं. स्वप्नाची भव्यता जितकी मोठी, तसा त्यातून निर्माण होणारा उद्योगही तेवढाच भव्य असणार.

छोटी स्वप्नं आणि छोट्या कल्पना यांतून निर्माण होणारा उद्योगही छोटाच असणार. कदाचित एखाद्या महान आणि भव्य स्वप्नात एवढा भव्य आणि महान उद्योग निर्माण करण्याचं सामर्थ्य नसेलही, तसं होऊही शकतं. पण तुमच्या डोक्यात भव्य उद्योग निर्माण करण्याचं ठरत असेल, तर त्याला भव्य स्वप्नाची जोड हवी, हे मात्र नक्की!

कोणताही उद्योग भव्य स्वप्नाचं पाठबळ नसेल, तर चिरस्थायी होणार नाही. कारण चिरस्थायी होण्यासाठी आवश्यक असलेल्या ताकदीचाच तेथे अभाव असेल.

उद्योजकाला पडणारी स्वप्न ही नेहमी दुसऱ्याचं हित पाहतात, त्यामुळे स्वत:ला विसरून त्याने स्वप्नं पाहिली पाहिजेत. अशा स्वप्नांनाच काहीतरी निश्चित असा हेतू असतो, खऱ्या उद्योजकाकडे अशी स्वप्नं स्वत:हून धावत येतात.

मला स्वत:साठी काय हवं आणि काय नको, असा विचार क्वचितच एखादा उद्योजक करील, तर त्याला पडणारी स्वप्नं व्यक्तिनिरपेक्ष असणार नाहीत.

खरा उद्योजक आपल्या स्वप्नात केवळ फलनिष्पत्तीकडे आपलं लक्ष केंद्रित करतो, त्या वेळी त्याच्या मनाने प्रक्रियेला दुय्यम स्थान दिलेलं असतं.

स्वप्नाळू उद्योजक हा नेहमीच भविष्यकाळात जगत असतो. आपल्या प्रयत्नांना भविष्यात कशा प्रकारचा प्रतिसाद मिळेल, हे तो मनोमन जाणून असतो. जेव्हा तो भविष्यातील फलनिष्पत्ती पाहतो, तेव्हा त्याचे वर्तमानकालीन प्रश्न आपोआप सुटलेले असतात.

मी पुन्हा एकदा सांगतो, स्वप्नाळू उद्योजकाच्या मनात फलनिष्पत्ती कायमस्वरूपी ठाण मांडून बसलेली असते. ही फलनिष्पत्ती त्याच्या स्वत:साठी नसून दुसऱ्याच कोणासाठी तरी असते.

जगात परिवर्तन आणायचं असेल, तर फलनिष्पत्तीला पर्याय नाही आणि महान स्वप्नंच अशी फलनिष्पत्ती देऊ शकतात.

मी पुढे काय करणार आहे, हे अर्नीला जेव्हा सांगितलं, तेव्हा त्याला फारसा आनंद झाला नाही.

''हे तू कधीही करू शकणार नाहीस,'' तो म्हणाला.

''का नाही?'' मी विचारलं.

''कारण प्रत्येक व्यवसाय आणि उद्योग वेगवेगळे असतात. त्यांच्या बाजारपेठा भिन्न असतात. तेथे काम करणारे लोक आणि त्यांच्या समस्याही वेगवेगळ्याच असतात. तू म्हणतोयंस ते करणं तुला शक्यच नाही.'' अर्नी उद्‌गारला.

मी त्यावर म्हणालो, ''मी शक्य करून दाखवलं तर? सर्व उद्योग आणि व्यवसाय अंतिमत: समान धाग्यांनी बांधलेले असतात, हे मी सिद्ध केलं तर? तू उद्योग, तेथील लोक आणि त्यांच्या समस्या यांच्याविषयी जो विचार केलायंस, तोच

मुळात तकलादू आहे; हेही सिद्ध केलं? तर सर्व जगातील उद्योगांना लागू पडतील, असे काही नियम असतात. ते नेमके मी शोधून काढले आणि त्यांचा वापर करून सर्व समस्यांवर तोडगा काढला तर? हे सर्व मी करू शकतो असा मला आत्मविश्वास असेल तर त्यावर तुला काय म्हणायचंय?

एखाद्या भिजलेल्या कुत्र्याकडे पाहावं, तसं त्याने माझ्याकडे पाहिलं, त्याच्या चेहऱ्यावरचं नैराश्य मला स्पष्टपणे दिसत होतं. अत्यंत मूलभूत तत्त्वांची मी पायमल्ली करतोय, जणू काही मी आता त्याचा मित्रच राहिलो नाही, असा भाव मला त्याच्या डोळ्यांत दिसला.

तिथून काढता पाय घेणंच योग्य, अशा निष्कर्षाप्रत मी आलो.

अर्नीला त्यानंतर मी कधीच भेटलो नाही.

***

थांबा आणि लक्ष केंद्रित करा

एका स्वप्नाचा जन्म!

ही वेळ स्वप्नं पाहण्याची आहे. तुमच्यापेक्षा मोठं असं काहीतरी आहे, याचा विचार करण्याची आहे. एक आदर्श जग असावं, असं वाटणारा कोणीतरी तेथे आहे. या जगासाठी तीव्रतेने कशाचीतरी निकड भासत आहे. ती निकड ओळखण्याची हीच वेळ आहे. स्वत:च्या आजूबाजूला पाहून आता प्रश्न विचारण्याची गरज आहे.

'या चित्रात नेमकं काय कमी पडतंय?'

अशा रीतीने आजूबाजूला पाहताना, विशेषत: काळजीपूर्वक पाहताना या चित्रात कशाची कमतरता आहे, हे तुम्हाला कळेल. तुम्हाला असं आढळून येईल की, सेवा देताना आश्वासनं पाळली जात नाहीयंत, उत्पादन देतानाही त्यांची खातरी देणं शक्य होत नाही, असं वाटतंय. सरळसोपं असं काहीच उरलेलं नाही. प्रत्येक टप्प्यावर अडचणी येतायेत. आजूबाजूचे लोक सार्थकी लागावं, असं काही करतच नाहीयंत, हेही तुमच्या लक्षात येईल. ते हातचं सोडून पळत्याच्या पाठीमागे धावतायंत, हे तुम्हाला उमजेल.

एखाद्या बंगलेवाल्याला त्याच्या अंगणातील हिरवळ त्याच्या मनाजोगती कापून मिळत नसेल, तर तिथं काहीतरी चुकतंय; कोणाच्या तरी स्विमिंग पूलची योग्य ती काळजी घेतली जात नसेल, तर तिथं काहीतरी चुकतंय; जर एखाद्याच्या कारची दुरुस्ती योग्य प्रकारे होत नसेल, तर काहीतरी कमी पडतंय; विमानप्रवासात प्रवाशाला आराम मिळत नसेल, त्याचं सामान कुठेतरी गायब होत असेल, त्याला उद्धट टॅक्सीवाला भेटत असेल, तर या साऱ्या सेवांतच काहीतरी चुकतंय; काहीतरी करायचं राहून जातंय.

तुम्ही तुमच्या आजूबाजूला पाहताना हे सर्व तुम्हाला दिसत असणारच, खुद्द तुमच्या जीवनाच्या चित्रातही काही तरी राहून गेलंय, असंही तुम्हाला वाटत

असेल. या सर्वांवर मात तर करायलाच हवी. तुम्ही जर सेवाक्षेत्रात असाल, तर ती सुधारण्याचे किती पर्याय तुम्हाला उपलब्ध आहेत, ते पाहा. अशक्य ते शक्य करण्यासाठी तुम्हाला कोणते मार्ग दिसतात, त्याचं निरीक्षण करा.

भाग ३

विचारवंत आणि दूरदृष्टी

११

स्वप्नाचे विभाजीकरण

'जो मोहक प्रश्न विचारतो, त्याला उत्तरंही मोहकच मिळतात.'

– इ. इ. क्युमिंग्ज, कम्प्लीट पोएम्स

जेव्हा एखादी व्यक्ती स्वप्नं पाहायची थांबते, तेव्हा तिची भूमिका बदलते, ती व्यक्ती प्रत्येक गोष्टीचा सखोल विचार करायला लागते. तिच्यातला विचारवंत जागा होतो. स्वप्नकर्त्याचा प्रश्न असतो 'काय?', तर विचारवंताला पडलेला प्रश्न असतो. 'कसं?' खरंतर स्वप्नं पाहणाऱ्याचं काम खऱ्या अर्थाने कधीच संपत नाही; पण एक वेळ अशी येते की, त्याला आपली स्वप्नं विचारवंताकडे सुपूर्द करावीच लागतात; कारण विचारवंताची साथ नसेल, तर आपली स्वप्न हवेतच विरून जातील, हे त्याला ठाऊक असतं.

या टप्प्यावर स्वप्नांची तुलना एखाद्या जहाजाशी होऊ शकेल. हे जहाज जर समुद्रात सोडायचं असेल, तर नेमक्या कोणत्या गोष्टींची गरज आहे, हे 'विचारवंत' शोधून काढतो आणि त्यानुसार पुढील कार्यवाही करतो. कारण विचारवंताला जहाजउभारणीची गणितं माहीत असतात. त्याची बांधणी करताना कोणकोणती सामग्री लागते, यांबद्दलचं त्याला अचूक ज्ञान असतं, त्याला जहाजाची रचना व आराखडे माहीत असतात आणि मुख्य म्हणजे स्वप्नाळू व्यक्तीने या जहाजाकडून काय अपेक्षा ठेवल्या आहेत, हेही तो पक्केपणाने जाणून असतो. या जहाजाची गुंतागुंतीची रचना आणि काही गुपितंही त्याला माहीत असतात. म्हणूनच तो जहाज

समुद्रात सोडण्याची क्षमता बाळगून असतो. जहाजाचं काय किंवा स्वप्नांच्या विखुरलेल्या तुकड्यांच्या बाबतीत काय; नेमकं काय करायचं आणि स्वप्नांना एक समूर्त आणि अर्थपूर्ण आकार कसा द्यायचा, याचे आडाखे विचारवंताने अचूकपणे बांधलेले असतात. भव्य स्वप्नांना तेवढंच भव्य आणि वास्तव रूप देण्याचं काम विचारवंत करतो.

ही सर्व प्रक्रिया गेल्या अनेक वर्षांपासून माझ्या जगण्याचा अविभाज्य अंक बनून राहिलीय. आपण सर्वांनी मिळून तिचा पाठपुरावा करू या.

***

टॉम हा माझा विचारवंत मित्र होता आणि माझं प्रत्येक स्वप्न साकार करण्याची क्षमता तो बाळगून होता. टॉमचंही प्रत्येक स्वप्न प्रत्यक्षात उतरविण्याची क्षमता माझ्यात आहे. मात्र माझी मदत न घेता स्वप्नांना साकार करणं त्याला जमेलच, असं नाही. माझी सारी स्वप्नं व्यक्तिनिरपेक्ष असतात, तर टॉमची स्वप्नं अत्यंत वैयक्तिक किंवा व्यक्तिसापेक्ष असतात. संपूर्ण जगातील छोट्या उद्योगात बदल घडवून आणण्यात त्याला मुळीच स्वारस्य नाही. मात्र माझ्या यशानंतर अनुषंगाने येणारी प्रसिद्धी, पैसा, जीवनशैली यांचा मात्र त्याला ध्यास होता. अशा गोष्टींत तो सहजपणे वाहवत जायचा.

टॉमच्या बरोबर मी काम करणार होतो. टॉम स्वत: एक प्रतिभावंत होता. मी कोणतीही कल्पना सांगितली की, ती त्याच्या चटकन लक्षात यायची आणि तो कामही सुरू करायचा. माझ्या मनात ज्या काही अमूर्त कल्पना यायच्या, त्यांना तो व्यवहार्य असं मूर्त स्वरूप द्यायचा. त्यासाठी प्रत्येक शब्द आणि प्रत्येक वाक्य यांची तो कसून निवड करायचा. त्यातून माझ्या मनात जे असायचं, त्याचं एक मॉडेल तयार व्हायचं.

कोणताही उपक्रम लोकांना देण्याआधी कित्येक महिने हे काम सुरू व्हायचं. मी त्याला प्रश्न विचारायचो, ''संपूर्ण जगातील छोटे उद्योग यशस्वी करण्यासाठी आवश्यक असलेला एखादा सशक्त असा विकास कार्यक्रम कसा तयार करता येईल.''

त्या प्रश्नापाठोपाठ दुसरा प्रश्न निर्माण व्हायचा. ''छोट्या उद्योजकाला नेमकी कशाची उणीव भासत असेल?''

या प्रश्नानंतर लगेचच त्यांची उत्तरं आम्ही शोधायचो. पण ती उत्तरं नसायचीच. खरं तर ते फक्त अंदाज असायचे, सिद्ध न होऊ शकणाऱ्या त्या काही कल्पना असायच्या. गेली तीस वर्षं मी माझा 'इ-मिथ' हा कार्यक्रम राबवतोय आणि मला पडलेल्या या दोन कळीच्या प्रश्नांची खरी उत्तरं अद्यापि मिळालेली नाहीत. आणि

तरीही आता हे पुस्तक लिहितोय. हे सर्व करतानाच मला तुमच्या मदतीची गरज भासणार आहे. तुमच्या सहकार्यानेच मी त्या प्रश्नांच्या उत्तरांचा पाठपुरावा करणार आहे.

१९७७च्या सुमारास आम्हाला वरील प्रश्न सर्वप्रथम पडले, त्या वेळी काही पायाभूत गोष्टी लक्षात आल्या. त्यांच्या आधारानेच त्यानंतरची काही वर्षं आम्ही काम केलं? या गोष्टी आम्हाला आमच्यातील विचारवंताने दिल्या, असं म्हणण्यापेक्षा त्या आम्हाला प्रत्यक्ष ग्राहकांशी सुसंवाद साधताना सापडल्या, असं म्हणणं जास्त सयुक्तिक ठरेल.

मला आणि टॉमला सर्वप्रथम मूलभूत अशा ज्या काही गोष्टी समजल्या, त्या अशा –

◗ **सर्व उद्योगांना दूरदृष्टीची गरज असते –** प्रत्यक्ष औद्योगिक प्रक्रिया सुरू होण्याआधी दूरदृष्टीची गरज असते. आमच्या ग्राहकांना आम्ही दूरदृष्टी देणं अपेक्षित होतं. त्यासाठी सर्वप्रथम आम्ही आमच्यासाठी एक दूरदृष्टी प्रक्रिया तयार केली. दूरदृष्टी नसलेल्या उद्योगाला आत्माच नसतो. जर त्याला आत्मा नसेल; तर त्याला हृदय नसेल, कळकळही नसेल, आसक्तीही नसेल. अशा आसक्तिहीन उद्योगांचं भवितव्य अंधकारमय असतं.

◗ **सर्वच दूरदृष्टी या वैयक्तिक आणि त्याचबरोबर व्यक्तिनिरपेक्षही असतात –** तुमचं प्राथमिक ध्येय आणि त्यासाठीची तुमची धोरणं अशा दूरदृष्टीनेच बनलेली असतात. सर्वप्रथम तुम्ही तुमच्या जीवनाकडे कसं बघता, हा मुद्दा कळीचा ठरतो. त्यानंतर तुमचा उद्योगविषयक दृष्टिकोन कोणता आहे, हे पाहावं लागतं. या दोन्ही दृष्टिकोनांच्या मिलापाने जी ऊर्जा तयार होते, त्याने तुमच्या उद्योगाची भरभराट होते. मी आणि टॉमने ही प्रक्रिया तयार करून उद्योजकांना दिली, त्यामुळे त्यांच्या उद्योगांना चालना मिळाली. या दोन्ही प्रक्रियांनी प्रश्न विचारला, तुम्हाला नेमकं काय हवंय? याच प्रश्नाने पुढे 'मायकेल थॉमस बिझनेस डेव्हलपमेंट प्रोग्रॅम'ची पायाभरणी केली आणि त्यातूनच आमच्या 'इ-मिथ वर्ल्ड वाइड' या कार्यक्रमाचा उदय झाला. आम्ही आमच्या ग्राहकांसाठी ज्या योजना राबवीत आहोत, त्याचा गाभाही प्रक्रियाच आहे.

गमतीचा भाग असा की, एखाद्याला तुझा उद्योग वाढण्यासाठी तुला अमुक अमुक गोष्टी करण्याची गरज आहे, असं आम्ही सांगायचो; तेव्हा तो आमची चक्क टर उडवायचा. या कल्पना त्यांना पराकोटीच्या अव्यवहार्य वाटायच्या. आपला उद्योग वाढायचा असेल, तर विक्री चांगली पाहिजे किंवा चांगली माणसं मिळायला

पाहिजेत, असा त्यांचा पक्का ग्रह असायचा. आपल्याला नेमकं कुठे जायचं आहे, हे निश्चित केल्याशिवाय उद्योजकाची मार्गक्रमणा सुरूच होऊ शकत नाही, हे आम्ही त्यांना पटवून देत होतो.

◗ प्रत्येक कंपनी ही संघटना असते – मग तो एखादा कारखाना असू दे किंवा बुद्धिजीवी लोकांचा केवळ बुद्धीवर आधारित असा उद्योग असू दे. त्यांचं संघटना असणं महत्त्वाचंच आहे. यासाठी एक संघटना आराखडा करण्याची गरज असते. व्यवसाय कितीही मोठा किंवा छोटा असला, तरी हा आराखडा अनिवार्य ठरतो. व्यवसायात कोणती कामं कशी करावी, त्याची जबाबदारी आणि उत्तरदायित्व कोणावर असावं, त्यावर अधिकार कोणाचे असावेत, कोणत्या गोष्टींना प्राथमिकता देणं आवश्यक आहे, इत्यादी गोष्टींसाठी या आराखड्याचा उपयोग होतो. असा संघटनात्मक आराखडा नसेल, तर कोणत्याही उद्योगाला निश्चित अशी कार्यपद्धतीच लाभणार नाही, असं माझं आणि टॉमचं मत होतं. त्यामुळेच आम्हाला आमच्या संकल्पना प्रत्यक्षात आणून जगभरातील छोट्या उद्योगांचा कायापालट करायचा असेल, तर संघटनात्मक आराखड्याचा आग्रह धरणं अपरिहार्य वाटत होतं.

◗ व्यवस्थांचं संघटीकरण म्हणजेच उत्कृष्ट संघटना – संघटनात्मक आराखड्यात नमूद केलेल्या प्रत्येक घटकासाठी विशिष्ट कामं नेमून दिली होती. हे वाटप करताना काटेकोरपणा पाळला गेला होता. या सर्व कार्यप्रणालीला मी आणि टॉमने 'व्यवस्था' हे नाव दिलं. जगातील प्रत्येक उद्योजकाला यशस्वी व्हायचं असेल, आपली ध्येयपूर्ती प्राप्त करायची असेल, तर एक सर्वव्यापक 'व्यवस्था' निर्माण करण्याची गरज आहे, असं टॉमचं आणि माझं मत होतं. ही व्यवस्था राबविल्याशिवाय कोणत्याही उद्योगाला आपली इप्सित उंची गाठणं शक्य नाही. खरंतर त्या आधीही प्रत्येक कंपनीची किंवा उद्योगाची स्वत:ची अशी व्यवस्था अस्तित्वात होती. पण त्याचं अस्तित्व मर्यादित होतं. प्रत्येक उद्योजक स्वतंत्रपणे आपल्या उद्योगापुरता व्यवस्थेचा विचार आणि वापर करीत होता. त्यामुळे अशा कंपन्या किंवा उद्योग स्वत:चं वेगळेपण सिद्ध करण्यातच मग्न राहिल्या. मात्र हे वेगळेपण जपताना मालकाला महत्त्वाच्या वाटणाऱ्या गोष्टींनाच प्राधान्य दिलं जातंय, हे माझ्या आणि टॉमच्या लक्षात आलं. त्यावर काय करता येईल, असा विचार करताना आम्ही ठरवलं, कोणत्याही कंपनीला आपलं वेगळेपण जपायचं असेल, तर ते अबाधित ठेवूनही तेथील कर्मचाऱ्यांना प्रशिक्षण देता आलं पाहिजे. त्यातूनच आमच्या मनातून 'अत्यावश्यक व्यवस्था' ही कल्पना पुढे आली. ही 'अत्यावश्यक व्यवस्था' म्हणजे काय? तर कंपनीतील सर्व बारीकसारीक व्यवसायांचं

एकत्रीकरण करायचं. यातून जी नवी व्यवस्था निर्माण होईल, ती त्या कंपनीच्या कार्यपद्धतीचा गाभा असेल. ही व्यवस्था कंपनीच्या प्रत्येक अधिकाऱ्याने समजून घेतली पाहिजे, तिचा आदर केला पाहिजे आणि तिला पूर्ण पाठिंबा दिला पाहिजे. कंपनीला भेडसावणाऱ्या सर्व समस्यांवर एकच उपाय, तो म्हणजे 'व्यवस्था'. हा आमचा जणू मंत्रच बनला. त्यानंतर आमच्या संपर्कात येणाऱ्या प्रत्येकाला आम्ही सांगू लागलो. आता आपल्याला केवळ विचार करायचा आहे. 'व्यवस्थेविषयीचा विचार' हीच आपली भूमिका असली पाहिजे.

***

आम्ही एक स्वप्न पाहिलं होतं आणि ते आम्ही हळूहळू प्रत्यक्षात आणत आहोत. जगातील सर्व छोट्या उद्योगांना भरभराटीच्या नंदनवनात सोडण्याचा ध्यास आम्ही घेतलाय. त्यासाठी आम्ही तयार केलेल्या सूत्रांनुसारच उद्योजक कशी वाटचाल करतील, हे आम्हाला प्रत्यक्षात आणायचंय.

***

आम्ही वर ज्या चार मूलभूत उत्तरांचा ऊहापोह केलाय, तो जाणीवपूर्वक अभ्यासणं हे तुमच्या दृष्टीने महत्त्वाचं आहे. त्यांना हवंतर टॉम आणि माझ्याशी तुम्ही केलेला एक करार, असं संबोधू शकता; तर कराराला अंतिम रूप देण्यापूर्वी त्यातील मुद्यांवर आम्ही आपापसात, आम्हाला भेटणाऱ्या सर्वांशी आणि आमच्या ग्राहकांशी सविस्तरपणे चर्चा केलीय. नियोजनासंदर्भात आमच्या ग्राहकांच्या मनात असलेली संभ्रमावस्था दूर करण्यासाठी आम्ही एक सर्वस्पर्शी असा कृतीआराखडा तयार केला आणि त्यासाठी तब्बल दीड वर्षं खर्ची घातलीयंत.

नव्या उद्योजकाला अक्षरश: पहिल्या दिवसापासून ज्या समस्यांशी सामना करावा लागतो, त्यावरील उपाययोजनांचा या कृतिआराखड्यात समावेश केला आहे. नव्या व्यवसायाची माहितीपत्रिका कशी असावी, संघटनात्मक आराखडा कसा तयार करायचा, मागणी आणि पुरवठा यांची पद्धत कशी असावी हे आणि असे असंख्य प्रश्न आणि त्यांच्या समाधानकारक उत्तरांचा या कृतिआराखड्यात समावेश आहे.

हे सारं ऐकल्यावर ग्राहकांकडून आम्हाला भरभरून प्रतिसाद मिळेल, अशी आमची अटकळ होती, पण झालं भलतंच! आमच्या या कल्पना स्वीकारायला कोणीच पुढे येईना. असं का व्हावं, हे आमचं आम्हालाच समजेना. कालांतराने आमच्या लक्षात आलं की, आमच्या ग्राहकांना उद्योग तर वाढवायचा होता; पण त्यांना आम्ही सांगितलेल्या वाटांवरून जायचं नव्हतं. आम्ही जवळपास सक्ती

करेपर्यंत आमचं कोणी ऐकूनच घेत नव्हतं. मात्र अशी सक्ती आमच्याच ग्राहकांवर करणं आम्हाला अयोग्य वाटत होतं. त्यामुळे हा मार्ग आम्हाला सोडून द्यावा लागला.

अर्थात मी माझ्यासाठी आणि टॉमसाठी हा काही पहिला अनुभव नव्हता, शेवटचा तर नव्हताच नव्हता. सर्व छोट्या उद्योजकांचा वाटाड्या ठरेल, असा तो आदर्शवत 'मॅकडोनाल्ड' आम्हाला शोधायचा होता. त्यासाठी आम्ही अत्यंत भक्तिभावाने अक्षरश: हजारो तास खर्ची घातले. पण तरीही आमच्या दूरदृष्टीचा विकास धीम्या गतीने सुरू होती. आम्हाला काय हवंय, याची पुसटशी कल्पना आम्ही केली होती. मात्र आमच्या आयुष्यभराच्या अथक प्रयत्नानंतर त्याचं आखीवरेखीव स्वरूप देण्यात अद्याप तरी यश आलंय, असं म्हणता येणार नाही. अद्याप तरी नाही!

थांबा आणि लक्ष केंद्रित करा

स्वप्नाचे विभाजीकरण

तुमच्यातील स्वप्नाळू आणि तुमच्यातील विचारवंत यांचं नातं नाजूक स्वरूपाचं असतं. स्वप्नाळू आणि विचारवंत ही दोन भिन्न व्यक्तिमत्त्वं असतात, हे कधीही विसरून चालणार नाही. विचारवंताच्या असामान्य शक्तीचा पगडा जर स्वप्नाळू व्यक्तीवर पडला, तर त्याचा उद्योग मातीमोल होण्यास विलंब लागणार नाही. हे टाळण्यासाठी तुम्ही तुमच्या स्वप्नाला वेगळं केलं पाहिजे. त्याचा बारकाईने अभ्यास केला पाहिजे. त्याची पुनर्स्थापना करून पुन्हा त्याचं निरीक्षण केलं पाहिजे. मग ज्या-ज्या वेळी तुमच्या स्वप्नाळूला आपल्याला निर्णयाविषयी साशंकता निर्माण होईल, तेव्हा त्याने 'आपल्याला नेमकं काय हवंय' हा प्रश्न विचारला पाहिजे. या प्रश्नाचं निःसंदिग्ध असं उत्तर सापडेपर्यंत हा प्रश्न विचारत राहिला पाहिजे. या क्षणी तुमचं स्वप्न हे तुमच्या दूरदृष्टीपेक्षा जास्त महत्त्वाचं आहे. कारण तुमच्या व्यवसायाची समर्थनीय अशी कारणमीमांसा तेच करणार आहे. हे समर्थन व्यक्त करण्याचे अनेकविध मार्ग तुम्हाला विकसित करावे लागतील. तुम्हाला तुमच्या स्वप्नांचं तर्कसंगत स्पष्टीकरण देता आलं, तरच त्याविषयी शंका घेणाऱ्यांची संख्या कमी होणार आहे. तुमची स्वप्नं जास्तीत जास्त लोकांपर्यंत जाऊ द्या. त्यांची मतं, त्यांचे त्याविषयीचे अभिप्राय हे महत्त्वाचे आहेत.

तुम्ही तुमच्या स्वप्नांकडे दररोज लक्ष देण्याची गरज आहे. आता तुम्ही तुमच्यातील विचारवंताला जागं करणार आहात. त्यामुळे वरील गोष्टीचं तंतोतंत पालन करा. तुमच्या नव्या उद्योगात सर्जनशील कृतीची भर घालण्याचं काम इथून पुढे 'विचारवंत' करणार आहे, हे विसरू नका. तुमचा व्यवसाय यशस्वी करून तुमच्या दारात धनसंपदा आणण्याचं काम तुमच्यातील 'विचारवंतच' करणार आहे. तुम्ही एक नवे उद्योजक आहात, आता केवळ स्वतःची स्वप्नं कुरवाळीत

बसणं, तुमच्या दृष्टीने योग्य ठरणार नाही. मात्र त्याच वेळी त्याची जपणूक करणं आणि वेळप्रसंगी त्याचं संरक्षण करणं हीसुद्धा तुमचीच जबाबदारी आहे. कारण तुमच्या स्वप्नांकडे जे आहे, ते सारं तुमचंच आहे. आता तुम्ही आणि तुमची स्वप्नं वेगवेगळी राहिलेली नाहीत. त्यांच्यात एक अद्वैत निर्माण झालंय.

१२

स्वप्नाची फेरविभागणी

'गूढरम्यतेविषयी मला प्रचंड आकर्षण आहे. या गूढ रहस्यांची उकल करणं, हा माझा जणू छंदच आहे. त्याची उकल होईपर्यंतचा प्रवास अत्यंत आकर्षक असतो. कधीकधी एखाद्या रहस्याची उकल करताना भलतीच रहस्यं समोर येतात. ती उकलण्याचे मार्गही आश्चर्यजनक असतात. हे मार्गच मला मोहून टाकतात.'

– द ट्रॅकर, 'द ट्रू स्टोरी ऑफ टॉम ब्राउन (ज्यु.)'

'ड्रिमिंग रूम'मध्ये सहभागी झालेल्यांमधील सुप्त उद्योजकाला जागृतावस्थेत आणण्याच्या माझ्या कल्पना, मी विचार केला होता त्यापेक्षा काहीशा वेगळ्या आहेत, याची जाणीव प्रत्यक्ष काम करताना झाली. मला यापूर्वी कधीही न भेटलेल्या व्यक्तींबरोबर काम करायचं होतं. तेथेच माझ्या लक्षात एक गोष्ट आली, ती ही की, माझे काही निष्कर्ष आणि माझी मनोदेवता जे काही मला सांगत होती, त्यापेक्षा काही नवी आव्हानं उभी इथं ठाकली आहेत. सहभागी झालेल्या लोकांचं आयुष्य, त्यांचे व्यवसाय कोणते आणि त्यांना उपयुक्त ठरतील असे सल्ले कोणते, त्यांना नेमका कोणता व्यवसाय करायचाय आणि त्यांना भेडसावणारी सर्वांत मोठी समस्या कोणती; याबाबत मी पूर्णपणे अनभिज्ञ होतो. त्यांच्या सर्वांत मोठ्या समस्येचं सर्वांत मोठ्या संधीत रूपांतर करायचं आहे, एवढंच मला ठाऊक होतं.

माझ्यातील स्वप्नाळू, विचारवंत, कथाकथनकार आणि नेता यांना आवाहन करणं, त्यांच्या योगदानाचा वापर करून 'ड्रिमिंग रूम'मधील सहभागी उद्योजकांना

दिलेली आश्वासनं पूर्ण करणं, हेही मला माहीत होतं. माझ्या 'ड्रिमिंग रूम'मध्ये ३५ जण सहभागी झाले होते. मी त्यांच्या वतीने जे काही करतोय, त्याचं अंतिम स्वरूप कसं असेल, याची मलाही कल्पना नव्हती आणि महत्त्वाचं म्हणजे, हे सारं करायला माझ्यापाशी फक्त अडीच दिवसांचा कालावधी होता.

८ डिसेंबर २००५ रोजी मी माझी 'ड्रिमिंग रूम' सुरू केली, तेव्हाही माझ्या मनात गोंधळ होता. मी नेमकं काय करायचं ठरवलंय आणि प्रत्यक्षात मी काय करतोय, तेच मला उमगत नव्हतं. अर्थात त्याआधी मी अगदी चार-चार पाच-पाच हजारांच्या सभेत भाषणं केली होती. पण तसं करताना माझा कोणाशीही वैयक्तिक पातळीवर संवाद झाला नव्हता. 'ड्रिमिंग रूम'मध्ये मात्र नेमकं उलट होणं अपेक्षित होतं. मला इथे प्रत्येकाशी अत्यंत कळकळीने, पण त्यावेळी काहीसं आक्रमकपणे वागायचं होतं. 'ड्रिमिंग रूम' सुरू केल्या दिवसापासून, अगदी पहिल्या सत्रापासून मला हे करायचं होतं.

तिथं आलेला प्रत्येक जण काहीतरी स्वप्नं उराशी बाळगून आला होता आणि ते योग्यही होतं. पण तिथे पाऊल टाकण्यापूर्वी एक गोष्ट मला जाणवली की, आपण या सर्व व्यवहाराविषयी माझ्यातील विचारवंताशी थोडीशीही सल्लामसलत केलेलीच नाही. आता 'ड्रिमिंग रूम'मध्ये जे काही समोर येईल, त्याला तोंड देणं भाग होतं आणि आपलं वर्तन जास्तीत जास्त चांगलं ठेवून मला ते साध्य करायचं होतं.

त्या दिवशी मी कसा वागलो, त्याचा उलगडा अद्यापि मला झालेला नाही. पण त्या वेळी मला माझं स्वप्नं आठवलं आणि माझी दूरदृष्टी जेव्हा जागी झाली, तेव्हा आपलं इप्सित काय आहे, ते कळलं. त्यानंतर माझ्यातील 'मिशन'ने या सर्वांचा ताबा घेतला आणि हे जेव्हा घडलं, तेव्हा मी स्वत:ला अलगदपणे बाजूला केलं आणि गोष्टी घडत होत्या, तशा घडू देऊ लागलो.

याच सत्रात आणखी एका नव्या गोष्टीचा मला शोध लागला, तो म्हणजे सत्राचं काम सुरू असताना माझ्यातील स्वप्नाळू जागा झाला होता. तेथे घडणाऱ्या प्रत्येक गोष्टीचं, सर्व हालचालींचं, सर्वांच्या दृष्टिकोनांचं आणि तिथल्या निष्कर्षांचं तो अवलोकन करीत होता. त्याच वेळी तो, मी जे करत होतो त्याची प्रक्रिया आणि व्यवस्था निश्चित करत होता. कारण या सर्व प्रक्रियेचा, व्यवस्थेचा, व्यवहार्यतेचा पुढे कधी तरी आपल्याला वापर करायचा आहे; हे तो जाणून होता.

***

थांबा आणि लक्ष केंद्रित करा

स्वप्नाची फेरविभागणी

'मॅकडोनाल्ड' उद्योगाची पुनरावृत्ती आपल्याही उद्योगाच्या बाबतीत घडावी, असं तुम्हाला वाटत असेल, तर तुम्ही नेमकं काय कराल? प्रारंभ कुठून कराल? मुळात या सर्वांचा विचार कसा कराल? समजा ज्येष्ठ नागरिकांना देण्यात येणाऱ्या वैद्यकीय सेवेत सुधारणा करावी, असं तुमचं स्वप्न आहे, तर त्यावर विचारमंथन सुरू करा. ज्येष्ठ नागरिकांना सध्या देण्यात येणाऱ्या सेवेतील त्रुटींचं तुम्ही संशोधन कराल? की स्वत:च एक ज्येष्ठ नागरिक आहोत, असं समजून त्यांच्या भावनांशी तादात्म्य पावण्याचा प्रयत्न कराल? आपण कोणत्या प्रकारच्या ज्येष्ठ नागरिकांविषयी येथे ऊहापोह करीत आहोत? ज्याला आयुर्विम्याचं कवच आहे किंवा ज्याला ते नाही, ज्याला आर्थिक विवंचना नाहीत की, ज्याला त्या सतावताहेत? जी ज्येष्ठ नागरिक व्यक्ती आपल्या कुटुंबासमवेत राहते की, जिला कोणाचाही आधार नाही? ती धर्मादाय वृद्धाश्रमात राहतेय की, तिला एखाद्या पंचतारांकित वृद्धाश्रमात ठेवलंय? आपण अशा ज्येष्ठ नागरिकाची चर्चा करीत आहोत, जो या वयातही कार्यरत आहे, अशा की, ज्याने समाजाशी असलेलं नातं तोडलं आहे.

आपल्या स्वप्नांचं रूपांतर वास्तवात करायचं असेल, तर आपल्याला अशा अनेक प्रश्नांना सामोरं जावं लागेल आणि नेमक्या याच टप्प्यावर आपणाला आपल्यातील स्वप्नाळूला जमिनीवर आणावं लागेल, त्याचं निरीक्षण करावं लागेल, त्याला समजून घ्यावं लागेल.

ज्येष्ठ नागरिकांना आदर्श अशी वैद्यकीय सेवा देणं, हे तुमचं स्वप्न आहे. पण त्यासाठी अशी सेवा नेमकी कोणाला द्यायची, ते ठरवावं लागेल. अशी सेवा घेणारे जेव्हा सेवादात्याला भेटत असतील, तेव्हा त्यांच्या भावना कशा असतील? औषध घेतल्यावर आपले डॉक्टर कोणत्या निष्कर्षापर्यंत पोहोचतात; याबद्दल

त्यांच्या मनात नेमके कोणते विचार असतील? कोणते प्रश्न असतील? भीती असेल का? या सर्व अंगांचाही विचार तुम्ही करायला हवा.

१३

दूरदृष्टीचे मूर्तस्वरूप

'चित्रकार आणि त्याचे रंग, कॅनव्हास आणि कुंचले यांच्याशी जणू कुस्ती सुरू असते; शिल्पकाराचीही अशी कुस्ती हातोडा, छिन्नी आणि दगड यांच्याशी सुरू असते. तरीही त्यांच्या कुस्तीला आपण 'सर्जनात्मक' म्हणतो. त्यांचं हे झगडणं म्हणजेच त्यांचं 'स्वप्नं' असतं, त्यांची दूरदृष्टी असते. प्रत्येक गोष्टीच्या अस्तित्वाला अशी सर्जनत्वाची जोड असते. प्रीतीची अनुभूती, त्यापासून मिळणारा आनंद किंवा सत्याचा शोध या घटना ठरवून दिलेल्या वेळेत घडत नसतात. त्या काळाच्या बंधनापलीकडे गेलेल्या असतात. म्हणूनच त्या सतत घडत असतात. 'इथे' आणि 'आता' हे अनंत आहे.'

– एरिक फ्रॉम, 'टू हॅव ऑर टू बी'

आमच्या दूरदृष्टीच्या साहाय्याने जर जगातील छोट्या उद्योगात क्रांती घडवून आणायची असेल, तर त्या दूरदृष्टीवर आधारित व्यवस्था कशी असेल, याबद्दल मी आणि टॉमने सखोल चाचण्या सुरू केल्या. आतापर्यंत आम्ही सर्व प्रकाराकडे शब्दश: किंवा औपचारिकपणे पाहत होतो. पण आता त्याच्याकडे लाक्षणिक दृष्ट्या पाहायला लागलो.

आमच्यासमोर त्या वेळी 'मॅकडोनाल्ड' हेच मॉडेल होतं. मॅकडोनाल्डच्या दुकानात काम करणाऱ्यांमध्ये जसा किशोरवयीन मुलामुलींचा भरणा असतो, तसाच तरुणांचा भरणा असलेली व्यवस्था तयार करण्याची कल्पना आम्ही विकसित करू

लागलो. आमच्या व्यवस्थेतील तरुण भविष्यकाळातील नव्या उद्योजकांना प्रेरणा देणार होते. त्यांना प्रशिक्षण देणार होते. त्यांचा ड्रेसकोड ठरविणार होते; व्यवस्था कोलमडून पडू नये, म्हणून कोणती साधनं वापरायची, ते ठरविणार होते.

आमच्या नव्या व्यवस्थेत येणाऱ्या कार्यशाळेच्या भिंतींचा रंग, कंपनीचा लोगो, स्टेशनरी, एवढंच नाही, तर तेथील फर्निचर कसं असेल, यांचंही चित्र आम्ही आमच्या कल्पनेत साकारत होतो. आमचं कार्यालय असं असेल की, त्याला भेट देणारा चक्रावून गेला पाहिजे. ते एखाद्या नेहमीसारख्या सल्ला केंद्राप्रमाणे शुष्क असणार नाही, तर ते चक्क एखाद्या फास्ट फूड सेंटरसारखं असावं, अशी आमची कल्पना होती. 'मॅकडोनाल्ड' ज्याप्रमाणे तातडीची भूक भागविण्यासाठी ग्राहकांना फास्टफूड देतं; तसंच आम्ही आमच्या नव्या उद्योगांना कल्पनांचं, विचारांचं आणि सल्ल्यांचं फास्टफूड देणार होतो.

खरंतर आम्ही आमच्या ग्राहकांना सल्ला विकणारच नव्हतो; आम्ही त्यांना त्यांच्या व्यवसायांसाठी शक्यतांचे दरवाजे उघडून देणार होतो, त्यांना भाकितं सांगणार होतो. आमच्या कल्पनेतील 'व्यवस्थेचं कार्यालय' कसं असावं, हे ठरवताना आम्ही काही तज्ज्ञांना बोलावून घेतलं. आमच्या कार्यालयाची रंगसंगती, तिथे वावरणाऱ्या कर्मचाऱ्यांचे कपडे कसे असावेत, याचं चित्ररूप मॉडेल आम्ही तयार करवून घेतलं.

अर्थात त्या तज्ज्ञांचं मॉडेल आम्ही तसंच्या तसं स्वीकारलं नाही, आमचं समाधान होईपर्यंत आम्ही त्या मॉडेलच्या प्रतिकृती करून घेत राहिलो. याच दरम्यान आपली कंपनी कशी असेल, ते आमच्या डोक्यात आकारास येऊ लागलं.

कंपनीच्या दर्शनी भागात आम्हाला दोघांपैकी कोणीही दिसता कामा नये, असं माझं आणि टॉमचं मत होतं. आमचे तरुण कर्मचारी तेथे असणार होते. ग्राहक आणि त्यांच्यातच व्यवहार व्हावा, अशी आमची कल्पना होती. म्हणूनच या काळात आम्ही अनेक प्रस्थापित उद्योगांचे दरवाजे ठोठावले आणि त्यांचे विचार ऐकले. आमच्या कल्पनांना त्यांनी आवश्यक ते खतपाणी घातलं. मी माझ्या व्यवस्थेचं स्वरूप ठरवत होतो; तर त्याचं वितरण कसं करायचं, याची योजना टॉम तयार करत होता. आमच्या दोघांच्या प्रयत्नातून जे उत्पादन, जे रसायन तयार होईल; ते आमच्या व्यवस्थेतील तरुणांनी ग्राहकांपर्यंत न्यावं, अशी आमची कल्पना होती. हे सर्व या पद्धतीने झालं, तरच आमची कल्पना साकारणार होती. आमच्या मनात जे होतं, ते प्रत्यक्षात येणार होतं.

संपूर्ण जगात आमच्यासारखी कंपनी असणार नाही, हे मला आणि टॉमला दिसत होतं. या दूरदृष्टीने, या स्वप्नाने मला झपाटून टाकलं होतं. जो कोणी भेटेल, त्याला आम्ही आमच्या कल्पनांविषयी सांगत सुटलो होतो. बऱ्याच जणांना ही कल्पना आवडली. त्यांच्यापैकी काही जणांनी तर ती अमलातही आणायला सुरुवात केली.

ते आपल्या व्यवसायबंधू आणि मित्रांना सांगायचे, ''सॅन मॅटोमधील या दोन झपाटलेल्या व्यक्तींना आपल्याला काहीतरी सांगायचंय, तसं सांगणारे अद्याप कोणीही आपल्या पाहण्यात आलेले नाहीत. ते काय म्हणतात, ते आपण ऐकायला हवं.''

माझी ही कहाणी ऐकायला अनेक जण माझ्याकडे येत, त्यातलं थोडंफार त्यांना पटत असे. मीही माझी कहाणी वारंवार अनेकांना सांगू लागलो. कालांतराने त्यात मला यश मिळू लागलं. लोक तिच्यावर विश्वास ठेवायला लागले, ते मग आपल्या मित्रांना माझ्याकडे पाठवू लागले. मी आणि टॉमने आपल्या कल्पनाविश्वात जी इमारत उभारली होती, तिला आकार येऊ लागला. कंपनीचा व्याप वाढू लागला, तसं तिचं स्वरूपही बदलू लागलं. सुरुवातीला केवळ कल्पनेवर आधारित असलेली कंपनी आता प्रात्यक्षिकावर भर देत होती. कल्पनेपेक्षा कृतिशील आणि सर्जनात्मक विचारवंतांना प्राधान्य देणारी असं तिचं स्वरूप झालं. आता तिला हळूहळू 'मॅकडोनाल्ड'च्या दुकानाचं स्वरूप यायला लागंल. त्यानंतर बऱ्याच वर्षांनी स्टारबक्स आणि वॉलमार्ट या साखळी उद्योगांनीही हीच व्यवस्था वापरायला सुरुवात केली.

दरम्यान माझ्या आणि टॉमच्या मनात असलेल्या मूळ चार करारांमध्ये भर पडत गेली. त्यांची संख्या पहिल्यांदा सहा, नंतर आठ आणि शेवटी दहापर्यंत गेली. आता आम्ही त्याचं नामकरण 'जगातील सर्वांत यशस्वी छोट्या उद्योगांचे दहा स्तंभ' असं केलं. याबाबतीत रे क्रोक (मॅकडोनाल्डचा निर्माता) आमच्याशी सहमत होईल, असं आम्हाला वाटू लागलं आणि तसं झालंही. त्यानंतर बऱ्याच उद्योगांनी आमची ही १० स्तंभांची संकल्पना स्वीकारली. हे दहाही स्तंभ आज यशस्वी झालेत आणि त्यांच्या चाहत्यांत भर पडत आहे. (मी येथे पहिल्या चार करारांचा किंवा स्तंभांचा पुनरुल्लेख करणार आहे, कारण तसं करणं आवश्यक आहे.)

ते पुढीलप्रमाणे –

१. सर्व उद्योगांना दूरदृष्टीची गरज असते.

२. सर्व दूरदृष्टी वैयक्तिक (व्यक्तीसापेक्ष) आणि त्याचबरोबर व्यक्तिनिरपेक्षही असतातच.

३. प्रत्येक उद्योग ही संघटना असते.

४. कोणतीही संघटना ही शेवटी व्यवस्थाधीनच संघटना असते.

या चारही स्तंभांचा याच पुस्तकात या आधी सविस्तर ऊहापोह करण्यात आला आहे. आता तुमच्या माहितीसाठी उर्वरित सहा स्तंभांविषयी माहिती देत आहे.

◗ ग्राहक सेवा अशी काही चीज अस्तित्वातच नाही –

ग्राहक सेवा नावाची चीज नसते, असं म्हटल्यावर, मग काय असतं, असा प्रश्न तुम्हाला पडेल. त्याचं उत्तर असं, तुम्ही ज्याला 'ग्राहक सेवा' म्हणता, ती

प्रत्यक्ष ग्राहकाशी असलेली वचनबद्धता असते. तुम्ही तुमच्या ग्राहकाला मोठमोठी आश्वासनं देता. आणि एकदा का अशी आश्वासनं तुम्ही दिलीत की मग ती ही आश्वासनंच तुमची खासियत, तुमचा 'ब्रॅण्ड' बनतात. हा ब्रॅण्ड तुमच्या शब्दांवर उभारलेला असतो. तो तुमच्या प्रत्येक निर्णयात आणि प्रत्येक कृतीत परावर्तित होत असतो. ग्राहकाला दिलेली आश्वासनं कशी पुरी करायची, या कलेत तुमच्यातील प्रत्येक उद्योजकाने तज्ज्ञ होण्याची आवश्यकता आहे. अशी आश्वासनं पाळण्यामुळेच तुमची विश्वासार्हता वाढणार आहे आणि तुमच्या व्यवस्थेची परिणामकारकताही सिद्ध होणार आहे. असं झालं नाही, तर तुमच्या सर्व प्रयत्नांवर पाणी पडण्याची शक्यता आहे.

◗ **व्यवसायाच्या संपूर्ण अर्थव्यवस्थेवर तुमचा अधिकार हवा –** तुम्हीच नाही, तर तुमच्या व्यवसायाशी जो कोणी निगडीत आहे, तो त्या व्यवसायाच्या संपूर्ण अर्थव्यवस्थेबाबत पारंगत असला पाहिजे. तसं झालं नाही, तर तुम्हाला तुमच्या व्यवसायाचं खरं इंगित कळणारच नाही. तुमच्या व्यवसायात पैसा कोणती आणि कशा प्रकारे भूमिका पार पाडतो, ही भूमिका तो किती कौशल्याने पार पाडतो, हे अत्यंत कळीचे प्रश्न आहेत. या प्रश्नाची उत्तरं तुम्हाला सापडली, तरच तुम्ही तुमच्या ग्राहकांशी उत्तमरीत्या संवाद साधू शकाल.

◗ **तुमचा व्यवसाय आणि त्यातील कर्मचारी यांची गल्लत होता कामा नये –**

म्हणजेच तुमचा व्यवसाय म्हणजे तुमचे कर्मचारी नाहीत. तुमचा व्यवसाय हे स्वत:च्या पायावर उभं असलेलं एक वास्तव आहे. त्यात कर्मचाऱ्यांचा सहभाग असू शकतो, पण ते कर्मचारी तुमचेच आहेत, असं ठामपणे म्हणता येणार नाही. त्यांचे स्वत:चे हेतू जपले जातात, तोपर्यंत ते तुमचे आहेत, असं मानून चाला आणि हे नातं असंच असायला हवं. तुमच्या ग्राहकाला तुम्ही दिलेली आश्वासनं पूर्ण करण्यात ते योग्य तो हातभार लावलात की नाही, हे तुम्ही पाहिलं पाहिजे. तसं होत असेल, तरच त्यांच्या ज्या तुमच्याकडून अपेक्षा आहेत, त्या पूर्ण करणं शहाणपणाचं ठरेल. या पद्धतीचा अवलंब केल्यास त्यात कर्मचाऱ्यांकडून एका ठरावीक दर्जाच्या कामाची अपेक्षा करणं आवश्यक असतं. हा दर्जाचं मग पुढे नियमांत रूपांतरित होतो. प्रत्येक मोठ्या आणि यशस्वी उद्योगात या नियमांचं पालन होतं. अशा नियमांशिवाय यशस्वी उद्योग संभवतच नाही.

◗ **तुमचा व्यवसाय हीच तुमची कल्पना असते –**

तुमची उद्योगविषयक कल्पना एकतर महान तरी असू शकते किंवा तद्दन

भिकार असू शकते. जिच्याविषयी चर्चा करावी, अशी तिसऱ्या प्रकारची कल्पना असूच शकत नाही. जर ती महान असेल, तरच ती अमलात आणण्याजोगी असेल आणि जर ती तशी नसेल, तर ती तातडीने मोडीत काढावी लागेल.

◗ **इतर कोणाहीपेक्षा तुमच्या व्यवसायाची तुम्हालाच जास्त माहिती असते** – तुमच्या व्यवसायाची पारख करण्यासाठी तुम्ही भाडोत्री कर्मचारी घेऊ शकत नाही. जर तसं करण्याची पाळी तुमच्यावर आली, तर कदाचित तुम्ही चुकीच्या पद्धतीने व्यवसाय करत असाल. आपल्या व्यवसायातील इतर कर्मचाऱ्यांनाही आपल्याइतकीच माहिती असावी, अशी तुमची अपेक्षा असेल, तर तुम्ही त्यांना प्रेरणा दिली पाहिजे, त्यांना शिक्षण दिलं पाहिजे. तरच ते तुमचा व्यवसाय वाढवू शकतील. तसं झालं नाही, तर ते व्यवसायाला मारक ठरू शकतात.

◗ **कोणताही व्यवसाय अर्थपूर्ण असला पाहिजे** – ज्या परिसरात, देशात तुम्ही करत असलेला व्यवसाय यशस्वी ठरायचा असेल; तर त्याला ठोस असा अर्थ असला पाहिजे. त्याची ध्येयनिश्चिततीही ठोस आणि सर्वांना आकलनीय अशी असली पाहिजे. असा अर्थ प्राप्त करून घेण्यासाठी प्रत्येक व्यवसायिकाला बरेच कष्ट घ्यावे लागतील. कारण तुमच्या व्यवसायाच्या अर्थाचा फलनिष्पत्तीशी थेट संबंध जोडलेला असतो. असा अर्थ प्राप्त झाल्याशिवाय तुम्ही तुमच्या ग्राहकांचं आणि कर्मचाऱ्यांचं समाधान करू शकणार नाही. माझा व्यवसाय किती अर्थपूर्ण झालाय, होतोय, हा प्रश्न तुम्हाला पडणं आवश्यक आहे.

मायकेल थॉमस कॉर्पोरेशन (नंतरची 'इ-मिथ वर्ल्ड वाइड') या कंपनीशी माझं तसंच टॉमचं अतूट नातं निर्माण झालं होतं. ती कंपनी हीच आमची ओळख बनली होती. पुढे स्थानिक उद्योगांनीही आमच्या कंपनीशी घट्ट असे नातेसंबंध निर्माण केले. आम्ही जे काही केलं आणि जसं काही केलं, त्याचा आमच्याप्रमाणे या उद्योगपतींवरही जबरदस्त परिणाम झाला.

***

थांबा
आणि
लक्ष केंद्रित करा

दूरदृष्टीचे मूर्तस्वरूप

तुमच्या स्वप्नांचं जेव्हा दूरदृष्टीत परिवर्तन होतं; तेव्हा तिला एक वैशिष्ट्यपूर्ण अस्तित्व, एक चेहरा मिळतो. हे वैशिष्ट्यच मग तुम्हाला प्रश्न करायला लागतं. हे प्रश्न विचारणं तुमच्या दृष्टीने महत्त्वाचं आहे. अशा प्रश्नांना बांध घालू नका. कदाचित या प्रश्नांना तुम्हाला सापडलेली उत्तरं गहन आणि धक्कादायक असतील. तुमच्या व्यवसायात तुम्ही कोणाला आदर्शस्थानी मानता? तुमचं यशाचं मॉडेल कोण आहे? तुम्ही कोणाचं अनुकरण करत आहात? तुम्हाला अनुकरणीय वाटणारी अशी तीच एकमेव संस्था/उद्योग आहे, असं तुम्हाला का वाटलं? तुमच्या सक्सेस मॉडेलची गुणवैशिष्ट्यं कोणती? इतर उद्योगांपेक्षा तुमचा उद्योग चांगला चालत असेल, तर त्याची कारणं कोणती आणि तुम्ही ती लोकांना कशी पटवून देणार आहात? या सर्व प्रश्नांची उत्तरं देण्यात तुम्ही यशस्वी झालात की, तुमची विश्वासार्हता वाढेल. तुमचे चाहतेही वाढतील आणि ती तुमच्या बाबतीतील एक मोठी जमेची बाजू असेल.

अनावश्यक ते टाळा, फेकून द्या. आवश्यक तेवढंच जवळ करा. व्यवसाय उभारतानाही याच वृत्तीचा अवलंब करा. तुमच्या उद्योगात भावनिक, आर्थिक आणि कार्यपद्धतीच्या पातळीवर जे अनावश्यक असेल; त्याचा तातडीने त्याग करा. तुमच्या नव्या उद्योगाला पूरक ठरतील, असेच गुण जवळ करा; त्यांची यादी तयार करा. ही यादी सदोदित बरोबर असू द्या. व्यावसायिक दूरदृष्टी विकसित करताना या साऱ्याचा तुम्हाला लाभ होणार आहे. लक्षात ठेवा, स्वप्नं प्रत्यक्षात आणताना जेवढे कष्ट घ्यावे लागतात; तेवढेच कष्ट दूरदृष्टी विकसित करताना घ्यावे लागतात.

वर सांगितल्याप्रमाणे सर्वच ठिकाणी नोंदी ठेवत बसणं, याद्या तयार करणं शक्य होणार नाही. मात्र हे पुस्तक वाचताना तुम्हाला उपयोगी ठरू शकतील, अशा

मुद्यांची जरूर नोंद करा. या नोंदींचं वारंवार वाचन केल्यावर तुम्हाला अंतर्दृष्टी प्राप्त होईल. ही नोंदवही म्हणजेच तुमची मार्गदर्शिका असेल. हे पुस्तक जसजसं वाचत जाल, तसा तुमच्यातील सुप्त उद्योजक जागृत होऊ लागेल. तो आपल्या मनश्चक्षूसमोर उद्योगाची उभारणी करू लागेल, त्याची कल्पनाचित्रं रंगवू लागेल. जर हे तो करत असेल, तर तुमच्यातील उद्योजक खरोखरच जागरूक झालाय, असं समजायला हरकत नाही.

१४

दूरदृष्टीचे साकारीकरण

'आपली ताकद ओळखण्यात आपणच कमी पडतो. एखाद्या अथांग विहिरीप्रमाणे आम्ही आमच्यात कितीही सर्जनात्मक कृती सामावून घेऊ शकतो. कधीकाळी हरवलेली स्वप्नंही पुन्हा आपल्याकडे आपणहून चालत येतात.'

– ज्युलिया कॅमेरून, 'फायंडिंग वॉटर : द आर्ट ऑफ पर्झव्हरन्स'

होय, दूरदृष्टी सतत वेगवेगळे आकार घेत असते. दूरदृष्टी ही काय असते, हे स्वच्छपणे जाणून न घेतल्यास स्वप्नं सफल होत नाहीत. तुमच्यातील स्वप्नाळू स्वभावाला अर्धसुप्तावस्थेत याच सत्याची जाणीव असते. (जागेपणी तो हे कदाचित कबूल करणार नाही) पण दूरदृष्टी कार्यरत असेल, तर तो तिला विरोध करील. प्रक्रियेच्या या वळणावर विचारवंताने 'स्वप्नाळू'च्या संदर्भात संयम पाळला पाहिजे. 'स्वप्नाळू'ला आपल्याबरोबर कसे नेता येईल, याचा विचार विचारवंताने केला पाहिजे.

***

'द मायकेल थॉमस कार्पोरेशन'च्या स्थापनेचा विचार माझ्या आणि टॉमच्या डोक्यात सतत घोळत असे. या प्रक्रियेत, दररोजच्या भेटीत एक नवा प्रश्न आम्हाला पडत असे. आम्ही अमुक एक गोष्ट अशाच पद्धतीने का करत आहोत? हे करण्याऐवजी त्याला काही पर्यायी मार्ग उपलब्ध आहे का? सर्वसाधारणपणे

कोणतीही नवी गोष्ट करताना 'कोणती गोष्ट कराल' याऐवजी, ती 'कशी कराल' हा प्रश्न विचारला जातो. पण आपल्या दृष्टीने 'कसं' या प्रश्नाचं समाधानकारक उत्तर हवं असेल, तर प्रथम 'काय' या प्रश्नाचं उत्तर शोधावं लागेल.

कधीकधी आपल्याला आपल्या स्वप्नांचाच विसर पडतो आणि आपण एका कसल्यातरी अनाकलनीय मस्तीत स्वतःचा व्यवसाय सुरू करतो. मला तर असं काही होताना दिसलं, तर धक्काच बसतो. असा व्यवसाय सुरू करताना आपण केवळ आपल्या देशाचाच विचार करतो.

असं का? आपला व्यवसाय आपल्या देशापुरताच मर्यादित असावा, हा संकुचित दृष्टिकोन का? आपण जागतिक पातळीवर विचार करू शकतच नाही का? आपल्या दुकानावर 'आमची अन्यत्र कोठेही शाखा नाही' असा बोर्ड लावणाऱ्यांची मला कीव येते. त्यांच्या मते प्रथम छोट्या प्रमाणावर सुरू केलेला व्यवसाय योग्य वेळी आपले हातपाय पसरतोच. त्यांचा दावा कितपत खरा मानायचा? काही सन्माननीय अपवाद वगळले, तर त्यांच्या या दाव्यातील फोलपणा तुमच्या लक्षात येईल.

ग्राहकांना आपली सेवा देतानाच त्या सेवा-निर्मितीची प्रक्रियाही त्यांना समजून घ्यायला हवी. मी आणि टॉमने हा नियम कटाक्षाने पाळला आहे. 'इ-मिथ'च्या विद्यार्थ्यांना आम्ही हेच शिकवतो. आम्ही त्यांना सांगतो की, सेवा पुरवण्याचं काम सुरू असतानाच व्यवसायविकास प्रक्रियाही आपोआप तयार होत असते. आम्ही त्यांना विशिष्ट प्रकारचे सल्ले देतो. हे सल्ले देण्याच्या कामाचं नकळतच प्रशिक्षणात रूपांतर होतं.

व्यवसायविकास प्रक्रिया सुरू असताना व्यावसायिकांना स्वातंत्र्य दिलं पाहिजे, हे आमच्या लक्षात आलं. असं स्वातंत्र्य हवं असेल, तर कोणत्याही संघटनेतील अधिकाऱ्यांच्या पदांची उतरंड लक्षात घेणं क्रमप्राप्त ठरतं. मग या उतरंडीची क्रमवारी निश्चित करावी लागते. ही क्रमवारी सात विभागांत मोडते. नेतृत्व, वितरण, भांडवल, व्यवस्थापन, ग्राहकांचं समाधान, नेतृत्वनिर्मिती आणि नेतृत्व जोपासना हे ते सात विभाग आहेत. या सातही विभागांच्या गरजांची पूर्तता करून ज्या व्यवसायाची सुरुवात होते, तो हमखासपणे यशस्वी होतो.

व्यावसायिकाला द्यावयाच्या स्वातंत्र्याचे महत्त्वाचे टप्पे कोणते? काहींच्या मते स्वातंत्र्याचा विषय किंवा आशय हा घटक महत्त्वाचा ठरेल आणि काही प्रमाणात तो आहेही. मात्र माझ्या मते त्याचा संदर्भ (Context) स्वातंत्र्य कोणत्या संदर्भात दिलं जातंय हेही जास्त महत्त्वाचं आहे. उद्योजकांच्या गरजांनुसार हे संदर्भ बदलत असतात. व्यावसायिकाला स्वातंत्र्याच्या पायऱ्या असतात. यातील पहिली पायरी – तुमच्या व्यवसायाला शिस्त लावणे. पायरी दुसरी – तुमच्या व्यवसायाची वृद्धी

करणं आणि पायरी तिसरी म्हणजे – तुमच्या व्यवसायात गुंतून न पडता स्वतंत्र होणं. या पायऱ्यांचा फायदा प्रामुख्याने उद्योजकाला होतो, त्याच्या उद्योगाला नाही. आपण बहुतेक वेळा व्यवसायासाठी काम करत नाही, तर ते व्यावसायिकासाठी करत असतो. जोपर्यंत व्यावसायिक आपला दृष्टिकोन बदलत नाही, तोपर्यंत त्याच्या व्यवसायाची वाढ संभवत नाही. म्हणूनच वर उल्लेख केलेल्या तिन्ही पायऱ्या व्यावसायिकाला लागू पडतात. आपल्या व्यवसायाला शिस्त लावणे. त्याने स्वत:ची वाढ करणे, तसंच आपल्या व्यवसायात गुंतून न पडणे स्वत:ला मुक्त करणे गरजेचे आहे.

अशा रीतीने प्रत्यक्षात आम्ही जो व्यवसायवृद्धीसाठी कार्यक्रम आखला होता, त्याचं 'व्यावसायिकाच्या व्यक्तिमत्त्वात बदल घडविणारा कार्यक्रम' असं रूपांतर झालं. कोणत्याही व्यावसायिकाने केवळ मालक न राहता आपल्या व्यवसायाचे मुख्य कार्यकारी अधिकारी (सीईओ) बनलं पाहिजे, तरच तो चारचौघांसारखा उद्योजक न राहता अत्यंत प्रभावी उद्योगपती बनू शकेल.

एकदा स्वातंत्र्याची उतरंड निश्चित झाली, तिचे प्राध्यान्यक्रम ठरले की, या यंत्रणेला गतिमान करण्यासाठी आपल्याला व्यवसायातील प्रत्येक प्रक्रियेला परस्परांशी जोडावं लागेल.

थोडक्यात, व्यावसायिकाच्या स्वातंत्र्यासाठी आम्ही तयार केलेला हा कार्यक्रम मूलत: व्यवसाय विकास कार्यक्रम बनला. या कार्यक्रमाची अंमलबजावणी करून कोणताही उद्योजक सातत्यपूर्ण असा उत्पादन प्रकल्प विकसित करू शकतो. पण एवढ्यावरच आपलं काम संपलेलं नाही. एखादा व्यवसाय वाढवायचा असेल, तर आपल्याला एक मॉडेल तयार करावं लागेल.

***

थांबा आणि लक्ष केंद्रित करा

दूरदृष्टीचे साकारीकरण

तुमचा व्यवसाय कोणता आकार घेत आहे? तुमचा व्यवसाय म्हणजे केवळ कल्पनांच्या भराऱ्या आहेत, असं तुम्हाला वाटत नाही का? कारण या कल्पनांचा उदय कोठेही होऊ शकतो. मध्यरात्री तुम्ही झोपायच्या तयारीत असताना किंवा मित्रांशी गप्पा मारताना किंवा अगदी पत्ते खेळतानासुद्धा अशा काही नव्या कल्पना तुमच्या डोक्यात येऊ शकतात. त्यांपैकी एखादी कल्पना इतकी प्रभावी असते की, ती आपल्या दैनंदिन जीवनाचा भागच बनून जाते. तिच्यात एक प्रकारच्या शक्तीचा संचार होतो, ती तुमच्याशी बोलू लागते. ती तुम्हाला हळूहळू झपाटून टाकते. मला आणि टॉमला अशाच एका कल्पनेने झपाटून टाकलं होतं. या कल्पनेकडून तुम्ही प्रेरणा घेता, स्फूर्ती घेता आणि ती या जगासमोर कशी आणायची, याचे मार्ग शोधू लागता.

आता या कल्पनेचं पुढे काय करायचं, हे सर्वस्वी तुमच्यावर अवलंबून आहे. या कल्पनेला प्रत्यक्ष रूप देण्यासाठी तुम्हाला तुमच्या प्रतिभेला आवाहन करायचंय. आता तुम्ही एका अशा जागी उभे आहात की, जिथून तुम्हाला लोकांच्या गरजा काय आहेत, याचं नेमकं अवलोकन करता येणं शक्य आहे. नव्या जगाचा धांडोळा घेण्याची हीच संधी आहे.

आता या प्रवासात मी काही उपयुक्त अशा सूचना देणार आहे. मी या आधी सांगितल्याप्रमाणे काही नोंदी तुम्ही करून ठेवल्या असतील, त्या आता बाहेर काढा, त्या वाचा आणि त्यांच्याबद्दल तुम्हाला काय वाटतं, ते लिहून काढा. हे लिहिताना तुमच्या भावना मनाचा बांध फोडून बाहेर पडत असतील, तर तसं घडू द्या. कारण या झंझावाती प्रवाहातच तुम्हाला सोन्यासारखी संधी मिळणार आहे. ती संधी पाहा. तिची अनुभूती घ्या, तिच्यावर विचारमंथन करा. तुमच्यातील विचारवंत आणि स्वप्नाळू दोघेही आता उभारी घेऊ लागले आहेत. त्यांचं स्वागत करा.

१५

सामना व्यवसाय प्रारूपाशी

'...आणि मी त्या महासागराकडे कृतज्ञतापूर्वक कटाक्ष टाकला. त्याचा आकार किती प्रचंड आणि माझी नौका किती छोटी, किती क:पदार्थ? महासागराच्या मनात असतं, तर त्याने एखादी माशी झटकावी, तसं मला उडवून लावलं असतं. पण त्याने तसं केलं नाही. त्याने मला अलगद किनाऱ्यावर नेऊन सोडलं. मी फक्त चिंब भिजलो होतो, एवढंच. महासागर किती मोठा गुरू आहे. तो आमच्या नेहमीच्या गुरूंसारखा नाही. ते नेहमी उच्च विचारसरणीविषयी आणि जीवन किंवा मानवी जीवन यांच्या संबंधाविषयी बोलत असतात. महासागर असं तत्त्वज्ञान कधीच सांगत नाही. तो साऱ्यांना सांभाळून घेतो. खोल पाण्यात जाऊन पाहणाऱ्यांना सावध करतो.'

– रॉबर्ट एस. डी रोप, 'वॉरिअर्स वे : ए ट्वेन्टिएथ सेंच्युरी ओडिसी'

मी १९७७मध्ये 'द मायकेल थॉमस कॉर्पोरेशन'ची, तर २००५मध्ये 'ड्रिमिंग रूम'ची स्थापना केली. या दोन्ही संस्था स्थापन करण्यापूर्वी आणि नंतरही, त्यांची नीट घडी बसवण्यासाठी मला खूप झगडावं लागलं.

या दोन्ही संस्था स्थापन करतानाच्या प्रक्रियेतील काही मुद्दे समान होते. या प्रवासात स्वप्नांची भूमिका महत्त्वपूर्ण होती. स्वप्नाला मूर्तरूप द्यायचं, तर दूरदृष्टीची गरज होती. हा एक प्रवासच होता आणि कोणत्याही साहसपूर्ण सफरीप्रमाणे पुढे काय घडणार आहे, याची मला कल्पना नव्हती. आणि अशी कल्पना, किंवा

पूर्वसूचना कोणालाच मिळत नाही. जर ती तुम्हाला मिळाली; तर तो प्रवास सहजसुलभ अपेक्षेप्रमाणे होतो, त्याला सहलीचं रूप प्राप्त होतं आणि साहस सफर तुम्हाला यशस्वी करून दाखवायची असेल; तर अत्यंत झोकून देऊन, त्यात स्वत:ला गुंतवून टाकून काहीतरी नवीन निर्माण करावं लागतं.

माझ्या दोन्ही संस्थांना प्रत्यक्ष रूप देताना मला जे विविध अनुभव आले, ते मी या पुस्तकाद्वारे तुमच्यासमोर ठेवणार आहे.

मला आलेल्या एका अनुभवातून मी तुम्हाला सांगू शकतो की, आतापर्यंत तुम्ही जे केलंत, त्यापेक्षा नव्याने सुचलेली कल्पना जर मोठी नसेल, लोकांच्या एका मोठ्या समुदायाचं जीवनपरिवर्तन घडविण्याची क्षमता तिच्यात नसेल, जर ती प्रत्यक्षात आणण्याची प्रक्रिया आव्हानात्मक नसेल; तर अशा कल्पनेला थारा देऊ नका.

कारण अशी कल्पना रेटून प्रत्यक्षात आणण्याचा प्रयत्न तुम्ही केलात, तर तुम्हाला कदाचित मोठ्या नैराश्याचा सामना करावा लागण्याची शक्यता आहे. हे जर टाळायचं असेल तर, नवी कल्पना साकारताना तुमच्यातलं वादळी व्यक्तिमत्त्व जागं होऊ द्या, तुमच्यातील सर्व भीरूता नष्ट होऊ द्या. यातना सहन करण्याची शक्ती वाढवा. ही सहजतेने, हसत खेळत करायची बाब आहे, असं गृहीत धरू नका, गोंधळून जाऊ नका, संभ्रम दूर करण्याची क्षमता वाढवा. हे सारं जेव्हा शक्य होईल, तेव्हाच पुढचं पाऊल टाका.

आणखी एक महत्त्वाची गोष्ट लक्षात ठेवा. स्वत:ला आवर घालायला, योग्य ठिकाणी थांबवायला शिका. असं थांबल्यावर सभोवतालच्या परिस्थितीचा आढावा घ्या. नंतर स्वत:लाच प्रश्न करा. 'माझं काहीही झालं, तरी जग बदलण्याचा जो विडा मी उचलला आहे, तो यशस्वी करण्याची पात्रता माझ्यात आली आहे काय?' जर या प्रश्नाचं उत्तर 'होय', असं असेल, त्या उत्तरात तुमचा आत्मविश्वास दिसला पाहिजे. जगाला हादरवून टाकण्याची क्षमता जर त्या उत्तरात असेल, तर तुमच्यातील सुप्त उद्योजक जागा झालाय, असं समजा आणि पुढच्या प्रवासाला प्रारंभ करा. हा प्रवास पूर्ण होईल, तेव्हाच तुम्ही ज्याच्या शोधात होतात ते 'सर्वगुणसंपन्न उद्योग प्रारूप' (परफेक्ट बिझनेस मॉडेल) दिसेल.

***

कोणत्याही उद्योगातून पैसा कसा मिळवायचा, याचं योग्य मार्गदर्शन ते 'बिझनेस मॉडेल'. उदाहरणार्थ – तुम्ही इंटरनेटचा व्यवसाय सुरू केला आहे, समाजातील एका विशिष्ट समूहाला तुम्ही त्याद्वारे सेवा देत आहात. तुमच्या ग्राहकांत मधुमेहपीडित नागरिक असतील, सेवानिवृत्तीच्या वाटेवरील नोकरदार

असतील, तर काही जण विलक्षण छंदांनी पछाडलेले असतील. अशांना तुम्ही सेवा देताना एक काळजी घ्या. त्यांना यापूर्वी याच कारणांसाठी ज्याने ती सेवा दिली होती, त्यापेक्षा तुमची सेवा सर्वस्वी भिन्न असू द्या. ती अतुलनीयच असेल, याची काळजी घ्या. ही सर्व व्यवधानं सांभाळलीत, तर तुमचा इंटरनेटचा व्यवसाय फळाला आलाच म्हणून समजा. तुमच्या वेबसाइटला दररोज शेकडो ग्राहक भेट देणार, याची खातरी बाळगा.

तुमच्या यशाने भुललेले आणि तुम्ही जी सेवा देत असाल, तीच सेवा देणारे उत्पादक कदाचित तुमच्या वेबसाइटचा वापर करू इच्छितील. मात्र तसं त्यांना करू देऊ नका. कारण तुमच्या सेवा ग्राहकांपर्यंत नेणं, हे तुमचं आणि तुमच्या वेबसाइटचं काम आहे. त्या कामामुळे तुम्हाला पैसे मिळत आहेत. हे विसरू नका.

हेच उदाहरण वापरून पुढे सांगायचं झालं, तर असं म्हणता येईल. तुम्ही तुमचा माल विकण्यासाठीच तुमची वेबसाइट वापरा. जर तुम्ही डायबेटिसच्या रुग्णांना सेवा देत असाल, तर त्या सेवेचं 'पेटंट' मिळवा. आवश्यकता भासल्यास तुमची सेवा घेणाऱ्या रुग्णांचा गट स्थापन करा. मात्र या गटाचा फायदा घेऊन अन्य कोणीतरी स्वत:ची सेवा त्यांना देऊ पाहत असेल, तर त्याला वेळीच रोखा. आता तुमच्या स्वत:च्या व्यवसायाकडे बघण्याच्या तुमच्या दृष्टिकोनात आमूलाग्र बदल झालाय, हे तुम्हाला जाणवेल.

तुमची सेवा केवळ एकमेवाद्वितीय असून चालणार नाही, तर किती चातुर्याने तुम्ही ती वितरित करता, हेही महत्त्वाचं असतं.

याचाच अर्थ असा की....

तुमचं 'बिझनेस मॉडेल' हे तुमच्या व्यावसायिक कल्पनेइतकंच उत्तम असलं पाहिजे आणि जे या आधी कोणी करू शकला नाही, ते मी माझ्या 'बिझनेस मॉडेल'च्या माध्यमातून करून दाखवीन, असा निर्धार तुम्ही बाळगला पाहिजे.

याचाच आणखी एक अर्थ असा, तुमची सेवा इतरांच्या तुलनेत कमकुवत असेल, तर ती ग्राहकांच्या माथी मारू नका. इतरांच्या तुलनेत तुमच्या सेवांसाठी ग्राहकांवर भुर्दंड सोसण्याची पाळी येऊ देऊ नका; कारण तसं झालं, तर तुमचं 'बिझनेस मॉडेल' असफल होईल.

ग्राहक तुमच्याकडे ठोस उत्तर मिळेल, या आशेने येत असतो. त्याच्या आशा पूर्ण करण्याची क्षमता नसलेलं 'बिझनेस मॉडेल' तुम्ही अमलात आणू पाहत असाल, ते तुम्हालाही आणि तुमच्या उद्योगालाही घेऊन बुडणार, ही काळ्या दगडावरची रेषा आहे, असं समजा.

या बाबतीत माझ्या डोळ्यांसमोर फिनिक्स विद्यापीठाचं उदाहरण येतं. उत्कृष्ट दर्जाचं शिक्षण देण्याबाबत हे विद्यापीठ कधीच प्रसिद्ध नव्हतं. मुख्य म्हणजे आम्ही

उत्कृष्ट दर्जाचं शिक्षण देतो, असा दावा खुद्द या विद्यापीठानेही केल्याचं मला स्मरत नाही. या विद्यापीठाने अमेरिकेतील नामवंत विद्यापीठांच्या रांगेत बसण्याचा प्रयत्न केलाच, तर ते त्यात सपशेल अपयशी ठरेल. कारण कमी अभ्यास करणाऱ्या विद्यार्थ्यांना आयती आणि कमी खर्चात पदवी देण्याचं काम हे विद्यापीठ करत आलं आहे. हा त्यांचा एक प्रकारचा व्यवसाय आहे, असं म्हटलं तरी चालेल.

इथे येणाऱ्या विद्यार्थ्याचा किंवा खरंतर ग्राहकाची दर्जाची अपेक्षाच नसते. हॉवर्ड विद्यापीठासारखं दर्जेदार शिक्षण मिळावं, ही मुळातच त्याची मागणी नसते. येन केन प्रकारेणं मला पदवी कशी मिळवता येईल, हा एकमेव प्रश्न फिनिक्सच्या विद्यार्थ्याला पडलेला असतो आणि त्याचं उत्तर द्यायला फिनिक्स विद्यापीठ तयारच असतं.

पैसा आणि वेळ वाचवून ज्याला पदवी संपादन करायची आहे, अशांसाठीच या विद्यापीठाने आपला अभ्यासक्रम तयार केला आहे. याउलट सर्वोत्कृष्ट, अनन्यसाधारण आणि वरच्या दर्जाचं शिक्षण जे लोक घेऊ इच्छितात, त्यांच्यासाठी हॉवर्ड विद्यापीठाने आपल्या अभ्यासक्रमाची आखणी केली आहे. एका अर्थाने असंही म्हणता येईल की, फिनिक्स विद्यापीठाचा विद्यार्थी हाच स्वत:चा पालक असतो, कारण आपण काय शिकायचं, हे त्याचं त्याने ठरवलेलं असतं. त्याला पदवी पदरात पाडून घ्यायची असते आणि तिच्या बळावर आपली नोकरीतील पदोन्नती साधायची असते. त्याला शिक्षण नकोच असतं, तर हवी असते ती फक्त पदवी.

हे मुद्दे लक्षात घेतल्यावर मी फिनिक्स विद्यापीठ काही चुकीचं करत आहे, असं म्हणणार नाही; उलट आपल्या परीने ते उत्कृष्टच काम करत आहेत, असं माझं मत आहे. एक 'बिझनेस मॉडेल' म्हणून या विद्यापीठाकडे पाहिल्यास असं 'सर्वसाधारण' किंवा 'सुमार' असणं हेच त्यांचं वैशिष्ट्य आहे, हेही आपल्या लक्षात येईल. मुख्य म्हणजे आपण नेमकं काय करतो, याची या विद्यापीठाला पूर्ण कल्पना आहे.

शेवटी तुम्ही कोणता ग्राहक डोळ्यांसमोर ठेवून तुमचं 'बिझनेस मॉडेल' बनवता, हे महत्त्वाचं आणि तुम्ही जे करता, त्यातून तुम्ही अपेक्षेप्रमाणे आर्थिक लाभ उठवता की नाही, हे तर त्याहून अधिक महत्त्वाचं.

छोट्या उद्योगांना प्रेरणा देऊन त्यांना प्रशिक्षित करणं आणि यशस्वितेच्या मार्गावर नेऊन सोडणं, या उद्देशानेच टॉमने आणि मी 'द मायकेल थॉमस कार्पोरेशन'ची स्थापना केली होती.

(अ) कमी खर्च – कमीत कमी रोजंदारीत कामगार उपलब्ध करून देणं.

(ब) सोपी नोकरभरती – केवळ एक महिन्याचं आगाऊ वेतन. प्रगती पाहून पगारवाढ.

(क) कामगारांशी सहज संपर्क साधणं – टेलिफोन, फॅक्स, पोस्ट आणि मोडेम इत्यादी साधनांचा यासाठी वापर करणं.

ही आमच्या कार्यक्रमाची सूत्रं होती.

थोडक्यात, आमच्या छोट्या उद्योजकांना यापूर्वी कधीही आणि कोणीही दिली नसेल, अशी सेवा देणं, हे या कार्यक्रमाचं प्रमुख उद्दिष्ट होतं.

आमच्या या कार्यक्रमाचं आणखी एक वैशिष्ट्य म्हणजे, ग्राहक आमचा कार्यक्रम हवा तेव्हा वापरू शकत होता आणि नको असेल, तेव्हा सोडून देऊ शकत होता. आमचा हा कार्यक्रम वापरला, तर नफा वाढतो, महसुलात वाढ होते आणि छोट्या उद्योजकांची वैयक्तिक मिळकतही वाढते; हे आम्ही त्यांना सप्रमाण सिद्ध करून दाखवत होतो. आमच्या या कार्यक्रमाची एक वर्ष सातत्यपूर्ण अंमलबजावणी केली, तर उद्योजकाचा मानसिक ताण कमी होतो, त्याच्या वेळेची बचत होते; तसंच शेअर बाजारातही त्याची पत वाढते, हे आम्ही त्यांच्या लक्षात आणून दिलं.

इथे सर्वांनीच एक अत्यंत महत्त्वाची गोष्ट लक्षात घेतली पाहिजे. ती म्हणजे, आमच्या कार्यक्रमांमुळे मिळणाऱ्या फायद्यांची जंत्री वर दिली आहे, ती आधी आमच्या मनात तयार झाली, मग ती आम्ही कागदावर उतरवून काढली आणि त्यानंतर बऱ्याच काळाने ती ग्राहकांना सांगायला सुरुवात केली.

हा कार्यक्रम तयार करताना आम्हालाही अपयशाचा सामना करावा लागला. पण बांधिलकी, शिकण्याचा ध्यास, सातत्यपूर्णता आणि आत्मविश्वास या गुणांच्या भांडवलावर आम्ही आमचं उद्दिष्ट साध्य केलं.

***

मनात आलेली एखादी चांगली कल्पना प्रत्यक्षात कशी आणायची, हा विचार करताना मलाही अनेक प्रश्नांनी अक्षरशः भंडावून सोडलंय. विशेषतः मी जेव्हा 'ड्रिमिंग रूम' ही संकल्पना साकारत होतो, तेव्हा मला असे अनेक प्रश्न पडायचे. 'द मायकेल थॉमस कॉर्पोरेशन' स्थापन करताना मी अक्षरशः रस्त्यावर फिरून माझ्या कल्पना लोकांना सांगत असे. त्याच पद्धतीचा अवलंब 'ड्रिमिंग रूम' उभारताना मी केला. कारण या नव्या संकल्पनेला पूर्वानुभवाचं पाठबळ नव्हतं. त्याच्याविषयी कोणालाच फारशी माहिती नव्हती. त्यामुळे लोकांकडून मिळणारा प्रतिसादही उत्साहवर्धक नसायचा. 'स्वप्न' हा शब्द उच्चारताच काही जण पळ काढायचे. काही जणांना ही कल्पनाच वेडगळपणाची वाटायची, तर काही जण चक्क या संकल्पनेच्या नादी लागू नकोस, असा सल्लाही द्यायचे.

प्रस्थापित व्यवसायाची म्हणून अशी काही गणितं ठरलेली असतात, ती मोडून काढणं सोपं नसतं. माझ्या 'ड्रिमिंग रूम'ने हेच एक आव्हान म्हणून स्वीकारलं. मला नाउमेद करणारी भाषाच अनुभव समृद्ध करून गेली.

माझ्या 'ड्रिमिंग रूम'विषयी केवळ इतर लोकच साशंक होते, असं नव्हतं तर

मलाही बऱ्याच शंका होत्या, बरेच प्रश्न पडत होते.

'ड्रिमिंग रूम' म्हणजे नेमकं काय? दर शनिवारी आणि रविवारी उद्योजकांना यशस्वी उद्योगाचे मंत्र शिकवणारी ती कार्यशाळा असेल का?

'नक्कीच नाही!' मी मलाच उत्तर द्यायचो. ती केवळ एक कार्यशाळा नसेल, तर छोट्या उद्योजकांना प्रवृत्त करणारं, ते एक ऊर्जा केंद्र असेल. सुप्तावस्थेतील उद्योजकाला जागं करून त्याला प्रेरणा आणि प्रशिक्षण देणारी ती एक परिपूर्ण संस्था असेल आणि सर्वांत मुख्य म्हणजे, नव्याने उद्योग कसा सुरू करायचा, इथंपासून तो यशोशिखरापर्यंत कसा न्यायचा, याचाही कानमंत्र इथे दिला जाईल.

नव्या उद्योजकांच्या गरजा लक्षात घेऊन आम्ही काही वेबसाइट तयार केल्या आहेत, त्या पुढीलप्रमाणे –

- MyGrowthPartner.com
- MyGrowthManager.com
- MyGrowthOpportunity.com
- MyGrowthCapital.com
- MyGrowthSoftwareManager.com
- MyGrowthOrganizer.com
- MyGrowthMentor.com
- MyGrowthMarketingEngine.com
- MyGrowthAccountant.com
- MyGrowthAttorney.com
- MyGrowthMedia.com
- MyGrowthAdvertiser.com
- MyGrowthSalesLeader.com
- MyGrowthCoach.com

नव्या उद्योजकाच्या वाटचालीतील प्रत्येक टप्प्यावर जी मदत लागेल, ती 'टर्न-की'पद्धतीने पुरवण्यात येईल. ही सेवा कमीत कमी शुल्कात पुरवून तिचा उद्योजकाला जास्तीत जास्त फायदा कसा होईल, हेही पाहिलं जाईल.

इथे 'टर्न-की' हा शब्द कळीचा ठरतो.

'इ-मिथ'ला जे साधायचं आहे, त्याचा 'टर्न-की' हा केंद्रबिंदू आहे. उद्योजकांच्या सर्व समस्यांचं उत्तर 'उत्तम व्यवस्थापन' हे आहे. जेव्हा तुम्हाला व्यवस्थेची गरज

भासेल, व्यवस्थेची बलस्थानं कळतील, लोकांचे प्रश्न सोडविण्याची व्यवस्थेकडे असलेली क्षमता तुम्हाला समजेल, तेव्हा आणि फक्त तेव्हाच तुम्ही 'मॅकडोनाल्ड' किंवा 'स्टारबक्स'सारखे अवाढव्य उद्योग उभारू शकाल. सर्वसामान्य लोकांमध्येही उद्योजक कसा दडलेला असतो आणि त्याला जागा करून यशस्वी कसं करायचं, हे 'टर्न-की' प्रणालीमुळेच तुम्हाला उमजेल आणि ही 'टर्न-की' प्रणाली आत्मसात केलीत की, मॅकडोनाल्डसारखं विश्वव्यापी साम्राज्य उभारणं तुम्हाला सहज शक्य होईल आणि मगच तुम्ही हा प्रश्नही विचारू शकाल की, खरोखरच या प्रणालीत संपूर्ण जगातील उद्योगाचा चेहरामोहरा बदलण्याची क्षमता आहे? आणि या प्रश्नाचं उत्तर होकारार्थीच असेल.

'मायग्रोथ' ज्या सेवा देतं, तशीच सेवा 'मॅकडोनाल्ड' ही कंपनी देते. मॅकडोनाल्डच्या यशाचं रहस्य या 'टर्न-की' प्रणालीतच लपलेलं आहे. मॅकडोनाल्ड किंवा मायग्रोथची 'टर्न-की' प्रणालीच जगभरातील सुप्तावस्थेत असलेल्या उद्योजकांना जागृत करू शकते, त्यांना आपलं अनुकरण करण्यासाठी आवश्यक असलेला आत्मविश्वास देते. नव्याने जन्माला येणाऱ्या प्रत्येक उद्योगाने या प्रणालीचा अवलंब केला, तर त्या यशस्वी होणार, यात शंकाच नाही.

मायकेल थॉमस कॉर्पोरेशनमध्ये मी आणि टॉम यांनी मिळून याच प्रणालीचा अवलंब केला. या प्रणालीमुळेच आमच्या कंपनीला 'स्वप्न', 'दूरदृष्टी', 'फलनिष्पत्ती' आणि 'मिशन' या चार गोष्टी मिळाल्या.

मी वर उल्लेख केलेली दूरदृष्टी मला पूर्णपणे प्राप्त झाली आणि मी कल्पना करू लागलो की, एखादा व्यवसाय सुरू केल्यानंतर येणाऱ्या अडचणींचा मुकाबला करता-करता तो बुडणार असेल, तर तो सुरू करण्यापूर्वीच संभाव्य अडचणी जाणून घेतल्या तर?

अगदी आम्हालासुद्धा 'मायग्रोथ सर्व्हिसेस' ही कंपनी सुरू करण्यापूर्वी संभाव्य अडचणींचा आगाऊ अंदाज बांधता आला असता तर?

'मायग्रोथ' सुरू करण्यापूर्वीच आम्हाला समृद्ध अशी साधनं मिळाली असती तर? अशी साधनं मिळाली असती, तर आम्ही आमच्या उद्योगात आघाडी घेऊ शकलो असतो. आम्ही कदाचित चांगली कायदे सल्लागार यंत्रणा उभी करू शकलो असतो. कदाचित सक्षम असे व्यवस्थापक, मजबूत भांडवल, व्यावसायिक दृष्टिकोन असलेले संघटक इत्यादी अत्यावश्यक घटक आम्ही मिळवू शकलो असतो.

आता तुम्ही कल्पना करा, 'इन द ड्रिमिंग रूम'मध्ये सहभागी झालेल्या प्रत्येक उद्योजकाला हे सर्व काही आधीच मिळालं, तर काय होईल? मी सांगतो काय होईल आणि त्याचं नेमकं काय करायचं ते. 'इन द ड्रिमिंग रूम'मध्ये सहभागी झालेल्या उद्योजकांनी सात-सात जणांचा एक गट तयार करायचा. त्यांनी एकत्र काम करायचं.

त्यांनी आपली स्वप्नं पाहायची, आपली उद्दिष्टनिश्चिती करायची, आपलं 'मिशन' कोणतं हे ठरवायचं, अर्थव्यवस्था उत्तम प्रकारे हाताळायची आणि अत्यावश्यक अशी कौशल्यं आत्मसात करायची आणि क्षमता वाढवायची. त्यामुळे शून्यातून एक छोटा, पण नवा व्यवसाय उभारणं त्यांना शक्य होईल.

अशा सात जणांच्या सात गटांनी एकत्र यायचं, त्यांचं एक मंडळ तयार करायचं, अशा सात मंडळांनी पुन्हा एकत्र येऊन एक मोठा गट तयार करायचा. त्यांनी 'ड्रिमिंग रूम'मध्ये एकत्र यायचं आणि आपले अनुभव परस्परांना सांगायचे. त्यांनी परस्परांना आपल्या स्वप्नांविषयी, आपल्या दूरदृष्टीविषयी आणि आपल्या अंतिम उद्दिष्टांविषयी माहिती द्यायची. ही प्रक्रिया जसजशी वाढत जाईल, तसतशा त्यांच्या शंका, संशय दूर होत जातील.

या सर्व मंथनातून बाहेर पडेल, ते काय असेल? ते एक नवं जग असेल. जागृत झालेल्या उद्योगांचं जग. हे जग इतर औद्योगिक जगतापेक्षा वेगळं असेल. या नव्या उद्योजकांचे उद्योग सर्वस्वी वेगळे आणि नवीनतम असतील. त्या उद्योगात अर्थपूर्णता असेल. हे उद्योजक जे आपल्या मनात असेल, ते प्रत्यक्षात उतरवू शकतील. तीच त्यांची शक्ती असेल आणि बलस्थानही असेल.

असे उद्योजक स्वत:ला आणि स्वत:च्या उद्योगांना एक वेगळ्याच उंचीवर नेऊ शकतील. औद्योगिक विश्वात चमत्कार घडवून आणायची सिद्धी त्यांना प्राप्त झालेली असेल.

अशा या सिद्ध उद्योजकांना जगाच्या पाठीवर कुठेही संचार करता येईल. त्यांना आफ्रिकेसारख्या खंडात काम करता येईल. खरंतर अशा उद्योजकांची तिथेच जास्त गरज असेल, कारण आज संपूर्ण आफ्रिका खंडाला 'एडस'सारख्या व्याधीने पोखरलंय, तिथल्या लोकांना स्वच्छ पाणी म्हणजे काय ते माहीत नाही, सकस अन्न कसं उत्पादित करायचं, याबद्दल ते अज्ञानी आहेत.

आज मध्यपूर्वेकडील देशही हिंसाचाराने खिळखिळे झाले आहेत. तिथे गेली अनेक दशकं लाखोंच्या संख्येने निरपराध नागरिक मारले जात आहेत. हे देश या नव्या ध्येयासक्त उद्योजकांचं स्वागत करायला उत्सुक आहेत.

या नव्या उद्योजकांनी आता आंतरराष्ट्रीय पातळीवर स्वप्नं पाहण्याची गरज आहे. या स्वप्नांमध्ये आपले आंतरराष्ट्रीय संबंध सुधारण्याची ताकद आहे. आपल्या सर्वांना प्रथमच एकत्र आणण्याची संधी अशा आंतरराष्ट्रीय स्वप्नांमुळेच मिळणार आहे.

मी माझ्या 'ड्रिमिंग रूम'मध्ये या आंतरराष्ट्रीय स्वप्नपूर्तीचं चित्र रंगवलं आहे. ते पूर्ण करण्यासाठी परंपरागत आणि त्याच्या जोडीला इंटरनेटसारखी अत्याधुनिक दळणवळण यंत्रणा राबवली पाहिजे, असं माझं मत आहे. मी यापूर्वी सात-सात जणांच्या गटांचा, सात-सात गटांच्या मंडळांचा ऊहापोह केला आहे. हा माझा

प्रयोग यशस्वी झाला, तर सॅन डिएगोसारख्या केवळ एका शहरात अक्षरश: हजारो नवे उद्योजक तयार होतील, याबद्दल माझ्या मनात तिळमात्रही शंका नाही.

पण हे सारं खरंच शक्य आहे का? या प्रश्नाला उत्तर देताना विचारवंत सांगतील की, हे कदाचित शक्य होणार नाही. या क्षेत्रातील तज्ज्ञ, ज्येष्ठ उद्योगपती, नैराश्यग्रस्त समाजधुरीण, अर्थतज्ज्ञ आणि अगदी तुमचे काका, भाऊबंद, तुमचे आई-वडील हे सर्वच्या सर्व जण सांगतील. हे असं घडणं जवळपास दुरापास्त आहे.

मग काय करायचं? मग मी जे भव्य चित्र तयार केलंय, त्याचा आकार कमी करायचा का? की पुन्हा इतरांनी तुडवलेल्या वाटेवरूनच आपण चालायचं? काय करायचं तरी काय?

की नकारघंटा वाजविणाऱ्या या सर्वांकडे दुर्लक्ष करायचं आणि आपण जे आधी ठरवलंय तेच करायचं? होय, आपण जे आधी ठरवलं होतं, तेच आणि तसंच करायचं!

***

थांबा आणि लक्ष केंद्रित करा

सामना व्यवसाय प्रारूपाशी

कोणत्याही उद्योगाच्या रचनेत, आराखड्यात 'बिझिनेस मॉडेल'ने अत्यंत मोक्याची जागा पटकावलेली असते, हे खरं आहे. तरीपण उद्योजकाने शक्यतो लवकर त्याच्यापासून फारकत घेणं योग्य ठरतं. 'बिझिनेस मॉडेल'ला आपल्या लक्ष्यप्राप्तीच्या प्रक्रियेत वरचढ होऊ देणं, उद्योजकाला परवडणारं नसतं. 'बिझिनेस मॉडेल'लाच चिकटून राहणं, हा तुमचा हेतू असता कामा नये. आपलं स्वप्न पूर्ण करणं, हे एकमेव ध्येय तुम्ही सातत्याने उराशी बाळगलं पाहिजे.

मार्टिन ल्यूथर किंग आणि त्यांच्या कृष्णवर्णीय सहकाऱ्यांना कदाचित अशा एखाद्या मॉडेलचा फायदा झालाही असेल. मात्र त्यांनी स्वप्नं पाहिली नसती आणि त्या स्वप्नांना प्रचंड गती देणाऱ्या ध्यासाची जोड नसती, तर ते कधीच विस्मृतीच्या पडद्याआड गेले असते. किंग यांचं ते 'आय हॅव ए ड्रीम' हे जगद्विख्यात व्याख्यानही आज कोणाला आठवलं नसतं.

मात्र एखादं 'बिझिनेस मॉडेल' तयार करणं, हे काही किंग यांचं स्वप्न नव्हतं. त्यांनी कधी तसा विचारही केला नव्हता. नाहीतर त्यांनीच प्रश्न केला असता, 'हे स्वप्न आपण प्रत्यक्षात कसं आणणार आहोत?'

आपण याच प्रश्नाचा पाठपुरावा इथे करणार आहोत. हा विचारवंताला पडलेला दुसरा प्रश्न आहे. 'आपण हे कसं साध्य करणार आहोत?'

अर्थातच त्याच्याच जोडीने त्यासाठी 'काय करणार आहोत?' हा प्रश्न आलाच. या प्रश्नांच्या बाबतीत तुमच्यातील विचारवंत आणि स्वप्नाळू यांच्यात नेहमी द्वंद्व सुरू असतं. जे आपल्या दूरदृष्टीत अभिप्रेत नाही, तेच कसं स्वीकारार्ह आहे, हे विचारवंत त्याच्यातील स्वप्नाळूला पटवून देण्याचा प्रयत्न करत असतो. त्यानंतर तो 'स्वप्नाळू' व्यक्तीला ते कसं जोरदारपणे प्रत्यक्षात आणायचं, ते सांगतो आणि नेमकी त्यामुळे अंतिम निष्पन्नतेत गोंधळाची स्थिती निर्माण होण्याची

शक्यता असते. स्वप्नाळू व्यक्तीचं स्वप्न अशा घाई-घाईने प्रत्यक्षात आणणं शक्य आहे का? समजा हा प्रश्न मी तुम्हाला विचारला. आणि माझी खातरी आहे, आज जर तुम्ही स्वत:शी आणि माझ्याशी प्रामाणिक असाल, तर तुमचं उत्तर 'नाही' असंच असणार.

म्हणूनच माझ्या वाचकांनो, आता पुन्हा त्या तुम्ही केलेल्या नोंदीची चोपडी उघडण्याची वेळ आली आहे. ती उघडा आणि तुम्हाला काय वाटतं, ते झराझर लिहून काढायला सुरुवात करा. मग तुम्हाला पाठपुरावा करण्यालायक अशी एखादी कल्पना सुचेल. ती प्रत्यक्षात कशी आणायची, तेच आपण यापुढे पाहणार आहोत.

भाग ४

कथाकथनकार आणि हेतू

१६

कल्पनाशक्तीची व्याख्या

'कदाचित मी मच्छिमार असायला नको होतं, त्याला वाटलं;
पण त्यासाठीच तर माझा जन्म झाला होता.'

– अर्नेस्ट हेमिंग्वे, 'द ओल्ड मॅन ॲन्ड द सी'

रिक वॉरेनने आपल्या 'द पर्पज ड्रिव्हन लाइफ' या त्याच्या सुंदर अशा पुस्तकाचा प्रारंभच 'हे पुस्तक तुमच्याबद्दल नाही', या वाक्याने केलाय. यावर माझ्यासारखा गोंधळलेला आणि आत्मकेंद्री माणूस विचारेल, 'जर ते माझ्याबद्दल नसेल, तर कोणाबद्दल आहे?' आणि मग मी ते वाचालं आणि वॉरेनला नेमकं म्हणायचं तरी काय, याचा उलगडा त्या पुस्तकाच्या दुसऱ्या पानावर झाला.

त्याचप्रमाणे आता तुम्ही वाचताय, ते पुस्तकही तुमच्याविषयी नाहीतर आमच्याकडून आयुष्याच्या ज्या काही अपेक्षा आहेत, त्याविषयीचं हे पुस्तक आहे. म्हणजेच हे पुस्तक तुमच्यात जो कोणी लपून बसलाय, त्याच्याविषयी आहे. जो कोणी काही सर्जनात्मक कृती करतो, करू इच्छितो; त्यांच्यासंबंधी आहे.

अर्थातच हे सगळं मी याआधीही याच पुस्तकाच्या वेगवेगळ्या प्रकरणांद्वारे सांगितलंय. सध्याचं युग हे उद्योजकांचं आहे, असं जेव्हा म्हटलं, तेव्हा मी हे सांगितलंय; व्यक्तिनिरपेक्ष स्वप्न विरुद्ध व्यक्तिसापेक्ष स्वप्नं म्हणजे काय, याचा ऊहापोह करतानाही मी हेच सांगितलंय. उद्योजक स्वत:साठी नाही, तर दुसऱ्यांसाठी उद्योगनिर्मिती करतात. कोणताही स्वाभिमानी उद्योजक स्वत:साठी उद्योग निर्माण करणार नाही, हे आणि असे मुद्दे विशद करतानाही मी हे पुस्तक नेमकं कोणासाठी

आहे, हे सांगण्याचा प्रयत्न केलाय.

मी हेही सांगितलंय की, कोणत्याही छोट्या उद्योजकाने आतापर्यंत नव्याने कशाचाही शोध लावलेला नाही. तो लावलाय तंत्रज्ञांनी आणि हे तंत्रज्ञ कोण, तर ज्यांना स्वत:चा उद्योग सुरू करायच्या कल्पनेने पछाडलेय असे तंत्रज्ञ आणि ते व्यवसायाची निर्मिती करताना नेमका कोणता ग्राहक त्यांच्या डोळ्यासमोर असतो, असं तुम्हाला वाटतं? बारकाईने निरीक्षण केलंत, तर असं लक्षात येईल की, त्यांचा स्वत:चा म्हणून असा ग्राहक कोणीच नसतो. त्यामुळे असे तंत्रज्ञ, उद्योजक स्वत:चीच अवस्था दयनीय करून घेतात. त्यांचा व्यवसाय त्यांना घेऊन बुडणार, हे ठरलेलंच असतं. वैयक्तिक स्वप्नांवर जे आपलं जीवन निश्चित करतात, त्यांचीही अवस्था तशीच होते. त्यांच्याही पदरी नैराश्यच येतं. अर्थात स्वत:ला पूर्णपणे विसरून आणि झोकून देऊन दुसऱ्यांसाठी काहीतरी करणारे आणि त्यातच आपलं श्रेय शोधणारे काही लोक आहेत. मदर तेरेसा, महात्मा गांधी किंवा मार्टिन ल्यूथर किंग ही त्यांची काही उदाहरणं सांगता येतील.

पण अशा लोकोत्तर पुरुषांच्या जीवनाचा अभ्यास केला, तर आपल्याला काय आढळतं? त्यांनाही त्यांच्या सेवाभावाची आणि त्यागाची किंमत चुकवावी लागली आहे. त्यांच्यापैकी अनेकांची एकतर हत्या होते किंवा त्यांची हत्या झाली नाहीतर जीवनातील कठीण समस्यांचा सामना करता-करता ते नष्ट होऊन जातात. जे अशा रीतीने नष्ट झाले नाहीत, तर त्यांच्या वाट्याला पराकोटीचं नैराश्य येतं. त्यांचा भ्रमनिरास होतो. जर असं नैराश्य आलं नाहीतर त्यांना अत्यंत केविलवाणेपणाने उर्वरित आयुष्य कंठावं लागतं. त्यांच्या आजूबाजूच्या लोकांना, त्यांच्या अनुयायांना तुलनेने जे व्यावहारिक फायदे मिळतात; तेही या लोकोत्तर पुरुषांच्या नशिबी नसतात. या सर्व गोष्टी लक्षात घेतल्यावर साहजिकच तुमच्या मनात काही प्रश्न निर्माण होतील. नि:स्वार्थपणं जगणं किंवा इतरांसाठी जगणं नेहमीच असं नैराश्यपूर्णच असतं का?

'मायकेल, मीही असंच जगावं, अशी तुझी अपेक्षा आहे काय? आणि मुळात आपण उद्योगजगताविषयी बोलताना ही उदाहरणं देण्याची गरज आहे काय? बरं, तू ज्यांची उदाहरणं दिलीस, त्यांच्यासारखंच मीही माझ्या आयुष्याकडे एक 'मिशन' म्हणून बघावं, असं तर तू सुचवत नाहीत ना?' असे अनेक प्रश्न तुमच्यापुढे उभे राहतील.

या प्रश्नांची उत्तरं 'होय' आणि 'नाही' याच शब्दांत देता येऊ शकतात. कारण आपल्यापुढे तिसरा पर्यायच नाही.

सेवाभावी जीवनातच अर्थ शोधणं आणि स्वसमाधानातच मग्न राहणं, असे दोनच पर्याय असतील, तर एखाद्याने काय करावं? आपलं जीवन सार्थकी लागावं, असं तुम्हाला वाटतं की नाही, हे इथे महत्त्वाचं आहे. अर्थहीन किंवा कोणतंही उद्दिष्ट नसलेलं जीवन कसं असतं, याची कल्पना तरी तुम्ही केली आहे काय?

आपण आपल्या आयुष्यात कोणतंही उद्दिष्ट ठेवायचंच नाही, असं अगदी ठरवून तुम्ही जगू शकता का?

हेच नियम जर उद्योगविश्वाला लावले, तर काय निष्पन्न होईल पाहा. कोणत्याही निरुद्देश भावनेने सुरू केलेल्या व्यवसायातील उत्पादनही पर्यायाने निरुद्देशच असेल आणि अशी उत्पादनं कदाचित निरुद्देशपणे जगणाऱ्या ग्राहकांचंच समाधान करू शकतील आणि मग अशा अर्थहीनतेत उद्योजकाने अर्थ कसा शोधायचा? या सर्वांचाच मुळात अर्थ काय? आम्हाला हे असे प्रश्न का सतावताहेत?

हे प्रश्न फक्त स्वप्नाळू वृत्तीला किंवा विचारवंतालाच पडतात, असं नाही; ते कथाकथनकारालाही पडतात. पण त्याचे प्रश्न काहीसे वेगळे असतात. स्वप्न, दूरदृष्टी आणि उद्दिष्ट यांचं सार कशात आहे; हा प्रश्न कथाकथनकार विचारतो. कारण या प्रश्नांच्या उत्तरातूनच अद्‌भुत अशा औद्योगिक कथा निर्माण होत असतात. उत्तुंग व्यक्तिरेखा जन्माला येत असतात, प्रयत्नांची पराकाष्ठा करण्यासाठी आवश्यक असलेली प्रेरणाही या उत्तरातून मिळत असते.

हे सर्व हाती आल्यावर कथाकथनकार 'स्वप्नाळू'ची ऊर्जा आणि विचारवंताचं मर्मस्थान यांचा एक जादुई असा गोलक तयार करतो आणि हवेत भिरकावून देतो. तो गोलक आपल्याला हवेतच पकडायचाय. तो पुन्हा हवेत सोडायचाय. या गोलकाच्या खेळात एक मजा आहे. अशी मजा, आनंद नवनिर्मितीच्यावेळीच मिळतो. खरंतर असा आनंद या खेळातूनच नाही, तर आपल्या आजूबाजूला घडणाऱ्या आणि एरवी क्षुल्लक वाटणाऱ्या घडामोडींतूनही मिळू शकतो. वर फेकलेला तो गोलक झेलण्यातही एक संगीत आहे. तुम्ही जेव्हा पँटमध्ये पट्टा घालता, तेव्हा त्याच्या बक्कल लावण्यातही एक ताल आहे. योग्य व्यक्तीने योग्य ठिकाणी, योग्य वेळी आणि योग्य पद्धतीने सवाल केले; तर त्याची उत्तरं चमत्कार घडवून आणतील, अशी असतात.

कोणत्याही मर्मज्ञ कथाकथनकाराला श्रोत्याच्या उद्दिष्टांची माहिती असणं आवश्यक असतं. जर एखाद्याचं उद्दिष्ट पक्कं असेल, तर त्याच्यासाठी कथा तयारच करून ठेवलेली असते.

***

आमच्या मायकेल थॉमस कॉर्पोरेशनमध्ये गोष्ट सांगितली गेली नाही, असा एकही दिवस जात नाही आणि ती सांगणाऱ्या कथाकथनकाराची भूमिका अर्थातच मला वठवावी लागते.

कॉर्पोरेशनच्या सुरुवातीच्या दिवसात मला आणि थॉमसला अनेक भूमिका पार पाडाव्या लागत असत. कथा सांगण्याबरोबरच मला सर्वांचं नेतृत्वही करावं लागत

असे. कार्पोरेशनची कल्पना माझीच असल्याने तिथे 'स्वप्नाळू'चे म्हणूनही ते कपडे मलाच चढवावे लागत. टॉमने मात्र 'विचारवंता'चा रोल स्वीकारला होता.

अर्थातच टॉम कधीच गोष्ट सांगत नसे आणि फक्त विचारच (टॉमचं काम!) करत बसे, असं नाही. कधी तो माझं आणि मी त्याचं काम करायचो. त्याच्यावर जी जबाबदारी सोपवण्यात आली होती, ती तो उत्तमपणे पार पाडत होता एवढंच. आपल्यावर सोपवण्यात आलेल्या जबाबदारीव्यतिरिक्त काम करण्याच्या या पद्धतीचा मी अनेक बाजूंनी विचार केलाय. असं दुसऱ्याचं काम करताना विश्वासार्हतेचा कस लागतो, हे मला कळून चुकलंय. त्याबद्दलच्या अनुभवांचं आदान-प्रदान मी तुमच्याबरोबर याच पुस्तकातील 'नेतृत्व' या प्रकरणात करणारच आहे.

अर्थात गोष्ट सांगायचीच असेल, तर ती मीच सांगावी, असा माझा आग्रह असे, नेहमीच असतो. कारण मी कथन करणार असलेली गोष्ट मीच लिहिलेली असते. ती कशी, कधी, कुठे लिहायची; तेही मीच ठरवलेलं असायचं. माझ्या या कथेला अक्षरश: कुठेही आणि कशाही परिस्थितीत पालवी फुटू शकते. रस्त्यावरून फिरत असताना, ग्राहकांशी हुज्जत घालताना, ग्राहकांच्या मेळाव्यात सहभागी झालेलो असताना, कधीकधी रात्रीच्या वेळी पत्नीशी गप्पा मारताना, तर कधीकधी चक्क अंघोळ करतानाही मला गोष्टी सुचल्या आहेत.

माझं असं मत आहे की, जी गोष्ट आपल्याला सांगायची आहे, ती आधी कागदावर उतरलीच पाहिजे आणि जर ती परिणामकारकपणे कागदावर उतरली असेल, तर ती सांगितली गेलीच पाहिजे.

कथानिर्मितीची एक माझी एक प्रक्रिया आहे. प्रथम मला काय सुचतं, ते पाहायचो, मग त्या सुचलेल्या मुद्द्यांचं ध्वनिमुद्रण करायचो किंवा अन्य कोणत्याही उपलब्ध मार्गाने त्याची नोंद करून ठेवायचो, नंतर त्यांचं मनन करायचो. माझी ही पद्धत मलाच आवडू लागली. इतकी की, ती माझ्या वैयक्तिक जीवनाचा भागच बनून गेली. गोष्ट तयार करण्याची प्रक्रिया पुढे-पुढे सुस्पष्ट आणि सुनिश्चित होऊन गेली. मग मी जिथे जाईन तिथे आणि ज्याला भेटेन, त्याला माझ्या गोष्टी सांगत सुटलो.

आमच्या उद्योगासाठी पुढे आम्हाला कर्मचाऱ्यांची भरती करावी लागायची, त्यासाठी येणाऱ्या उमेदवारांना मी या गोष्टी सांगत असे. नंतर होणाऱ्या मुलाखतींच्या दरम्यानही अशा गोष्टींची पारायणं होत असत.

माझ्याच उद्योगात माझं काम पाहण्यासाठी एलन या तरुणीची आम्ही निवड केली, तेव्हा तिलाही मी या गोष्टी सांगितल्या. नंतर टॉम आणि माझ्या जागी 'कोच' म्हणून रिचर्ड नावाच्या तरुणाची आम्ही नियुक्ती केली, तेव्हा त्यालाही मी या गोष्टी कथन केल्या.

मी माझ्या कथा माझ्या बँकरला सांगितल्या, कारण त्याच्याकडून मी कर्ज

घेतलं होतं. माझ्या जागेच्या मालकालाही मी नेमकं काय करतो, एवढे लोक या ठिकाणी एकत्र कसे आणि का येतात, या गोष्टीचं कुतूहल होतं. साहजिक त्यालाही माझ्या कथा सांगणं भाग होतं.

आपला नवरा एवढा वेळ बाहेर राहून करतो तरी काय, असा प्रश्न करणाऱ्या माझ्या बायकोलाही मला त्या सांगाव्या लागल्या. कारण आपण एकाकी पडलो आहोत, नवरा आपल्याला काहीच सांगत नाही, अशी भावना तिच्या मनात निर्माण होऊ देणं योग्य नव्हतं.

सर्वांत महत्त्वाचं म्हणजे, या कथा मी मलाही सांगायचो. त्यामुळे त्यांना नवा उजाळा मिळायचा, त्यांचा आकृतिबंध बदलायला या पद्धतीचा उपयोग व्हायचा. आणि ही पद्धत मला आवडायची.

'कथा' म्हणजे माझं सर्वस्व होतं.

पण मग आमच्याकडे कथाच नसत्या, काही सांगण्यासारखंच नसतं; तर आम्ही जे काही केलं, त्याला काडीचाही अर्थ उरला नसता. या विचारांचं माझ्या ग्राहकांपर्यंत संक्रमण झालंच नसतं. स्वप्नं सत्यात उतरवता येतात, हे त्यांना कदाचित अविश्वसनीय वाटलं असतं, त्यांच्या आशाच पल्लवित झाल्या नसत्या. पण कथा होत्या, म्हणून हे सारं घडलं. या कथांमध्ये एक चैतन्य होतं. या चैतन्यानेच सारी किमया घडवून आणली होती.

'आपण कोण आहोत आणि आपण काय करतो आहोत', ते मी तुम्हाला सांगणार आहे, या वाक्यांनी बहुधा माझ्या कथेचा प्रारंभ होतो.

तुमची 'ड्रिमिंग रूम'म्हणजे नेमकी काय चीज आहे, हे आम्हाला समजावून सांगा, अशी मागणी जेव्हा केली जाते; तेव्हा माझं मन झर्रदिशी १९७५पर्यंत मागे जातं. त्याच वर्षी आम्ही 'द मायकेल थॉमस कार्पोरेशन'ची स्थापना केली होती. 'ड्रिमिंग रूम'च्या कल्पनेने तेव्हाच कधीतरी आकार घ्यायला सुरुवात केली होती. 'ड्रिमिंग रूम'च्या कथाबीजांना तेव्हाच अंकुर फुटला होता. आजही या क्षणी मला वाटतं की, 'ड्रिमिंग रूम'ची कथा लिहिणं अद्याप संपलेलं नाही, ती सतत चालू राहणारी प्रक्रिया आहे.

अर्थात हे सारं खरं असलं, तरी मी तुम्हाला आम्ही कोण आहोत आणि काय करत आहोत, ते सांगणारच आहे. यानंतर मी तुम्हाला माझ्या 'ड्रिमिंग रूम'ची कथा सांगणार आहे, कारण गेली अनेक वर्षं भेटेल त्याला मी ती सांगत आलो आहे.

***

कथा 'ड्रिमिंग रूम'ची

अपयशी छोट्या उद्योगांची आकडेवारी भीतिदायक आहे. जवळपास ८० टक्के छोटे उद्योग बंद पडतात.

अपयशाची किती किंमत मोजावी लागते, याची कल्पना फारच थोड्या जणांना असते.

स्वत:चा व्यवसाय स्थिर आणि स्वयंपूर्ण होईपर्यंत बहुतेक जण आपली पुंजी, क्रेडिट कार्ड, कौटुंबिक कर्ज यांचा वापर करतात किंवा प्रसंगी घरही गहाण टाकतात.

दुर्दैवाने बहुतेक उद्योग वा व्यवसाय या साधनांच्या आधारावर कसेबसे पहिली तीन वर्षं तग धरतात, असं आढळून आलं आहे. अशा प्रकारच्या उद्योगांच्या मालकांना उद्योग सांभाळण्याबरोबरच इतरही काही कामं, प्रसंगी नोकरी करून घरखर्च भागवावा लागतो

आणि अशा घटना छोट्या उद्योगांच्या बाबतीत घडत असल्याने नवे उद्योजक धाडस करायला धजावत नाहीत. या उदाहरणांमुळे होतकरू उद्योजकांचं मन विचलित होतं. नव्या उद्योगासाठी नेमकं काय करावं, त्याला समजेनासं होतं. त्यामुळे अशी कामं करण्यासाठी आवश्यक असलेली धडाडी तो दाखवू शकत नाही.

डबघाईला आलेला उद्योजक काम करत राहतो. कधीतरी आपण याच्यातून सावरू, अशी आशा त्याला वाटत असते. परिस्थिती सुधारल्यावर आपण थोडी सुट्टी घेऊ, कुटुंबाला घेऊन दूर जाऊ, असे त्याचे मनसुबे असतात. मात्र बऱ्याच बाबतीत हे असं घडताना दिसत नाही. उद्योजकावरचा तणाव वाढतच जातो, नैराश्य त्याचा पाठलाग सोडत नाही, त्याचे मनसुबे धुळीत मिळतात.

आणि नेमक्या याच क्षणी त्याला स्वत:च्याच निर्णयांबद्दल शंका यायला लागते. ज्या व्यवसायाच्या भरवशावर आपण आणि आपल्या कुटुंबीयांनी सुखी संसाराची स्वप्नं पाहिली होती, तो निर्णय मुळातच चुकलाय काय, अशी शंका त्याला येऊ लागते. आपण आपल्या क्रेडिट कार्डचे पैसे भरू शकणार नाही, गहाण टाकलेलं घर सोडवू शकणार नाही, कौटुंबिक कर्जाची परतफेड करू शकणार नाही, असे विचार त्याला सतावू लागतात. तो कमालीचा भयभीत होतो आणि त्याच वेळी त्याच्या आयुष्यात 'इ-मिथ वर्ल्ड वाइड' प्रवेश करतं आणि त्याच्या व्यवसायाची दिशाच बदलून टाकतं.

आपल्या व्यवसायात नेमक्या कोणत्या उणिवा आहेत, हे तो शोधायला लागतो. असे दिशाहीन उद्योजक काही हजारांच्या घरात असतात आणि तेही उणिवांचा शोध घेत असतात. 'नेतृत्व', 'व्यवस्थापन', 'मार्केटिंग' आणि 'वित्तविषयक' अनुभव यांबाबतीत आपण तोकडे पडलो आहोतच; पण हे का आणि कसं घडलं, ते सांगणाराही आपल्याला भेटलेला नाही, हे त्यांच्या लक्षात येतं.

हे झालं काहीशा अपयशी उद्योजकांबाबत; पण ज्यांना नव्याने तो सुरू करायचाय, त्यांचं काय? नव्या उद्योजकाने गुंतवणूक करण्यापूर्वीच आपण त्याला गाठलं असतं, तर काय झालं असतं? त्याने नव्याने जागा घेण्यापूर्वी आपलं घर गहाण टाकण्यापूर्वी आपल्या कुटुंबाकडून पैसे घेण्यापूर्वी, आपली बँकेतील ठेव मोडण्यापूर्वी आपण त्याला भेटलो असतो तर....

नव्या उद्योजकांनी वरील निर्णय घेण्यापूर्वी 'इ-मिथ वर्ल्ड वाइड' त्याला भेटली असती, तर तिने काय सल्ला दिला असता?

'इ-मिथ'ने त्याला सांगितलं असतं की, ९९ टक्के उद्योजकांच्या डोळ्यांसमोर 'स्वच्छ', 'पारदर्शी' आणि 'खातरीशीर' असं स्वप्नचं नसतं.

भव्य उद्योगाची निर्मिती करण्यासाठी तशाच भव्य स्वप्नांची गरज असते. हे सर्व बड्या आणि यशस्वी उद्योजकांना कळून चुकलेलं असतं. अशी भव्य स्वप्नं केवळ मोठ्या उद्योगपतींनीच नाही, तर छोट्या उद्योजकांनीही पाहिली पाहिजेत, तरच ते आपला उद्योग चालविताना येणाऱ्या अडचणींवर मात करू शकतील. यशस्वितेचा हाच एकमेव मार्ग आहे.

मग भव्य स्वप्न म्हणजे नेमकं काय?

प्रस्थापित ग्राहकांच्या रुढीबद्ध कल्पनांना हादरा देण्याची क्षमता ज्या कल्पनेत असते, त्यालाच 'भव्य स्वप्न' म्हणता येईल.

'मॅकडोनाल्ड', 'स्टारबक्स' आणि 'फेडरल एक्स्प्रेस' या जगड्व्याळ उद्योगांच्या मुळाशी अशीच भव्य स्वप्नं होती. भव्य स्वप्नांवर आधारलेलाच उद्योग इतरांपेक्षा सर्वस्वी वेगळं आणि उत्तुंग असं स्थान पटकावतो. अशा उद्योगांना अनेक बारीकसारीक घटकांच्या पाठिंब्याची, मदतीची गरज असते. 'ड्रिमिंग रूम'ची मदत न घेणारा, तुमच्याच समव्यावसायिकांचं आणि भागीदारांचं पाठबळ नसलेला असा भव्य उद्योग तुम्ही कल्पनेत तरी साकारू शकाल काय? या घटकांच्या

साहाय्याशिवाय तुम्हाला यशस्वी उद्योजक म्हणून प्रवास करणं शक्य होईल काय?

या सर्व प्रश्नांची उत्तरं नकारात्मकच येतील, अशी आमची खातरी असल्याने आम्ही 'ड्रिमिंग रूम'मध्ये एका ऊर्जास्तोत्राचा शोध लावलाय. ज्या नव्या उद्योजकांना नवा व्यवसाय सुरू करायचाय, पण त्यांना फार मोठी जोखीम पत्करायची नाही, अशांसाठी आमचा हा 'ऊर्जास्तोत्र' म्हणजे एक मूलमंत्र ठरणार आहे.

अशा उद्योजकांसाठी 'ड्रिमिंग रूम'ही एकमेवाद्वितीय अशी यशाची गुरुकिल्ली आहे. कोणताही त्रास न घेता, कोणतीही जोखीम न पत्करता आणि नव्या उद्योजकाच्या हातून बहुतेक वेळा घडणाऱ्या कोणत्याही चुका न करता नवा उद्योग कसा सुरू करायचा; याबाबतचं सर्व काही मार्गदर्शन इथं केलं जाईल.

तुम्हाला प्रेरणा देण्यासाठी, शिकवण्यासाठी आणि सर्वतोपरी पाठिंबा देण्यासाठी 'ड्रिमिंग रूम' सज्ज आहे आणि आम्ही 'ड्रिमिंग रूम'चे सर्व कर्मचारी आतुर आहोत.

यासंबंधी अधिक काही माहिती हवी असल्यास आमच्या वेबसाइटला भेट द्या.

तिचा पत्ता असा – www.MichaelEGerber.com

***

थांबा आणि लक्ष केंद्रित करा

कल्पनाशक्तीची व्याख्या

तुमचं नेमकं ध्येय काय? आता तरी तुम्हाला कथाकथनाचं महत्त्व कळलंय का? जर एखादा उद्योजक आपली कथा सांगण्यात कमी पडत असेल किंवा स्वत:च्या ध्येयाची, उद्दिष्टांची व्याख्या करण्यास असमर्थ ठरत असेल; तर तो खऱ्या अर्थाने उद्योजकच नाही, असं तुम्हाला वाटत नाही का?

तुम्ही जे काही करत आहात, त्याचं महत्त्व काय? ज्यांच्यासाठी तुम्ही नवा व्यवसाय शोधून काढलाय, तो कितपत परिणामकारक ठरतोय? या प्रश्नांची उत्तरं शोधा आणि ती लिहून काढा. ही उत्तरं एखाद्या लहान मुलाला समजावून सांगायची आहेत, असं समजून अशी त्यांची रचना करा. तुमची योग्यता आणि उपयोगिता एखाद्या लहान बालकाला कशी समजावून सांगाल? ती सांगताना तुम्ही कोणत्या प्रकारची वाक्यरचना वापराल, तिची व्याख्या कशी विशद कराल, तुमच्या उद्दिष्टांबाबत त्यांच्याशी चर्चेतून सुसंवाद कसा साधाल, जर त्याच्याशी होणाऱ्या पुढच्या भेटीत त्याने तुम्हाला काही प्रश्न विचारावेत, असं वाटत असेल, तर आतापासूनच त्याचं कुतूहल कशा प्रकारे जागं ठेवाल?

तुम्हाला इतरांना सेवा पुरवायची असेल, तर त्यामागची तळमळ कशी व्यक्त कराल? तुम्हाला या सर्व प्रश्नांची उत्तरं कशा रूपाने द्यावी लागतील? लक्षात ठेवा. ही कथा तुम्हाला कदाचित तुमच्या प्रार्थनास्थळी जमलेल्यांना सांगावी लागेल, तुमच्या क्लबमध्ये सांगावी लागेल किंवा वायएमसीएमध्ये सांगावी लागेल, हे गृहीत धरून कथेची मांडणी करा. तुमच्या कथेची सुरुवात साधारणपणे पुढीलप्रमाणे असेल, अशी काळजी घ्या. 'मी आज सकाळी उठलो तोच मुळी, आपली सेवा कुणाला तरी द्यायचीय या उर्मीने, त्याआधी अशी गोष्ट करण्यात मला काडीचंही स्वारस्य वाटत नसे. पण मला आज नेमकं काय झालंय, तेच कळेनासं झालंय. काहीतरी नवं, काहीतरी वेगळं करावं, असं मला वाटतंय.

आपल्या हातून असं काहीतरी घडावं की, त्याची दखल अख्ख्या जगाने घेतली पाहिजे. त्यामुळे जगात परिवर्तन झालं पाहिजे, या विचारांनी मी झपाटून गेलोय!' कोणत्याही महान कथेचा प्रारंभ वरीलप्रमाणेच होतो. ती तुमच्या अंतर्मनात आकार घेऊ लागते. तेव्हा तिला सोबतीला एका प्रेरक क्षणाची, एका ठोस विचाराची निकड असते. विशेष व्यवधान दिलं, तर ती आणखीनच खुलते. आसक्तीची जोड दिल्यास आणि काहीतरी कमी आहे, आणखी काहीतरी हवं आहे, या भावनांची संगत तिला लाभल्यास; तीच गोष्ट अधिक तीव्र होते. ही गोष्ट ऐकणाऱ्याला स्वत:तील न्यूनत्वाची जाणीव होते. आपल्यात काहीतरी कमी आहे, ही न्यूनत्वाची भावनाच त्याला कृतिशील बनवते. न्यूनत्व कमी करण्याच्या आकांक्षेतून तो सजग होतो. ध्येयप्राप्तीच्या मार्गावरची ती पहिली पायरी असते. मार्गक्रमण करताना येणारे अनुभव शब्दबद्ध करा. जे-जे सुचेल, ते शब्दबद्ध करण्याची हीच वेळ आहे आणि तुमच्या कथेचा पाठपुरावा करण्याचीही हीच वेळ आहे.

१७

तुमच्या कथेचा पाठपुरावा

'जेव्हा तो आपली विचारशक्ती पूर्णपणे हरवून बसला, तेव्हाच त्याच्या मनात विचित्र विचारचक्र सुरू झालं. जगातील कोणत्याही वेड्या माणसाच्या मनात सुरू होईल, असंच त्या विचारचक्राचं स्वरूप होतं. त्याने काही मुशाफिरी करणाऱ्या सरदारांच्या कहाण्या ऐकल्या होत्या. हे सरदार जगाच्या पाठीवर जिथे कुठे तेव्हा जात, त्यांच्याबरोबर त्यांचं सैन्यही असे. वाटेत येणारी आणि मानवाला यातना देणारी प्रत्येक गोष्ट ते नष्ट करून टाकत. आपणही असंच 'मुशाफिर सरदार' बनावं आणि साऱ्या मानवजातीला यातनामुक्त, भयमुक्त आणि चिंतामुक्त करावं; असं त्याला वाटू लागलं. हा विचार इतरांना कदाचित वेडेपणाचा वाटेल, असं त्याला वाटलं खरं, पण तोच सर्वांत तर्कसंगत आहे आणि त्याचीच आपल्याला आता गरज आहे, अशी त्याची पक्की धारणा बनली. चिरंतन आणि शाश्वत लोकप्रियता मिळवायची असेल, तर हाच मार्ग योग्य आहे, अशी त्याची खातरी पटली होती.'

– मिगेल डी सर्वांटेस, 'डॉन क्विओट'

'ड्रिमिंग रूम'मध्ये पहिल्यांदा पाऊल टाकणारे लोक काहीसे सचिंत असत. आपलं इथं नेमकं काय होणार, ही त्यांची चिंता असे.

ती चिंता, ते ओशाळलेपण त्यांच्या चेहऱ्यावर, त्यांच्या देहबोलीतून, त्यांच्या चालण्या-वागण्यातून, स्वत:ची ओळख करून देताना, अगदी ते हसतानाही लपून राहत नसे.

कोणालाही सहजपणे वाचता येईल, असं प्रश्नचिन्ह चेहऱ्यावर घेऊनच ते वावरत असत. 'माझं काय होणार?' हा तो प्रश्न असे.

'ड्रिमिंग रूम'च्या प्रत्येक सत्राच्या पहिल्या दिवशी हे प्रश्नचिन्ह धारण केलेले चेहरे मला दिसत असत.

त्या खोलीत असा प्रश्न न पडलेली एकच व्यक्ती असायची आणि ती म्हणजे मी!

हे प्रश्नचिन्ह सावलीसारखं त्यांचा पाठलाग करायचं, एखाद्या काळ्याकुट्ट ढगासारखं सावट त्यांच्यावर धरायचं; कोणत्या तरी अनपेक्षित घटनेचा सामना आपल्याला करावा लागणार आहे, अशी भीती त्यांच्या डोळ्यांत असायची.

मग 'माझं काय होणार?' हा प्रश्न त्यांच्या लेखी प्रश्नच उरायचा नाही, तर ती त्यांची मनोधारणाच बनून जायची.

अर्थात 'ड्रिमिंग रूम'च्या प्रत्येक सत्राच्या प्रारंभी हे असं आणि असंच घडणार, हे मी आता गृहीत धरलं होतं.

'ड्रिमिंग रूम'मध्ये मी काही घडवून आणू इच्छित होतो, तिथं हे घडणारच. हे प्रश्नचिन्ह कायमस्वरूपी असणारच, हे मला काही काळाने कळून चुकलं. खरं सांगायचं, तर 'ड्रिमिंग रूम'मधील माझ्या कार्यक्रमाच्या मर्मस्थानाचा कायमस्वरूपी कब्जा हेच प्रश्नचिन्ह घेणार, हेही मला जाणवलं होतं. 'ड्रिमिंग रूम'मध्ये आम्ही परस्परांशी संबंध जोडताना, परस्परांचा शोध घेताना, प्रत्येकातील सुप्तावस्थेत असलेल्या उद्योजकाला जागं करतानाही हेच प्रश्नचिन्ह तिथे ठिय्या मारून बसणार, हे मी पुरतं ओळखलं.

'ड्रिमिंग रूम'च्या मी डझनवारी कार्यशाळा घेतल्या असतील. आज मागे वळून पाहताना माझ्या निदर्शनास एक गोष्ट येते, ती म्हणजे 'माझं काय होणार?'' या प्रश्नाने प्रत्येक छोट्या व्यवसायाला एक विशिष्ट असा आकार दिलाय. बंद पडत चाललेल्या अनेक व्यवसायांना, त्यात काम करणाऱ्या व्यक्तींना एक नवी उभारी दिलीय. व्यवसायात काम करणारे कर्मचारी आणि त्यांचे मालक यांच्यातील नातेसंबंधांत परस्परविषयक आदर आणि सद्भावना निर्माण केलीय.

हा प्रश्न माझ्याशी संबंधित असलेल्यांच्या मनात घर करून बसलाय आणि त्यामुळेच आपला व्यवसाय किती वाढणार आहे, कसा वाढणार आहे, तो आहे त्याच स्थितीत राहाणार आहे का, इत्यादींबाबत ते आडाखे बांधू शकले आहेत. आपलं व्यावसायिक उद्दिष्ट गाठायचं असेल, तर किती गुंतवणूक करायला हवी, त्यासाठी मनुष्यबळ किती लागेल, या कर्मचाऱ्यांची काम करण्याविषयीची मानसिकता काय आहे, या प्रश्नांची उत्तरं त्यांना त्यांच्यात घट्ट रुजून असलेल्या 'माझं काय होणार' या प्रश्नात सापडली आहेत.

थोडक्यात 'ड्रिमिंग रूम'मध्ये जर काही घडायचं असेल, तर या प्रश्नाचा प्रारंभीच्या काळात आणि नंतरच्या अडीच दिवसांच्या सत्र काळात सांगोपांग विचार व्हायला हवा, ही गोष्ट सूर्यप्रकाशाइतकी स्वच्छ होती. नाहीतर कार्यशाळेत सहभागी झालेल्यांच्या पदरात नवं असं काहीच पडणार नाही. त्यांचे व्यवसाय 'ड्रिमिंग रूम'मध्ये येण्यापूर्वी ज्या स्थितीत होते, ते तसेच राहणार होते.

या प्रश्नाची व्याप्ती केवळ व्यवसायापुरती मर्यादित नाही. जीवनाचा खरा आनंद ज्याला घ्यायचाय, त्यालाही या प्रश्नाला सामोरं जाण्यावाचून गत्यंतर नाही.

***

'माझं काय होणार?' या प्रश्नाचं उत्तर अगदी सोप्पं आणि सरळ आहे. ते आहे, 'तू मरणार आहेत!'

माझ्या या प्रत्येक 'ड्रिमिंग रूम'मध्ये जेव्हा-जेव्हा मी हे उत्तर देतो, तेव्हा तिथे उपस्थित असलेला प्रत्येक जण हसतो.

पण त्यांचं ते हसणं खरं असतं का?

खरं सांगायचं तर 'नाही.' ते हसणं नेहमीसारखं नसतं. आपण कशाच्या तरी दबावाखाली आहोत, आपल्या मनात जे संशयाचं आणि संभ्रमाचं धुकं संपलंय, त्याला वाट करून द्यायचीच, असं तेथील प्रत्येकाला वाटत असतं. माझं वरील उत्तर त्यांना ती वाट मोकळी करून देतं.

मला वाटतं, सगळ्याच हास्यांचा जन्म असाच कोणत्या ना कोणत्या कारणातून होत असावा. 'मरण' या कल्पनेने आपली संवेदनशीलता बोजड केलेली असते, आपला विवेकही मरणाच्या भीतीपासून, 'मरण' नावाच्या सत्यापासून दूर राहणंच पसंत करत असतो. त्याला अशी कधी तरी वाट मिळते आणि तो हास्यातून प्रकट होतो.

आपण सर्व जण मरणार आहोत, हे सर्वांनाच ठाऊक आहे; मग त्याची भीती वाटण्याचं कारण काय, मरणात खरोखर वाईट असं काय आहे? खरंतर वाईट असं काहीच नाही. पण मरणाच्या कल्पनेबद्दल काही आनुषंगिक असे प्रश्न असतात. ते आपल्याला सर्वांनाच सतावत असतात. हे प्रश्न म्हणजे, आपण कधी मरणार आहोत? आणि त्याहून महत्त्वाचं म्हणजे 'कसे' मरणार आहोत?

'मरण' हे सत्य असलं, तरी ते नेमकं कसं असतं, मरणानंतर आपलं नेमकं काय होतं, या शंका सगळ्यांनाच भेडसावीत असतात आणि या शंकांचं समाधानकारक असं निरसन अद्याप कोणीही केलं नसल्याने, एकूण मरण या कल्पनेविषयी आपल्या मनात एक भीती कायमस्वरूपी वास्तव्य करत असते.

कदाचित या अज्ञाताविषयी भीती सर्वांच्या मनात असू शकते, हे मी मान्य करतो. पण खरी भीती वेगळीच असते. ती म्हणजे या आत्ताच्या क्षणापासून प्रत्यक्ष

शेवटच्या (मरणाच्या) क्षणापर्यंतच्या मधल्या काळात 'माझं काय होणार?'' हा प्रश्न सर्वांना भेडसावत असतो.

हा प्रश्न माझ्या मते अनिश्चिततेतून निर्माण होतो. आपल्याला कोणत्या यातनांतून जावं लागणार आहे, आपण एकाकी तर पडणार नाही ना, आपल्याला पुरेसा पैसा, पुरेसं प्रेम, पुरेशी मैत्री मिळेल काय; या सर्वांबाबतच एक अनिश्चितता असते. त्याच्याच जोडीने आपल्याला चांगलंसं घर मिळेल का, पुरेसं अन्न मिळेल का, आपली विश्वासार्हता काय, या बाबीही चिंताजनक असतात आणि या सर्वांवर कडी करणारा आणखी एक प्रश्न असतोच आणि तो भीतियुक्त प्रश्न असतो. माझं माझ्या आयुष्यावर नियंत्रण राहील का?

माझ्या मते नियंत्रणाचा हा मुद्दा अत्यंत कळीचा आहे. माझ्या 'ड्रिमिंग रूम'मध्ये येणाऱ्या आणि न येणाऱ्यांनाही ते जिथे कुठे असतील, त्यांना हा प्रश्न अक्षरश: खायला उठतो. 'माझं माझ्यावरचं नियंत्रण सुटलं, तर काय होईल?'

जर मी माझ्यावर नियंत्रण ठेवलं, तर मला नको असलेलं असं काहीही माझ्या बाबतीत घडणार नाही, अशी प्रत्येकाची भावना असते.

पण स्वत:वर नियंत्रण ठेवणं हेच मुळी त्रासदायक असतं, असं तुम्हाला वाटत नाही का? प्रत्येक जण म्हणत असतो, 'माझं माझ्यावर नियंत्रण नाही आणि ते पूर्वीही नव्हतं, हे मला माहीत आहे. पण मी परिस्थितीवर नियंत्रण ठेवण्यासाठी जिवाचा आटापीटा केला नाही का? असा आटापीटा करून आणि परिस्थितीवर जास्तीत जास्त नियंत्रण ठेवण्याचा प्रयत्न करूनही माझ्या हाती काय लागलं? माझा अनुभव सांगतो की, परिस्थितीवर नियंत्रण ठेवण्यात मला यश आलं नाही. मी ज्याला नियंत्रण समजत होतो, तो एक भास होता.'

पुरेशी माहिती न घेता मी काही निर्णय घेतले आणि तेच बरोबर आहेत, असं समजून चाललो; पण आपलं काहीतरी चुकलंय, आपल्या निर्णयात कशाची तरी कमतरता आहे, याची जाणीव मला झाली, पण तेव्हा फार उशीर झाला होता. माझ्या धारणा, माझे दृष्टिकोन आणि माझी मतं, सारं काही चुकीचं होतं.

या साऱ्याचा माझ्या निर्णयप्रक्रियेवरच नकारात्मक परिणाम झाला. यापुढे आपण जो निर्णय करू, तो चुकीचाच असणार, या भीतीने माझ्या मनाचा पगडा घेतला; त्यामुळे 'माझं काय होणार' या प्रश्नाने माझ्या पिच्छाच पुरवायला सुरुवात केली.

मग एका क्षणी मी ठरवलं की, योग्य निर्णय करायला मला एकच आयुष्य मिळालंय. सर्व काही पुन्हा एकदा नव्याने सुरू करण्याची संधी माझ्यासाठी उपलब्ध आहे.

मरणाचा आणि नियंत्रणांचा भीतिदायक विचार मी झटकून टाकला. 'मरण' ही जर एक अज्ञात अशी अंधारयात्रा असेल आणि माझ्या कशावरही असलेल्या किंवा नसलेल्या नियंत्रणाची किंमत शून्य असेल, तर त्याचा विचार मी आताच का करू?

तर अशा रीतीने आमच्या 'ड्रिमिंग रूम'मध्ये या भीतीने पुन्हा एकदा जोरदार मुसंडी मारली.

अर्थात याच भीतीने आतापर्यंत तुमची सोबत केलीय. तुम्ही जेव्हा अगदी लहान होता आणि लहान मुलं जे काय करतात ते करत होता, लहानपणी जेव्हा स्वप्नं बघत होता, शिकत होता; तेव्हापासूनच ही भीती तुमच्याबरोबर आहे. माझं काय होणार, हा प्रश्न तुम्हाला कदाचित नंतर कधीतरी पडला असेल; पण भीती त्याआधीपासूनच होती. आपल्या बाबतीत, आपल्या जीवनात काहीतरी घडणार आहे, याची तुम्हाला प्रथम जाणीव झाली, तुम्ही कोणाच्या तरी जीवनात काहीतरी घडताना पाहिलं असणार आणि त्यातूनच तुमच्या मनात प्रश्न निर्माण झाला असणार 'माझं कसं होईल?'

सुरुवातीला तुम्हाला असंही वाटलं असणार की, सभोवतालचं सारं काही आपल्याच जीवनाचा एक भाग आहे आणि आपणही सभोवतालच्या सर्वांचा एक भाग आहोत. हळूहळू तुम्हाला तुमच्या स्वतंत्र अस्तित्वाची जाणीव झाली असणार. मात्र त्याच वेळी या आपल्या नव्या अस्तित्वाला सीमा आहेत, आपल्या अस्तित्वाचे अंतरंग आणि बाहेरचं वेगळं असं जग असे दोन भाग आहेत, हेही तुमच्या लक्षात आलं असेल. आपल्या अंतरंगात जे-जे आहे, ते आपलं आणि उरलेलं सगळं दुसऱ्याचं, मग तुमचं अंतरंग विस्कटून टाकण्यासाठी बाहेरच्या गोष्टी प्रवेश करू लागल्या असणार. कधीकधी अशा गोष्टी आपल्या अंतरंगात चपखलपणे बसत नाहीत, म्हणून त्या तुम्हाला आवडेनाशा होत असणार. हे सारं चालू असताना तुम्हाला एक गोष्ट समजली असणार. ती म्हणजे, या साऱ्यावर नियंत्रण घालण्याची गरज आहे. आपले अंतरंग शाबूत ठेवायचे असतील, तर बाहेरच्या गोष्टींवर नियंत्रण ठेवलं पाहिजे. पुढे-पुढे ही गरज एवढी तीव्र झाली असणार की, तुमच्या जीवनाचा ती भाग बनली असणार. या धोकादायक दुनियेत स्वतःची वाढ खुंटू द्यायची नसेल, तर अशा नियंत्रणाची गरज आहे, अशी तुमची पक्की मनोधारणा झाली असणार.

हे आपल्या सर्वांच्या बाबतीत घडत असतं, त्याला कोणीही अपवाद नसतो. काही जणांच्या बाबतीत हे थोडं लवकर घडतं, तर काही जणांच्या बाबतीत उशिरा आणि या सर्वाला आपण ओळखतो ते 'मानवी परिस्थिती' या प्रसिद्ध नावाने.

तर माझ्या 'ड्रिमिंग रूम'मध्ये येणाऱ्या प्रत्येकाची आकांक्षा असते की, आपण ही मानवी परिस्थिती बदलून दाखवायची. यातील बहुतेकांनी या परिस्थितीचा विचार केलेला नसतो, ते त्या बाबतीत पूर्णपणे अनभिज्ञ असतात. महत्त्वाची गोष्ट अशी आहे की, परिस्थितीचं पूर्ण अवलोकन केल्याशिवाय ती बदलणं केवळ अशक्यप्राय असतं.

मानवी परिस्थितीचं आकलन करून देणं, तिच्याविषयी सजगता निर्माण करणं

या मोठ्या जबाबदाऱ्या मी माझ्या 'ड्रिमिंग रूम'मध्ये पार पाडत असतो.

इथे सहभागी झालेल्या प्रत्येकाला परिस्थितीचं आकलन करून देणं, हा आमच्या प्रक्रियेचा एक भागच आहे. इथे येताना प्रत्येक जण आपल्या आवडीनिवडी आणि पर्याय घेऊन येत असतो. या घटकांचा त्यांच्यावर चांगला पगडा असतो. तो पगडा योग्य आहे की नाही, हे तपासूनच त्यांना मानवी परिस्थितीविषयीचे धडे दिले जातात.

तर अशी ही माझी गोष्ट मी तुम्हाला सांगितली. आता आपण एकत्रितपणे पुढे जाणार आहोत. आता तुम्ही तुमची गोष्ट सांगायची आहे.

तुम्ही इथे 'नेमकं काय' करण्यासाठी आला आहात? आणि हे 'नेमकं काय' हे शोधून काढायचं असेल, तर तुम्हाला कोणत्या साधनांची गरज भासेल? तुम्ही तुमचं आयुष्य पुन्हा नव्याने कसं सुरू करणार आहात?

या प्रश्नांची उत्तरं देण्यास सुरुवात करा. त्यानंतर तुमची गोष्ट आपोआप तयार होत जाईल.

***

थांबा आणि लक्ष केंद्रित करा

तुमच्या कथेचा पाठपुरावा

लक्षात ठेवा, हा एक 'अत्यंत पवित्र' असा क्षण आहे. इथून पुढे तुमच्या आयुष्याचा संपूर्ण मार्गच बदलून टाकणाऱ्या अशा एका गोष्टीचा तुम्ही शोध घेणार आहात. हा एक अत्यंत महान, अत्यंत मोलाचा आणि अत्यंत गतिमान असा क्षण आहे. या क्षणी माझे विचार ऐकतानाच काही प्रश्न विचारावे वाटतील, तुम्ही ते विचारलेच पाहिजेत. माझ्याशी प्रश्नोत्तरं करताना अलिप्त राहू नका, क्रियाशील व्हा आणि माझ्याशी संवाद साधा.

इथे मी तुमचा मार्गदर्शक आहे, असं समजा. इथे तुम्हाला मदत करण्यासाठीच आलो आहे. इथे मी तुम्हाला सर्वस्वी नव्या अशा प्रक्रियेत गुंतवणार आहे. आतापर्यंत 'तुमचे अंतरंग' आणि 'बाहेरचं जग' असे दोन घटक तुमचं नियंत्रण करत होते. ही घटना आता कालबाह्य झालीय, असं समजा. ज्या मार्गाने तुम्ही इथं आलात, तो आणि ज्यावरून इथून पुढे तुम्ही वाटचाल करणार आहात तो, हे दोन्ही मार्ग पूर्णपणे भिन्न आहेत.

हे सगळं काहीसं आध्यात्मिक आहे, असं वाटतंय? 'होय' आणि 'नाही' ही. एका ठरावीक मर्यादेपर्यंत आपण सर्वच जण आध्यात्मिक असतो. पण मी जे काही सांगणार आहे, ते पूर्णत: आध्यात्मिक नसेल. कारण तुम्ही अनुचरावी, अशी कोणतीही परंपरा इथे नाही. आचरण केलाच पाहिजे, असा कोणताही धर्म इथे नाही. तुम्ही पारंगत व्हावं, असं कोणतंही धर्माचरण किंवा पूजाविधी इथे नाहीत. इथं फक्त मी आहे आणि तुम्ही आहात. आपल्या सर्वांतच वास करून असणारा सुप्तावस्थेतील एक उद्योजक आहे. आपल्यात जी शक्ती आहे, जी 'कल्पनाशक्ती' आहे, जी 'आस' आहे आणि जी 'सर्जनशक्ती' आहे; यांचा वापर करून तो नव्याने काहीतरी निर्माण करणार आहे. आपल्या आत जो दडून आहे, ते तो बाहेर काढणार आहे आणि त्याला मदत करण्यासाठीच आपण इथे एकत्र

आलो आहोत.

आपला विचार म्हणजेच आपण आहोत. आपले आचार म्हणजेच आपण आहोत. आमच्या कल्पनाशक्तीचा फुलोरा म्हणजेच आपण आहोत, 'मी' आहोत. माझ्यातील 'मी' हा माझा आहे, तसा तुमचाही आहे. चला, आपल्या मनश्चक्षूसमोरील गोष्ट प्रत्यक्षात आणू या. आता जी गोष्ट तुम्ही तयार करणार आहात, अशी गोष्ट तिचं नाव आहे – 'तुम्ही!'

१८

सुप्त गोष्टीला अंकुर फुटला...

'माझ्या व्यक्तित्वात एक 'असुर' दडलेला आहे. त्याला बाहेर काढायचं असलं की, माझ्या हातून पद्यरचना होते. माझी अवस्था झपाटल्यागत असते. मला शांत झोपी जायचं असतं; पण माझ्यातील गीत मला तसं करू देत नाही. मग मी उठतो आणि कागदावर काहीतरी खरडतो, मगच मला झोप लागते आणि माझ्या बाबतीत हे नेमकं रात्री-अपरात्रीच घडतं किंवा अर्धवट झोपेत असताना घडतं. अशा वेळी मला काहीच करावंसं वाटत नसतं, पण मग गाणं रचण्यावाचून माझ्यापुढे दुसरा पर्याय नसतो आणि मग मी गाणं लिहितो आणि मोकळा होतो.'

– जॉन लेनन

ज्यांनी 'गुगल' सुरू केली, त्यांना त्यांची गोष्ट माहीत होती आणि ती त्यांना माहीत असणार, याची मला खातरी आहे. माझी अशीही खातरी आहे की, बिल गेट्स, फ्रँक लॉईड राईट, महात्मा गांधी, पिकासो, आइनस्टाईन, जॉर्ज वॉशिंग्टन, बेंजामिन फ्रॅन्कलीन आणि मदर तेरेसा या सर्वांनाच त्यांच्या-त्यांच्या गोष्टी माहीत होत्या.

आपल्या आयुष्यात ज्यांनी काहीतरी भव्य-दिव्य केलंय, जगावर छाप टाकलीय; त्या सर्वांनाच त्यांची गोष्ट माहीत होती. त्या सर्वांचा जीवनालेख पाहिला, तर प्रकर्षाने जाणवतं, ते हे की; आपल्या गोष्टींमध्ये जगात महत्त्वाचे बदल घडवण्याची ताकद आहे, हे त्यांना उमजलं होतं.

या अलौकिक व्यक्तींमधील वरकरणी छोट्या वाटणाऱ्या गुणांनीच आपल्याला

प्रेरणा मिळते. हे गुण अत्यंत साधे आणि सहज साध्य वाटतात. या गुणांपेक्षाही दुर्मीळ असे गुण आपल्याला सापडेपर्यंत तरी त्यांचं आपल्या जीवनातील स्थान अबाधित असतं. अशा अप्राप्य गोष्टींत तर आपल्याला 'देव' या संकल्पनेचा समावेश करावा लागेल. कारण तो केवळ अप्राप्यच नाही; तर तो वर्णनातीत आहे अज्ञेय आहे.

मी ज्या गोष्टींचा इथे उल्लेख करत आहे, त्या अत्यंत मानवी आहेत. त्या आपल्या कल्पनाशक्तीतून निर्माण झालेल्या असल्या, तरी अप्राप्य मुळीच नाहीत. ज्या मिळवण्याची मनिषाच धरू नये, अशा कोटीतील तर त्या मुळीच नाहीत. आपलं आताचं अस्तित्व काय आहे, हे आपण चांगल्या प्रकारे जाणून घेतलं आणि प्राप्त परिस्थितीचा सासासार विचार केला; तर त्या गोष्टी सहजसाध्य आहेत, हे तुमच्या लक्षात येईल.

दुसऱ्याच्या मनाला आनंद होईल असं काहीतरी करावं, ही आपली आकांक्षा असू शकते. आपल्या परिस्थितीवर मात करून असाध्य ते साध्य करण्याची, 'सुजलाम सुफलाम...' असं जग निर्माण करण्याची, व्यवसाय आणि अध्यात्म यांची सांगड घालून उद्योगविश्व उभारण्याचीही आकांक्षा आपण करू शकतो. सर्वोत्तम गोष्टींच्या मिलापातून निकृष्टतेची तीव्रता कमी करण्यासाठी आपण प्रयत्न करू शकतो.

कधीकधी माझ्या मनात विचार येतो. डॉ. मार्टिन ल्यूथर किंग (ज्यु.) यांचा ध्यास आणि बिल गेट्स यांची अद्वितीय हुशारी एकत्र आली असती, तर नेमकं काय घडलं असतं? मदर तेरेसा यांची असीम समर्पण वृत्ती आणि स्टीव्ह जॉबची सळसळती प्रतिभा यांचा मिलाप झाला असता, तर नेमकं काय घडलं असतं? वॉल्ट डिस्ने यांची सर्जनशक्ती आणि पिकासोची प्रतिभा यांच्या संगमातून नेमकं काय बाहेर पडलं असतं? त्याचप्रमाणे व्यवसाय आणि अध्यात्म एकत्र आणता आलं तर? त्यातून अध्यात्माने भारलेलं व्यावसायिक यश निपजू शकेल? आणि त्याचा परिणाम काय असेल?

माझ्याप्रमाणेच असे कल्पनांचे खेळ करणारे अनेक तरुण उद्योजक असतील, नाही आहेतच! त्यांचं युग आता सुरू होत आहे. हे जग आपण पाहिलं आहे, त्याची लज्जत चाखली आहे. या नव्या जगाची नांदी सुरू झाली आहे. ही नांदीच माझ्या 'ड्रिमिंग रूम'चं स्वागतगीत ठरणार आहे. तेव्हा नव्या उद्योजकांनो, 'ड्रिमिंग रूम'मध्ये तुमचं स्वागत असो!

***

माझ्याप्रमाणेच तुम्हीही ज्या मूळ ठिकाणी होता, त्या ठिकाणापासून तुमची गोष्ट सुरू केली आहे, फक्त मीच करू शकतो आणि तुम्हाला मात्र ती अशक्यप्राय

आहे, अशी कोणतीही गोष्ट नाही, हे मी यापूर्वीही तुम्हाला सांगितलंय. तुम्ही अगदी योग्य ठिकाणी तुमच्या गोष्टीचा प्रारंभ केला आहे. आता माझ्या मागोमाग या. कारण इथून पुढे आपला प्रवास खरोखरच गंभीरपणे सुरू होणार आहे. आता मी जसं लिहित जाईन, तसं लिहायला सुरुवात करा.

मला एक अर्थपूर्ण अशा जगाची निर्मिती करायचीय. यासाठी मी आतापर्यंत कधीही तयार केलं नव्हतं, असं एक 'व्यवसाय प्रारूप' (Business Prototype) तयार करीन. हे प्राप्त करताना माझ्या काही ठोस कल्पना होत्या. त्या कल्पनांना न्याय देणारं, हे प्रारूप असेल. या प्रारूपावर आधारित जो व्यवसाय असेल, तो अर्थपूर्ण असेल. या व्यवसायात गुंतवलेल्या प्रत्येक पैशांतून मला अपेक्षित परतावा मिळवण्यासाठी मी प्रयत्नशील राहीन.

लोकांच्या जीवनात या व्यवसायामुळे फरक पडेल आणि तो सर्वांना ठळकपणे जाणवेल, याची खातरी मी बाळगीन. हा बदल म्हणजेच माझ्या गोष्टीचा केंद्रबिंदू असेल. माझी गोष्ट आणि त्यातून निघालेल्या व्यवसायाच्या यशाने लोक आश्चर्यचकित होतील. मी त्यांना माझ्या व्यवसायाची गुपितं तंतोतंत विशद करून सांगेन. अर्थात हे कसं केलं, हे सांगण्यापेक्षा ते 'का' केलं, हे सांगण्यावर माझा भर असेल. प्रत्येक वेळी मी जेव्हा ही कथा इतरांना सांगेन, तेव्हा ती समृद्धच होत जाईल. माझ्या आशा-आकांक्षांना ती दररोज नवसंजीवनी देईल. ज्यांनी जगात परिवर्तन घडवून आणलं, त्यांनी नेता बनावं, हे माझं स्वप्न असेल. मी माझ्या कथेचं आणि अनुभवांचं त्यांच्याशी आदान-प्रदान करीन. मी अशा गोष्टींचं संकलन करून दररोज त्यातील एक गोष्ट वाचीन आणि माझ्या आशा-आकांक्षा सदोदित फुलवत ठेवीन. मी महान कथांचा लेखक असून त्या कथांची शक्ती किती असते, ते मी जाणतो. महान गोष्टींचं कथन महान कथाकारांनीच करावं आणि त्यामुळे त्या कथांची शक्ती वाढते, यावर माझा गाढा विश्वास आहे. मला माझ्या आणि इतरांच्या गोष्टी प्रभावीपणे सांगणारा एक शिक्षक बनायचंय.

लोकांनी आपलं जीवन समृद्धपणे जगावं, हे स्वप्न प्रत्यक्षात आणण्यासाठीच माझा जन्म झालाय, ही धारणा मी कधीही सोडणार नाही. महानतेच्या स्पर्शाने ज्यांची आयुष्य बदलून गेलीयंत, त्यांच्यासाठी मी सतत काम करत राहीन. त्यासाठी महानतेच्या मार्गावरून कधीही

ढळणार नाही. जे अशा महान मार्गापासून, महान गोष्टींपासून वंचित आहेत; त्यांच्यासाठी महान गोष्टी आणि महान मार्गांची निर्मिती करीन.

मी एक महान योद्ध्यांचं जग कल्पिलं आहे. हे योद्धे माझ्या आत असतील – महान मार्ग तयार करायला, महान गोष्टी रचायला आणि महान जीवन तयार करायला ते सज्ज असतील. ते महान गोष्टी कशा रचायच्या, महान मार्ग कसे तयार करायचे आणि समृद्ध आयुष्य कसं जगायचं, याचे पाठ इतरांना देतील. मी हे सारं तुमच्यासाठी लिहिलंय. मी माझी महान गोष्ट कशी तयार केली आणि त्यापासून स्फूर्ती घेऊन तुम्ही तुमची महान गोष्ट कशी तयार करू शकता, हे या पुस्तकाच्या माध्यमातून तुम्हाला सांगितलंय.

बंधूभगिनींनो! आता तुमचं जग पूर्वीप्रमाणे असणार नाही. ते आता तुम्हाला कसलंही आव्हान देऊ शकणार नाही. हे जग तुमचं स्वागत करील, तुम्हाला आपल्यात सामावून घेईल. तुमचं संशोधन करील, तुम्हाला प्रेरणा देईल; कारण जग हीच एक महान गोष्ट आहे, महान कथानक आहे. खरंतर 'जग' हेच एक महान 'कथानक' आहे.

***

थांबा आणि लक्ष केंद्रित करा

सुप्त गोष्टीला अंकुर फुटला...

हे सगळं करण्याचं एक आसुसलेपण आपल्यात निर्माण झालं आहे आणि ते आपल्याला जाणवतंय, असं तुम्हाला वाटू लागलंय का? तुमच्यातील 'कृतिशील उद्योजक' जागा होत असून तो आपले अनुभव लिहायला आणि कथन करायला आसुसलेला आहे, ही भावना तुमच्यात निर्माण झालीय का? त्याला आपला आवाज सापडला असून आता तो त्याला मोकळा करायचाय, तो नवं काही करण्यापासून स्वत:ला दूर ठेवत नाही. त्याला जगण्यासाठी काम करायचंय आणि तो या साऱ्यांचं बारकाईने निरीक्षण करतोय; मात्र त्याच वेळी तो दबावाला कंटाळलेला आहे. आपलं कोणीही ऐकून घेत नाही, म्हणून वैतागलाय; असा एक कोणीतरी, तुमच्यातून बाहेर पडायची धडपड करू लागलाय, असं तुम्हाला वाटत नाही?

तुमच्या आजूबाजूच्या परिसरातील प्रत्येकाजवळ एक सांगण्यासारखी गोष्ट आहे आणि ती नेमकी तुमच्यापाशी नाही, असं कसं होऊ शकतं? तुमच्या आजूबाजूच्या जगात सर्वांचा विध्वंस होतोय आणि तरीही तुमच्याकडे सांगण्यासारखी गोष्ट नाही, यावर कुणाचा तरी विश्वास बसेल का?

जरा बारकाईने पाहा. मी ज्या गोष्टींचा उल्लेख करतोय, त्या आजूबाजूला अक्षरश: विखुरल्या आहेत. कोणीतरी आपली दखल घ्यावी, कोणीतरी आपल्याला आवाज द्यावा, आपल्याला प्रतिसाद द्यावा म्हणून त्या वाट पाहत थांबल्यात. या अशा लोकांच्या गोष्टी आहेत, ज्यांना गरज नसताना संघर्ष करावा लागतोय, ज्यांना कोणताही आटापिटा करण्याची गरज नाही, ते आटापिटा करताना दिसतायंत. इथे असे अनेक जण आहेत, ज्यांना डोळे आहेत; पण ते पाहू शकत नाहीत. कान आहेत, पण ते ऐकू शकत नाहीत. भावना आहेत; पण ते त्यांचा अनुभव घेऊ शकत नाहीत. असे लोक अनेक आहेत. आकडेवारीच सांगायची,

तर आजमितीला अशा लोकांची संख्या सहा अब्जांच्या घरात जाईल.
कशाची तरी कमतरता हेच त्यांचं जीवन आहे. तुमच्यातील उद्योजक जागा होऊन त्यांच्या गरजा, त्यांच्या आकांक्षा, त्यांच्या वेदना, त्यांचं नैराश्य समजून घेत नाही; तोपर्यंत त्यांच्या सद्य:स्थितीत काहीही फरक पडणार नाही.
मी तुम्हाला पुन्हा एकदा सांगू इच्छितो; तुम्ही दृष्टी टाकाल, तिथं तुम्हाला हे लोक दिसतील. तुम्ही त्यांच्याकडे लक्ष देणं, हे महत्त्वाचं आहे. त्यांची दखल घेणं, हेही महत्त्वाचं आहे आणि तिथेच तुमची गोष्ट आहे. छोट्या उद्योगांना करावा लागणारा संघर्ष फक्त मीच पाहिलाय का? या उद्योगातील लोकांना इतक्या अल्प मोबदल्यासाठी एवढे प्रचंड कष्ट उपसण्याची मुळीच गरज नाही. अशा छोट्या उद्योगांनी अपयशी ठरावं, असं कोणतंही कारण नाही. मग या छोट्या उद्योजकांची समस्या तरी काय आहे, जी फक्त त्यांना दिसत नाही? त्यांच्या मार्गात कायमचा अडसर बनून राहिलेली, ती नेमकी अडचण तरी काय आहे?
हे सर्व सांगितल्यावर आणि केल्यावर ही गोष्ट प्रत्यक्षात आणण्याची जबाबदारी आता सर्वस्वी तुमची आहे. या साऱ्यांचं सार असलेली एक महान गोष्ट तयार करायची की नाही, याचा निर्णय आता तुम्ही करायचाय.
तुमची मार्गक्रमणा आता सुरू झालीय. या मार्गावर अनेक गोष्टी तुम्हाला करायच्यायंत आणि त्यात तुमचं असणं, हे अपरिहार्यच आहे. तुम्ही आणि मी जी गोष्ट तयार करत आहोत, यात अव्यक्त अशी काही सत्यं दडलेली आहेत. तुम्हाला इथं वचनबद्ध व्हायचंय आणि तुमच्याशिवाय अशक्य आहे. जगाला जे तुमच्याकडून योगदान हवं आहे, तेही तुमच्याशिवाय अशक्य आहे. तुमचा शोध तुमच्या सहभागाविना अपुरा राहणार आहे. तुम्हाला तुमच्यातीलच उद्योजक जागा करायचाय आणि तुमचे प्रयत्न नसतील, तर ते तसं होणार नाही.
आता तुमच्यातील 'मी' जागा झालाय. या 'मी'ने आता अनेक गोष्टींचा, अनुभवांचा संचय केलाय. या संचयाचं सर्वतोपरी संरक्षण करणं, हे आता तुमचं कार्य आहे आणि तुमच्यात वास करून राहिलेल्या त्या चौघांचं काय? 'स्वप्नाळू', 'विचारवंत', 'कथाकथनकार' आणि 'नेता' हे जे चौघे आहेत; ते सर्व जण तुमच्यावरच अवलंबून आहेत, हे कदापि विसरून चालणार नाही. ते सर्व जण तुमच्याकडे अपेक्षितपणे पाहत आहेत आणि तोच प्रश्न विचारतायंत, ही गोष्ट आम्ही करणार आहोत का? त्याची सुरुवात झालीय का? आता तुम्हाला गोष्ट सांगावीच लागेल, जर तुमच्या 'मिशन'चा उलगडा व्हायचा असेल, तर तुम्हालाच पुढाकार घ्यावा लागेल. जर जोखीम पत्करणं अटळ असेल, तर ती तुम्हाला पत्करावीच लागेल. तुम्ही जो मार्ग निवडलाय, त्याच्यावरून तुम्हालाच चालावं लागेल.

'ड्रिमिंग रूम'मध्ये येणारा प्रत्येक जण तुमच्यासारखाच असतो. मी त्यांना माझ्या गोष्टी सांगतो. या सर्व गोष्टी माझ्या स्वानुभवातून तयार झालेल्या आहेत. माझी आणि तुमची जगण्याची रीत एकच आहे. इथे तुम्ही जे जगत आहात, ते तुमचे तुम्ही संपूर्णपणे जगत आहात. तुमच्यातील स्वप्नाळू, तुमच्यातील विचारवंत, तुमच्यातील कथाकथनकार, तुमच्यातील नेता यांच्यापैकी कोणीही स्वतंत्रपणे जीवन जगत नाहीय. ते जगताहात 'तुम्ही' आणि म्हणूनच ही गोष्ट 'तुमची' आहे.

आता तुम्ही माझं पुस्तक घेऊन जिथं बसला आहात आणि त्यातील ज्या गोष्टींची चर्चा करताहात, त्या खरंतरष्ट तुमच्याच गोष्टी आहेत. तुमचा त्यांच्यावर हक्क आहे. त्या गोष्टी तुम्हाला लिहायच्यात, त्या सांगायच्यात, त्या प्रत्यक्षात आणायच्यात. तेव्हा कृपया तुमच्या नोंदवह्या उघडा आणि हे सारं विसरण्यापूर्वी लिहून काढा. मला हे करायचंय, हे फक्त मलाच करायचंय. ते करण्याची नेमकी हीच वेळ आहे. हा माझा स्वत:चा मार्ग आहे. मी तो तयार केलाय. या पृथ्वीवर माझी म्हणून असलेली ही एकमेव जागा आहे. हे सर्व लिहून काढा. आत्मसात करा. कारण तेच सत्य आहे.

भाग ५

नेता आणि मिशन

१९

'नेता'

'भविष्यात जर तुम्हाला वेगळं काही बनायचं असेल; तर आता तुम्ही आहात त्याचा, तुमच्या वर्तमान अस्तित्वाचा त्याग करावा लागतो, आणि हीच जगातील सर्वांत महत्त्वाची गोष्ट आहे, असं ब्राट्झलावचा नाशमन म्हणतो, या प्रक्रियेला तो 'माकीफ' (Mukkif)साठी 'निमी' (Pnimi)चा त्याग करणं असं म्हणतो. त्याच्या मते 'निमी' म्हणजे अशी एक जुनी आणि ओळखीची वृत्ती, जी तुम्हाला तुमच्या जीवनप्रवासात फारशी साथ देत नाही. तरीही तुम्ही तिला चिकटून बसता. 'माकीफ' म्हणजे असं काहीतरी जे सर्वापलीकडे असतं. ते प्राप्त करून घ्यायचं असलं, तर खोल गर्तेतही उडी मारायची तुमची तयारी असायला हवी.'

– मार्क गाफनी, 'द मिस्टरी ऑफ लव्ह'

माझ्या 'इ-मिथ' पुस्तकात मी 'नेता' या संज्ञेबद्दल बरंच लिहिलंय, विशेषत: अलीकडच्या 'इ-मिथ', 'इ-मिथ मिस्टरी'. जागतिक दर्जाची कंपनी उभारण्यासाठी अत्यावश्यक असलेल्या 'सात शिस्ती' या पुस्तकांमधून 'नेता' म्हणजे काय, याचा मी विस्ताराने ऊहापोह केलाय.

कोणत्याही महत्त्वाच्या गोष्टीचं नेतृत्व करायचं असेल, तर पाच अत्यावश्यक कौशल्यांबाबतही मी बोललो आहे. ती कौशल्यं आहेत 'एकाग्रता', 'तत्समभाव', 'संघटना', 'नावीन्य' आणि 'संवाद.'

मी 'मार्केटिंग नेता', 'अर्थविषयक नेता', 'व्यवस्थापनातील नेता' आणि

'उद्योगाचा नेता' यांच्यातील फरकही समजावून सांगितले आहेत.

इथे मात्र मी नेत्याविषयी एका वेगळ्याच दृष्टिकोनातून चर्चा करणार आहे. प्रत्यक्ष उद्योग सुरू होण्यापूर्वी ज्या नेतृत्वाची गरज असते, त्याविषयी ही चर्चा असेल. याला मी 'कोऱ्या कागदापासून सुरू झालेलं नेतृत्व' म्हणतो.

हो! कागद कोरा आहे, पण त्याच्यावर पूर्वीच काही अंशी आपण काहीतरी लिहिण्याचा प्रयत्न केलाय, उदाहरणार्थ –

- स्वप्नाळू, विचारवंत आणि कथाकथनकार यांनी त्याचं काम चोख पार पाडलेलं आहे.
- स्वप्नं, दूरदृष्टी आणि निष्पत्ती यांनी आपापली जागा घेतली असून 'मिशन'ची व्याख्या करायला त्या तयार होऊन बसल्या आहेत.
- ज्या नेत्याने मिशन हातात घ्यायचं आहे, त्याच्याकडून कशा प्रकारच्या बांधिलकीची गरज आहे, त्यावरही बराच विचारविनिमय करण्यात आला आहे.
- कथा ही नेहमीच गतिमान असते, हे सांगून झालंय.
- व्यावसायिकाला आपण गोष्ट सांगू, याचा केवळ आत्मविश्वास असणं एवढं तुमच्यासाठी पुरेसं नाही; तर ती सांगताना तुम्ही उत्तेजित झाला पाहिजेत, याचाही आपण विचार केला आहे.

***

आता नेतृत्व कसं घडतं, याचा अभ्यास करू या. समजा मी एखाद्या नेत्याशी संभाषण करतोय; तेव्हा काय घडतं, कोणत्या प्रकारची बोलणी होतात, ते मी तुम्हाला दाखवणार आहे. हा संवाद कदाचित 'माझा माझ्याशीच' अशा स्वरूपाचा असू शकतो. कारण मी एक 'हू इज मॅनी एस्पिनोजा' नावाची एक काल्पनिक कंपनी यासाठी कामाला लावणार आहे. हे काम सुरू असताना मी आणि माझ्यातील नोकरभरती करू इच्छिणारा काल्पनिक उद्योजक यांच्यात नेमके कोणते संवाद होतील, त्याचं दर्शन मी तुम्हाला घडवणार आहे.

मी माझ्या या 'हू इज मॅनी एस्पिनोजा' या कंपनीमार्फत रेस्टॉरंट, हॉटेल आणि बांधकामाच्या ठिकाणी लागणाऱ्या कर्मचाऱ्यांची भरती करणार आहे. या कर्मचाऱ्यांचा वयोगट १७ ते २४ वर्षं असा आहे. अमेरिकेत या तिन्ही क्षेत्रांतील कर्मचारी गळतीचं प्रमाण १०० टक्के एवढं भयानक आहे. दुसऱ्या शब्दांत सांगायचं, तर या उद्योगांना दर आठवड्याला अडीच लाख आणि वर्षाला सरासरी १३ दशलक्ष कर्मचाऱ्यांची गरज असते. ही गरज कशी पूर्ण करायची?

नेमका हाच प्रश्न सोडवण्याचं काम 'मॅनी एस्पिनोजा' करणार आहे. कसं? यांपैकी अनेक कर्मचाऱ्यांना साधी-साधी कौशल्यं माहीत नसतात. व्यावसायिक

कौशल्यांमध्ये ते पारंगत नसतात आणि जीवनरक्षाविषयक कौशल्यांची तर त्यांना गंधवार्ताही नसते. ही सारी कौशल्यं शिकवण्याचं काम माझी नवी कंपनी करणार आहे.

त्यानंतर रेस्टॉरंट, हॉटेल आणि बांधकाम व्यवसाय हे 'हू इज मॅनी एस्पिनोजा'चे ग्राहक बनतील. कारण आम्ही या उद्योगांच्या गरजा लक्षात घेऊन, त्यांना पर्याय निवडण्याची संधी देऊन कर्मचारी पुरवणार आहोत. तसंच आम्ही जे कर्मचारी त्यांना पुरवणार आहोत, ते कुशल आणि पारंगत असतील. ते संबंधित उद्योगात दीर्घकाळ सेवा करू शकतील, त्यांची उत्पादनक्षमता जास्त असेल. त्यांच्या या गुणांमुळे त्यांना लवकर बढती मिळेल. अशा रीतीने कर्मचाऱ्यांचा आणि कंपन्यांचाही फायदा होईल.

एक गोष्ट लक्षात घ्या, मी ज्या अधिकाऱ्यांशी चर्चा करतोय, तो पूर्णपणे काल्पनिक आहे. माझा इतिहास सांगून तुम्हाला 'बोअर' करणं हा माझा हेतू नाही, उलट तुम्ही तुमचा इतिहास निर्माण करावा, यासाठी माझे प्रयत्न सुरू आहेत.

तेव्हा आपलं सर्व काही खेळीमेळीत चालू द्या. लक्षात ठेवा, आपण इथे नेतृत्वाविषयी चर्चा करतोय. एकतर हा नेता तुम्ही स्वत: असू शकता किंवा भविष्यात तुम्ही तुमचं आर्थिक आणि सर्जनशील भविष्य ज्याच्यावर सोपवणार आहात, ती व्यक्ती असू शकते. आता आपण एक अत्यंत महत्त्वाचा निर्णय घेणार आहोत. असा निर्णय, जो कोणत्याही उद्योजकाने आतापर्यंत घेतला नसेल. तुमच्या व्यवसायाचं नेतृत्व करू शकेल, अशा नेत्याची निवड आपण आता करणार आहोत....

***

नेत्याला भेटताना...

माझ्यासमोर बसलेली ही व्यक्ती कोण आहे? तिला चालना कोण देतं? जिचा इतके दिवस आपण पाठपुरावा केला, ती संधी आलीय, असं का वाटतं? ती प्रत्यक्षात कोण आहे? ती प्रत्यक्षात काय विचार करतेय?

मी माझ्या 'हू इज मॅनी एस्पिनोजा' या नव्या कंपनीसाठी निवडण्यात येणाऱ्या प्रमुख संघटनात्मक अधिकाऱ्यांसमोर बसलोय, असं समजा आणि वरील प्रश्नांची उत्तरं मला शोधून काढायची आहेत, हे लक्षात घ्या.

माझ्यासमोर जो उमेदवार आहे, तो सुमारे ४५ वर्षांचा असावा. त्याची शरीरयष्टी उत्तम आहे. त्याची उंची सुमारे ६ फूट असून वजन १८० पौंडांच्या दरम्यान असावं. तो नम्र आहे, त्याचं संगोपनही उत्तम प्रकारे झालेलं असावं. या आत्ताच्या भेटीतून नेमकं काय साध्य होणार आहे, याबद्दलचं औत्सुक्य त्याच्या डोळ्यांत आहे. तो कदाचित माझ्याबद्दलही वरीलप्रमाणेच विचार करत असेल, त्यालाही प्रश्न पडले

असतील, 'हा कोण माणूस आहे, खरंच हा मायकेल जर्बर आहे का? मी त्याच्यावर विश्वास ठेवावा का? त्याला आपण काय करतो आहोत, याची नेमकी कल्पना तरी आहे का? याच्या कंपनीच्या महत्त्वाकांक्षा पूर्ण होतील का? मला याच्याबरोबर काम करायचंय का? मी त्याच्या शब्दांवर विसंबून राहू शकतो का?' इत्यादी.

२००७च्या जुलै महिन्यात मी एका नोकरभरती करणाऱ्या कंपनीची मदत घेतली होती. मला काही अधिकाऱ्यांची भरती करायची होती. त्या कंपनीने माझ्याकडे ज्या व्यक्तीला पाठवलं होतं; त्याचं नाव होतं, जॉन ब्लॅकवेल. नोकरभरती करणाऱ्या कंपन्यांचा माझा याआधीचा अनुभव फारसा चांगला नव्हता. त्यांनी जे उमेदवार पाठवले होते, ते माझ्या अपेक्षा पूर्ण करू शकले नाहीतच; पण माझा पैसा आणि वेळही त्यात वाया गेला. त्यामुळे ही सर्व प्रक्रिया पुन्हा एकदा नव्याने सुरू करताना मी फारसा उत्साही नव्हतो.

पहिल्या वेळी मला ज्या समस्या आल्या, त्यांना मीच कारणीभूत होतो. पहिल्या कंपनीने जेव्हा माझ्याकडे उमेदवार पाठविले, तेव्हा मला कोणत्या प्रकारचा अधिकारी पाहिजे, हे मी त्यांना नीट समजावून दिलं नव्हतं.

मला माझ्या कंपनीसाठी 'प्रमुख संघटनात्मक अधिकारी' (COO) हवा होता. पण त्या कंपनीच्या मते खरंतर मला एका 'प्रमुख कार्यकारी अधिकाऱ्याची (CEO) गरज असून, मी कंपनीचा संचालक म्हणून काम पाहणं योग्य ठरेल.

मला या क्षेत्राविषयी फारशी माहिती नसल्याने मी त्यांना बळी पडलो. आता मी मागे वळून पाहताना असं वाटतंय की, मी त्यांचं ऐकायलाच नको होतं. कारण प्रारंभीच्या काळात कंपनीला 'सीईओ'ची नाही, तर 'सीओओ'ची जास्त गरज असते. मला माझ्या नव्या उद्योगाची सूत्रं भलत्याच माणसाकडे सोपवायची नव्हती. त्या आधीही मी तो प्रयोग केला होता, आणि सपशेल तोंडघशी पडलो होतो. मला आता माझ्या कंपनीची सूत्रं स्वत:कडेच ठेवायची होती आणि संघटनात्मक पातळीवर जो कंपनीची उद्दिष्टं साध्य करण्यास साहाय्यभूत ठरेल, अशा एखाद्या व्यक्तीची 'प्रमुख संघटनात्मक अधिकारीपदी' (COO) नियुक्ती करायची होती. या जागी मला अशा व्यक्तीची गरज होती की, जी ग्राहकांची मागणी ओळखून उत्पादन प्रक्रियेत संघटनात्मक नेता या नात्याने सहभागी होऊ शकेल आणि त्याच वेळी एखाद्या दूरदृष्टी असलेल्या 'सीईओ'ला दैनंदिन पातळीवर कंपनीची धोरणं राबवण्यात मदत करेल. याशिवाय कर्मचाऱ्यांचा कामाप्रती ओढा वाढवणं, कंपनीचा फायदा आणि वाढ लक्षात घेऊन पुरवठादारांशी योग्य व्यवहार करणं आणि गुंतवणूकदारांचा विश्वास संपादन करणं ही कामंही त्याने करावी, अशी माझी अपेक्षा होती.

थोडक्यात कंपनीला एखादं काम मिळालं; तर ते ग्राहकांच्या अपेक्षेप्रमाणे पूर्णत्वास नेणारा, कंपनीची उद्दिष्टं, कंपनीची गोष्ट नेमकी काय आहे, हे जाणणारा

असा ‘सीओओ’ (COO) मला अभिप्रेत होता.

कंपनीची ‘गोष्ट’ ही केवळ ‘सीईओ’पुरती मर्यादित नाही, तर आपणही त्यात वाटेकरी आहोत, हे त्याने ठळकपणे दाखवणं अपेक्षित होतं. त्याने केवळ हांजी-हांजी करून भागणार नव्हतं; तर कंपनीचं मिशन हेच ‘आपलं मिशन’ आहे, असं समजून त्याने त्याचा पाठपुरावा करावा, त्या मिशनने त्याला झपाटून टाकावं आणि ते पूर्ण करताना आपल्यातील सर्वोत्तम गुणांचं दर्शन घडवावं, असंही मला वाटत होतं.

जॉन ब्लॅकवेल मला वरकरणी तरी योग्य असा उमेदवार वाटला. अर्थात कोणाच्याही करियरविषयक बाबींचा विचार करताना ज्या काळज्या घेणं आवश्यक होतं, त्या आम्ही घेतल्या. आमच्या अनेक बैठका झाल्या, त्यात त्यांच्याकडून असलेल्या अपेक्षांची आम्ही सविस्तर चर्चाही केली. पण आम्ही संभाषण सुरू ठेवलं. मला हवा असलेला अधिकारी जॉनमध्ये दिसतोय की नाही, हे पडताळून पाहण्यासाठी अशा संभाषणाची आवश्यकता होती. यापूर्वी ‘सीईओ’ची निवड करताना माझं तोंड चांगलंच पोळलं होतं. त्या उमेदवाराला ‘सीईओ’विषयी त्याला जे वाटतंय, तेच तो बोलतोय, अशी माझी समजूत झाली होती आणि तिथेच मी मार खाल्ला होता. ती चूक मला पुन्हा करायची नव्हती. एकतर माझ्याकडे तेवढा वेळही नव्हता आणि पैसाही नव्हता.

मला वाटणारी चिंता जॉन ब्लॅकवेलला बरोबर समजली होती. त्याने या चिंतांवर मात कशी करायची, हे पुढील शब्दांत मला सांगितलं –

‘‘मायकेल, माझे वडील मला नेहमी सांगायचे; मागाहून पश्चात्ताप वाटेल असं कोणतंही काम हाती घेऊ नकोस, कोणतीही जबाबदारी घेण्यापूर्वी आणि घेतल्यानंतर तिच्याबाबत धरसोडपणा करायला जागा नसते. कोणत्याही जबाबदारीची पूर्ण जाणीव झाल्याखेरीज मी ती अंगावर घेत नाही. याचा अर्थ असा नाही की, मी कधीच चुकणार नाही. माझ्या वडिलांनी माझ्याकडून किंवा माझ्या भावंडांकडून अशी भलती अपेक्षा कधीच केली नाही. पण कामावर असताना उद्धटपणाला थारा देऊ नका, असं ते नेहमी सांगायचे. आणखी एक सल्ला ते द्यायचे आणि तो महत्त्वाचा आहे. ते म्हणायचे, ‘माणसाच्या जीवनात बांधिलकी ही अत्यंत सन्माननीय अशी चीज असते. तिच्या बाबतीत अळमटळम कधीच चालत नाही.’’

काहीसा विचारमग्न होऊन जॉन इथे क्षणभर थांबला आणि त्याने पुन्हा सुरुवात केली.

‘‘ ‘मॅनी एस्पिनोजा’च्या माध्यमातून तुला काय साधायचंय, ते मी व्यवस्थित समजावून घेतलंय. पण या कंपनीत दाखल होण्यापूर्वी आणखी काही प्रश्नांची उत्तरं मला तुझ्याकडून हवी आहेत.’’

तो पुढे म्हणाला, ‘‘माझा पहिलाच प्रश्न ‘मॅनी’विषयी आहे. मुळात ‘मॅनी’ तुला

महत्त्वाचा का वाटतो? तू त्याच्या आयुष्यात बदल घडवशील, असं तुला का वाटतं? थोडक्यात त्याच्याविषयी इतरांना माहीत नाही, असं काय आहे, जे फक्त तुला माहीत आहे?

माझं उत्तर तयारच होतं आणि जॉनच्या प्रश्नांना ते नेमकं लागू पडणारं होतं. ''खरं सांगायचं, तर इतरांपेक्षा मला 'मॅनी'विषयी काहीही जादा माहिती नाही, तसंच माझी कंपनी त्याच्या आयुष्यात बदल घडवून आणण्यासाठी नक्की काय करणार आहे, याचीही मला कल्पना नाही. हे सारं करणं गरजेचं आहे आणि म्हणूनच मी ते करणार आहे, एवढंच मी जाणतो. 'मॅनी'चं जीवनमान खालावत चाललंय, अशी माहिती मला मिळालीय. माझं अंतर्मन आणि माझा अनुभव एवढंच सांगतोय की, मला योग्य अशा व्यक्तींची निवड करून, त्यांनी 'मॅनी'च्या आयुष्यात बदल घडवून आणावा, अशी मी अपेक्षा करत आहे आणि त्यासाठी आवश्यक ती प्रेरणा मी या लोकांना देणार आहे. माझी या निर्णयाबद्दल ठाम खातरी आहे. हे घडणार आहे, याबाबत मी मुळीच साशंक नाही. जर मी हे केलं नाही, तर ते दुसरा कोणीतरी करील आणि म्हणूनच मला तुझी आवश्यकता आहे.''

माझं बोलणं संपल्यावर मंद हास्य करत जॉन ब्लॅकवेल म्हणाला, ''पण हे करण्यासाठी तू एवढा हट्टाला का पेटलायंस? एखाद्याचं आयुष्य सुखी होण्यासाठी ज्या गोष्टींची आवश्यकता असते, त्या तर तुला याआधीच मिळाल्या आहेत. एक यशस्वी कंपनी उभारण्याचं तुझं स्वप्न पूर्ण झालंय. तू बऱ्यापैकी प्रसिद्धही आहेस. तू अनेक उद्योगांवर आणि त्यांच्या मालकांवर छाप टाकली आहेस. मुख्य म्हणजे आता तू वयाच्या सत्तरीत आहेस. तू सेवानिवृत्त होण्याऐवजी हे काय आरंभलंयस?''

त्याच्या प्रश्नांना प्रतिसाद म्हणून मी मंदसं हास्य केलं. त्याने विचारलेले प्रश्न महत्त्वाचे होते. हेच प्रश्न मला याआधीही अनेक जणांनी विचारले होते. या प्रश्नांचं उत्तरही सोपं आणि थेट होतं.

मी म्हणालो, ''मला याची गरज आहे; जॉन, कारण आव्हानं स्वीकारणं मला आताही आवडतं. काहीतरी अर्थपूर्ण करण्याची संधी माझ्याकडे आली आहे. या संधीचा फायदा घेऊन मी जर काही योग्य पावलं टाकली आणि त्याला अभूतपूर्व असा प्रतिसाद मिळाला; तर मी लाखो लोकांचं, ते काम करत असलेल्या कारखान्यांचं, त्यांच्या मालकांचं आणि त्यांच्यावर विसंबून असलेल्या शेकडो कुटुंबांचं जीवन बदलू शकेन, अशी माझी खातरी आहे. ही जबाबदारी फार मोठी आहे, ती अशक्य कोटीतील वाटते, म्हणूनच ती आव्हानात्मक आणि चैतन्यदायी आहे. या सगळ्या कल्पनेचा विचार करण्यात, तिच्याविषयी चर्चा करण्यात एक विलक्षण आनंद आहे. ती प्रत्यक्षात आणताना जेवढे अडथळे येतील, तेवढी मजा येईल. आपण जर ही कल्पना प्रत्यक्षात आणली, तर संपूर्ण देशावर तिचा काय परिणाम होईल, याची

नुसती कल्पना कर जॉन! कोणीतरी हे करावं, अशी अपेक्षा करणारी लाखो तरुणांची पिढी आज आपल्या देशात तयार झाली आहे आणि खरं सांगू का, मी हे केल्याशिवाय जगू शकेन, ही कल्पनाच मला त्रासदायक वाटत आहे. मला वाटतं, तुझ्या प्रश्नांची उत्तरं तुला मिळालीयंत.''

जॉनने होकारार्थी मान हलवली आणि तो म्हणाला, ''मग मला आणखी काही प्रश्नांची उत्तरं दे. तुझ्या कंपनीतील COO (सीओओ) या पदासाठी मीच योग्य उमेदवार आहे, हे मी सिद्ध केलं, तर तू मला माझं काम माझ्या पद्धतीने करताना किती मोकळीक देणार आहेस? तुझा माझ्यावर किती अंकुश राहणार आहे?''

अगदी नेमका प्रश्न विचारलास, जॉन! या आधीच्या तुझ्या प्रश्नांना मी सहजपणे उत्तरं दिली होती; पण या प्रश्नाचं उत्तर तसं सहज सोपं नाहीय, तरीही मी प्रयत्न करतो!

जॉनच्या या प्रश्नाला मला प्रामाणिकपणे उत्तर द्यायचं होतं आणि त्याच वेळी त्याला दुखवायचंही नव्हतं. तो क्षण मला गोंधळात टाकणारा होता. पण मी जे काही करायचं ठरवलं होतं, त्याच्याशी मी ठाम होतो, म्हणूनच मी पुढे म्हणालो,

''माझ्या मनात 'मॅनी एस्पिनोजा' या कंपनीचं बीजारोपण कसं झालं, तिच्याविषयीच्या माझ्या नेमक्या भावना काय आहेत, या कंपनीने लोकांच्या जीवनावर नेमका कोणता आणि कसा ठसा उमटवला पाहिजे, हे मी तुला सविस्तरपणे सांगितलं आहेच. तिची कार्यप्रणाली काय असेल आणि तिच्यातून धनप्राप्ती कशी करता येईल, हेही मी तुला सांगितलं आहे. एक गोष्ट मात्र मी तुला सांगितलेली नाही. ती म्हणजे या भावी कंपनीचं दृश्य स्वरूप कसं असेल, तिचा भावनिक भाग कोणता, ती नेमकं कशा रीतीने काम करील आणि तिचं अर्थकारण कसं असेल. हे सर्व घटक माझ्या दृष्टीने अनन्यसाधारण आहेत. खरंतर ते माझ्या सर्वच कंपन्यांचे 'मापदंड' आहेत. हे सर्व माझ्या मनातले मांडे आहेत, असं समजू नकोस. त्या माझ्या अत्यंत गंभीर स्वरूपाच्या अपेक्षा आहेत आणि त्यात तसूभरही बदल होणार नाही, हे तू लक्षात घे.

''म्हणूनच 'मॅनी एस्पिनोजा'चा 'सीओओ' म्हणून काम करताना या मापदंडांची पायमल्ली होणार नाही, याची खबरदारी तुला घ्यावी लागेल. उदाहरणार्थ या कंपनीचा ड्रेसकोड ठरलेला असेल. तो कोणीही मोडता कामा नये, तो जणू काही लष्करी गणवेश आहे, असंच प्रत्येकाने समजलं पाहिजे. तो परिपूर्णच असायला हवा.

''जॉन, माझ्या या जगात 'परिपूर्णता' या शब्दाला अत्यंत महत्त्व आहे. कामाचा दर्जा अत्युच्च असा असायला हवा, अशी तुमची इच्छा असेल, तर 'परिपूर्णते'ला पर्याय नाही. माझ्या कंपनीच्या कोणत्याही पदावरील कर्मचाऱ्याला 'परिपूर्णता' या शब्दाला केवळ अर्थ माहीत असून भागणार नाही, तर तो गुण त्याच्या नसानसांतून वाहायला पाहिजे. 'मॅनी एस्पिनोजा' जे काही करील, ते

परिपूर्णच असेल. 'सीओओ' म्हणून माझी तुझ्याकडून हीच अपेक्षा असेल. या अपेक्षांना सामोरं कसं जायचं, ते तूच ठरवायचं आहेस, हाच तुझ्या माझ्यातील कराराचा महत्त्वाचा भाग असेल. अर्थात तुझ्या काही निर्णयांबद्दल मी काही सूचना तुला करणारच आहे. माझे काही निर्णय, काही अटी तुला जाचक वाटतीलही, परंतु अंतिमत: आपण दोघांनी मिळून जे काही करणार आहोत, त्याच्यासाठी हे आवश्यकच होतं, हे तुला पटेल.

''सुरुवातीला हे थोडंसं कठीण जाणार आहे. उदाहरणार्थ माझ्या कंपनीचा 'ड्रेस कोड'. याबद्दल अनेक लोकांची अनेक मतं असू शकतात. पण त्यांच्या मतांनी इथे काहीही फरक पडणार नाही. कारण 'ड्रेस कोड'बाबतचा अंतिम निर्णय माझाच असेल. 'ड्रेस कोड' आणि 'परिपूर्णता' हे घटक कोणत्याही कंपनीची परंपरा आणि कंपनीतील एकजूट यांचं प्रतिनिधित्व करतात. 'ड्रेस कोड'सारख्या प्रतिकात्मक वाटणाऱ्या बाबीसुद्धा संघटनेत महत्त्वाची भूमिका पार पाडत असतात, असा माझा विश्वास आहे. अशा बाबीतून संघटनेतील एकात्मता प्रदर्शित होत असते. अशी एकात्मता मला इतर संघटनांत क्वचितच पाहायला मिळाली आहे.

''मला माझ्या कंपनीच्या दृष्टीने महत्त्वाच्या वाटणाऱ्या अनेक घटकांपैकी या काही आहेत. या अपेक्षा पूर्ण व्हाव्यात आणि दर्जा टिकवावा, असे माझे प्रयत्न असतील. अर्थात या दर्जावर आणि अपेक्षांवर तुझा स्वत:चा पूर्ण विश्वास असायला हवा, तरच त्या तू पूर्ण करू शकशील. जर त्यांच्यावर तुझाच विश्वास नसेल आणि केवळ अधिकारी म्हणून त्यांना अव्हेरायचं नाही, एवढंच तू ठरवलं असशील, तर आपल्या संबंधांत काही पेचप्रसंग निर्माण होतील आणि असं बऱ्याच वेळा होतं, हे मी तुला अनुभवान्ती सांगू शकतो आणि मला पुन्हा त्याच अनुभवांतून जायचं नाहीय.''

मी पुढे म्हणालो, ''दर्जाच्या बाबतीत एक गोष्ट मी तुला सांगू इच्छितो. मी दर्जाचा आग्रह धरतो, त्या अर्थी 'मॅनी एस्पिनोजा'ही त्याला अपवाद नाही. ही कंपनी एका ठरावीक यंत्रणेवर चालावी, असं मी मानतो.

आपण जी-जी गोष्ट करू, तिची व्यवस्थित नोंद व्हायला पाहिजे. प्रत्येक गोष्टीची अंमलबजावणी यंत्रणेनुसारच व्हायला पाहिजे. या यंत्रणाच आपल्या संघटनात्मक मनोभूमिका निश्चित करणार आहेत. माझ्या कंपनीत जे काम करतील, इतरांना आपल्या अनुभवांच्या आधारे प्रशिक्षण देतील, त्या सर्वांनाच आणि त्यातून पुढे येणाऱ्या नेतृत्वालाही या यंत्रणेशी बांधिलकी ठेवावी लागेल. परिपूर्णता, स्वत:च्या कौशल्यावर प्रभुत्व, सातत्य आणि स्वयंशिस्त हे माझ्या यंत्रणेचे चार महत्त्वाचे घटक असतील. आपण एखादं काम हाती घेतलं, तर ते पूर्ण करण्याची आपली क्षमता किती आहे, या सर्व घटकांची आपण एखाद्या व्यवस्थित अशा यंत्रणेत बांधणी करू शकतो का, या यंत्रणेला आपण आपल्या कंपनीच्या कार्यपद्धतीत

व्यवस्थित बसवू शकतो का, इत्यादी प्रश्नही महत्त्वाचे आहेत. कारण हीच यंत्रणा वापरून पुढे कोणीही एखादा प्रकल्प राबविल्यास, त्याला फारशा अडचणींचा सामना करावा लागता कामा नये. यासाठी ही काळजी घेतली पाहिजे.

"'मॅनी'मधून बाहेर पडणारा प्रत्येक जण ही यंत्रणा आत्मसात करणार आहे, हे आपण गृहीत धरून चाललं पाहिजे. त्याला या यंत्रणेतील तर्कसंगती, संघटनाचातुर्य, नावीन्य आणि संवादकौशल्य हे विषयही समजावून सांगावे लागतील. 'मॅनी'तून बाहेर पडणारा प्रत्येक जण या सर्व अभ्यासाचं आपल्या वैयक्तिक जीवनातही अनुकरण करणार आहे. त्याला शिकवण्यात आपण यशस्वी ठरलो, तर तो आपला कायमस्वरूपी मित्र बनणार आहे. अर्थात हे सर्व साधायचं असेल, तर कंपनीचा 'सीओओ' या नात्याने तुझ्या जबाबदाऱ्या वाढणार आहेत. कंपनीच्या प्रत्येक निर्णयात, प्रत्येक नव्या कामगिरीत तुला पुढाकार घ्यावा लागेल. तुला तुझ्या टीममध्ये तुझ्या सहकाऱ्यांची मनोभूमिका बळकट करण्याबरोबरच शिस्त आणि कामाविषयीची आत्मीयता निर्माण करावी लागेल.

"जॉन, हे वेगळ्या शब्दात सांगायचं असेल; तर मी म्हणेन की, कंपनीच्या सर्व अपेक्षांचं, दर्जाविषयीच्या आग्रहांचं प्रतिबिंब तुझ्या प्रत्येक कृतीतून दिसलं पाहिजे. हे केवळ एक काम नाही, तर आयुष्यभराची ती एक भूमिका आहे. आता पुन्हा सांगतो, हे सर्व कसं पार पाडायचं, ते तुझं तूच ठरवणार आहेस. आता तरी तुझ्या प्रश्नांची उत्तरं तुला मिळाली का जॉन?"

जॉन ब्लॅकवेलने पुन्हा एकदा होकारार्थी मान हलवली. अर्थात त्याच्या या होकारात लाचारी किंवा नाइलाजाची भावना नव्हती. मी जे काही सांगितलं, ते त्याला मनोमन पटलं होतं, असे भाव त्याच्या चेहऱ्यावर दिसत होते.

प्रत्युत्तरादाखल तो म्हणाला, "आपला हा संवाद सुरू असताना माझ्या वडिलांनी मला दिलेल्या शिकवणीची वारंवार आठवण येत होती. गंभीर गोष्टी या गांभीर्यानेच घ्यायच्या असतात आणि अशा गोष्टींची योग्य ती बूज आपण ठेवली पाहिजे, असं ते मला सांगायचे. एकदा तुम्ही एखादं काम मनोभावे करायला लागलात की, तुम्ही तिचा सन्मान राखता, ती पार करण्यासाठी लागणाऱ्या यंत्रणेचा सन्मान राखता. मायकेल, तू जेव्हा तुला कोणत्या गोष्टी महत्त्वाच्या वाटतात, ते सांगत होतास, तेव्हा त्यांचं महत्त्व तुला का वाटतं, हे जाणून घ्यायचा मी प्रयत्न केला. मला आता त्याचं महत्त्व कळलंय आणि आता मी तुला शब्द देतो की, तुझ्या सर्व अपेक्षा आता माझ्या झाल्या आहेत. त्या इथून पुढे माझ्या कार्यपद्धतीचं एक अविभाज्य अंग बनणार आहेत. मी तुला तुझ्याकडून जे हवंय, ते दिलं, याची खातरी बाळग."

त्यानंतर क्षणभर थांबून त्याने विचारलं, "मग मायकेल, आपण सुरुवात कधी करायची?"

“माझ्या आणखी काही अपेक्षा आहेत. त्या विषयी सर्व काही स्पष्ट होईपर्यंत तरी आपण सुरुवात करू शकत नाही, जॉन!” मी उत्तरलो.

***

तुमचं स्वप्न, दूरदृष्टी, उद्दिष्ट आणि तुमचं विहितकार्य यांच्याशी तुमच्या कंपनीच्या नेत्याने केवळ सहमती दर्शवून भागणार नाही; तर या गोष्टींशी तो एकरूप झाला पाहिजे, तल्लीन झाला पाहिजे.

तुमच्या कल्पनांना त्याने केवळ तोंडदेखला पाठिंबा दर्शवून भागणार नाही, तर त्यांच्यावर या नेत्याचा गाढ विश्वास असला पाहिजे.

अर्थात तुमची कल्पनाही जेवढी उत्तुंग असेल, तेवढी ती परिणामकारक ठरू शकेल.

माझ्या कंपनीत काम करणारा एक महत्त्वाकांक्षी नेता होता. त्यानं माझ्या पुस्तकांबद्दल मलाच एकदा सुनावलं होतं. “मायकेल, ही सारी केवळ पुस्तकं आहेत. त्यांचा व्यवहाराशी फारसा संबंध नाही.” इथे एक गोष्ट लक्षात घ्या, ती माझी, मी लिहिलेली पुस्तकं होती. त्यातील सर्वच कल्पना त्याने मान्य कराव्या, असा दुराग्रह मी धरू शकत नव्हतो. माझ्या कल्पनांकडे बघण्याचा त्याचा तो एक विशिष्ट दृष्टिकोन होता. माझी पुस्तकं म्हणजे कल्पनांचं एकत्रीकरण होतं आणि त्यांच्या माध्यमातून मी त्या लोकांपर्यंत पोहोचवत होतो.

कदाचित त्याला असं म्हणायचं असेल की, माझ्या कल्पना म्हणजे केवळ शब्दांचे बुडबुडे आहेत. त्यांना त्याच्या जगात फारशी किंमत नाही. आता ज्याला माझ्या कल्पनाच कुचकामी वाटतात, त्याच्या हाती मी माझ्या कंपनीची धुरा कोणत्या आधारावर देणार होतो? माझा तर माझ्या कल्पनांवर ठाम विश्वास होता. मला जर माझी कंपनी किंवा कोणताही अन्य उद्योग यशस्वी करायचा असेल, तर या कल्पनाच धावून येणार होत्या. या कल्पनाच कंपनीत काम करणाऱ्या प्रत्येकाला प्रेरणा देतात. त्या प्रत्यक्षात आणून आपलं उद्दिष्ट साध्य करायला त्याच साहाय्य करतात. तुमच्या नेत्याकडून चांगली कामगिरी अपेक्षित असेल, तर त्याने तुमच्या कल्पनांशी संपूर्णपणे समरस व्हायला हवं.

आणि म्हणूनच उद्योजकातील नेत्याने त्याच्याच कल्पनांवर विश्वास टाकला पाहिजे. या कल्पनांमध्ये नेत्याने मनःपूर्वक स्वारस्य दाखवायला पाहिजे. त्यांना समजून घेऊन त्यांचा पाठपुरावा केला पाहिजे. असं झालं, तरच तो आपल्या कामाशी बांधिलकी निर्माण करू शकेल आणि त्यामुळेच त्याच्याविषयी विश्वासार्हता वाटेल.

***

त्यानंतर माझ्या नेत्याविषयीच्या माझ्या भावना, त्याने कोणत्या गोष्टींवर विश्वास ठेवला पाहिजे, याची एक यादीच मी जॉन ब्लॅकवेल याला दिली. ती पुढीलप्रमाणे –

१. तुमच्या ध्येयप्राप्तीसाठी तुम्हीच अग्रभागी राहा. तुमचं जे 'मिशन' असेल, त्याच्याशीप्रामाणिक राहा.
२. हाती घेतलेलं 'मिशन' पूर्ण होईपर्यंत त्याची कास सोडू नका.
३. तुमच्या कार्यपद्धतीचे मानदंड निश्चित करा आणि त्यांच्याशी सदोदित एकनिष्ठ राहा.
४. हाती घेतलेलं 'मिशन' आणि त्याची फलनिष्पत्ती निश्चित करा.
५. तुमच्या 'मिशन'वर विश्वास असणाऱ्यांशीच संबंध ठेवा.
६. तुमच्या 'मिशन'शी बांधिलकी असणाऱ्यांनाच जवळ करा.
७. तुमच्या कामाच्या दर्जावर विश्वास असणाऱ्यांवरच विसंबून राहा.
८. तुमच्या कामाच्या दर्जावर विश्वास असणाऱ्यांचीच बांधिलकी प्रमाणभूत माना.
९. तुमच्याभोवती जमणाऱ्यांची तुमच्या कामाच्या फलनिष्पत्तीशी बांधिलकी आहे की नाही, हे तपासून घ्या.
१०. आणि मुख्य म्हणजे जे स्वत:च्या बांधिलकीशी प्रामाणिक आहेत, अशांचीच मैत्री करा.

त्यानंतर मी जॉन ब्लॅकवेलची विश्वासार्हता वाढण्यासाठी कोणते मुद्दे महत्त्वाचे ठरू शकतील, त्यांचीही एक यादी त्याला दिली.

१. कमीत कमी साधनं असताना किंवा ती अजिबातच नसतानाही ध्येयप्राप्ती कशी करायची, ते शिकून घे.
२. कमीत कमी माहितीच्या साहाय्याने ध्येयप्राप्ती कशी करायची, ते शिकून घे.
३. गाठीशी मुळीच पूर्वानुभव नसतानाही ध्येयप्राप्ती कशी करायची, ते शिकून घे.
४. यशप्राप्तीची शक्यता धूसर असतानाही ध्येयप्राप्ती कशी करता येईल, ते शिकून घे.
५. अशक्य कोटीतील कामं शक्य कशी करता येतील, ते शिकून घे.
६. पैशाची लालूच न दाखवता, प्रेरक शक्तीचा अभाव असताना आणि अन्य पर्याय उपलब्ध नसतानाही माणसांना प्रेरणा कशी देता येईल, ते शिकून घे.
७. माणसांच्या चुका न शोधता ती कशी हाताळायची, ते शिकून घे.
८. तुम्ही शंभर जणांना जर तुमची स्वप्नं, तुमची दूरदृष्टी, तुमची ध्येयं आणि तुमचं 'मिशन' कसं आहे, हे समजावून देत असाल; तर असे शब्द आणि वाक्यं वापरा की, त्यातील ९०जणांना ती पटली पाहिजेत. त्यांनी त्याचा

स्वीकार केला पाहिजे. हे कसं करायचं, तेही शिकून घे.

९. प्राप्त यशाची पुनरावृत्ती कशी करायची आणि अपयशाने धीर कसा सोडायचा नसतो, ते शिकून घे.

१०. स्वत:चा स्वत:ला अभिमान वाटला पाहिजे, असा जागतिक दर्जाचा नेता कसं बनता येईल, तेही आत्मसात करून घे.

आणि नंतर आणखी तीन दिवसांच्या चर्चेनंतर आणि प्रत्येक गोष्टीवर केलेल्या सखोल चिंतनानंतर मी जॉन ब्लॅकवेल याला तो 'जादुई' प्रश्न विचारला, ''माझं हे सारं ऐकल्यावरही आपण दोघे एकत्र काम करू शकू, असं तुला वाटतं का?''

''होय नक्कीच!'' तो उद्गारला.

आणि आम्ही त्या क्षणापासून एकत्रितपणे काम करायला सुरुवात केली.

***

थांबा आणि लक्ष केंद्रित करा

'नेता'

जॉन ब्लॅकवेल आणि माझ्यातील संवाद तुम्ही वाचलाच असेल. असा संवाद तुम्ही स्वत:शीच साधा, तरच त्याची उपयोगिता तुम्हाला जाणवेल. असाच संवाद जर तुम्ही माझ्याशी साधला असलात, तर काय केलं असतंत? माझ्या प्रश्नांना कशी उत्तरं दिली असतीत, माझी ठाम मतं आणि कंपनीच्या 'सीओओ' (COO)कडून माझ्या अपेक्षा काय आहेत, इत्यादी प्रश्नांना तुम्ही कसा प्रतिसाद दिला असतात? माझ्या गरजा वाजवीपेक्षा जास्त आहेत, त्या काहीशा अवास्तव आहेत, असं तुम्हाला वाटतं का?

जॉन माझ्याशी जरा जास्तच जुळवून घेत होता. माझा उजवा हात बनण्यासाठी तो जास्तच उतावीळ झाला होता, असं तुमचं मत बनलं आहे का? आपण आश्वासक आहोत, हे ठासून सांगण्याचा प्रयत्न करत होता, असं तुम्हाला वाटतं का? दुसरीकडे, जर मला माझी कंपनी काही विशिष्ट तत्त्वांवर चालवायची असेल, तर मला अशा एका परिपूर्ण 'सीओओ'ची गरज होती आणि ती परिपूर्णता मी जॉनमध्ये शोधत होतो, हे तुमच्या लक्षात आलं का?

आता तुमचं 'मिशन' पूर्ण करण्याची क्षमता असू शकणाऱ्या एखाद्या उमेदवाराची मुलाखत तुम्ही घेत आहात, अशी कल्पना करा. अशा वेळी तुम्ही किती ताठर भूमिका घ्याल? तुम्ही मुलाखत घेताना स्वत:शी किती प्रामाणिक असाल? तुमच्या कंपनीत स्वारस्य दाखवणाऱ्याला तुम्ही तिचं महत्त्व, तिची 'कथा' किती उत्कटपणे सांगाल? तुम्ही तुमच्या अंतर्मनाचा धांडोळा घ्या आणि जॉन ब्लॅकवेलला मी जी 'ऑफर' दिली, तिचा विचार करा. आपण त्याच्या जागी आहोत, अशी कल्पना करा. मुख्य म्हणजे त्याच्या कामाचं स्वरूप कसं असेल, याविषयी विचार करा....

अर्थात तो पैसे हाताळण्यात निष्णात असायला हवा. कंपनीत पैसा कोठून येतो,

त्या पैशाचं 'बॅलन्सशीट' कसं असेल, त्याचं 'इन्कम स्टेटमेंट' कसं करावं, याची त्याला माहिती असणं गरजेचं आहे. कंपनीचं अंदाजपत्रक आणि पूर्व आर्थिक नियोजन या अंगांचा त्याचा अभ्यास असणं आवश्यक आहे. जमाखर्चाचं, तसंच नव्या गुंतवणुकीचं नियोजन त्याला करता आलं पाहिजे.

त्याला कंपनीतील लोकांना ओळखता यायला हवं. कोणाची भरती करायची, गरज भासल्यास कोणाची गच्छंती करायची, त्यांच्यातील नेतृत्वगुण कसे वाढवायचे, त्यांच्या कामगिरीचं मूल्यमापन कसं करायचं, कंपनीचा दर्जा वाढविण्यासाठी त्यांना नेमकी कोणती कामगिरी द्यायची; या सर्वच गोष्टींचे निर्णय करण्याची क्षमता त्याच्यात असणं आवश्यक आहे.

उत्पादनांचं मार्केटिंग करून ग्राहकांच्या अपेक्षा त्याने पूर्ण करायला हव्यात. ग्राहकांची मनं जिंकण्याबरोबरच त्याला व्यावसायिकांच्या संघटना आणि समाजातील प्रभावी गट यांच्याशी संपर्क ठेवता आला पाहिजे. या सर्व घटकांचा सकारात्मक परिणाम कंपनीवर कसा होईल, याचा विचार त्याने सातत्याने केला पाहिजे.

तुमच्यातील नेत्याने सर्वप्रथम कंपनीच्या अगदी तळागाळातील ग्राहकाला, त्याच्या गरजांना सर्वांगांनी ओळखलं पाहिजे. मुख्य म्हणजे, खऱ्या नेत्याला हे सारं आठ तासांच्या भरगच्च कार्यकाळातच साधता आलं पाहिजे.

हे सारं जर अपुरं आहे, असं तुमच्यातील नेत्याला वाटत असेल, तर स्वतःचा असा 'मिशन प्लॅन' तयार करून तो तुम्हाला अमलात आणावा लागेल, हे लक्षात ठेवा.

तुमच्यातील नेत्याचं मी इथं त्याच्या नव्या कर्मभूमीत मनःपूर्वक स्वागत करतो. आता तुमच्या स्वप्नाला साकार रूप येत आहे, या नव्या अनुभूतीला सामोरं जाण्यासाठी सज्ज व्हा!

२०

नेत्याची मोहीम सुरू...

'अर्थाला हेतूशिवाय काहीही अर्थ नाही.'

– रोलो मे, 'लव्ह ॲन्ड विल'

कोणतीही नवी कंपनी सुरू करताना दोन प्रकारचे मार्ग उपलब्ध असतात. त्यांपैकी एक असतो स्वच्छ आणि साफ असा, तर दुसरा असतो, दलदलीने भरलेला. दलदलीच्या मार्गावर केवळ दलदलच असते. सगळा सावळा-गोंधळ असतो, तिथे कुठेही शिस्त नावाची चीजच नसते. तिथे गोष्टी घडत असतात किंवा खरंतर घडत नसतात. अशा गोष्टी, असे उद्योग करण्यात काही जण इतके गढून गेलेले असतात की, आपल्या भोवतालचे लोक नेमकं काय करत आहेत, हे पाहायलाही त्यांच्यापाशी वेळ नसतो. अर्थात ते आपल्या कृतीचं जोरदार समर्थन करतात, कारण कोणत्याही कृतीचं (मग ती चुकीची असली तरी) समर्थन करणं हा नव्या उद्योगजगताचा जणू धर्मच बनला आहे. मग हे लोक येनकेन प्रकारेण आपला उद्योग सुरूच ठेवतात. दिवस साजरा करणं, हीच त्यांची प्रकृती असते.

अर्थात जॉन ब्लॅकवेलचं मिशन आणि तुमच्या नेत्यांचं मिशन हे सुदैवाने वेगळ्या पद्धतीचं आहे.

जॉनने ज्या क्षणी कंपनीत प्रवेश केला आणि तो उद्योग निर्माणप्रक्रियेत भाग घेऊ लागला, तेव्हा त्याला कंपनी अस्तित्वात असण्याची फारशी गरज भासत नव्हती.

उद्योगाचं डीएनए तयार करणं, हे त्याचं काम होतं आणि माझ्या मते हे काम अत्यंत महत्त्वाचं होतं.

कोणत्याही कंपनीच्या व्यवहारात कामाच्या तीन उतरंडी असतात, हे मी माझ्या

'इ-मिथ' या पुस्तकात सांगितलंच आहे. या उतरंडीचंच 'डीएनए' करणं हे सर्वांत खालच्या पातळीपासून सुरू होत असतं. उतरंडीच्या या पायरीला आपल्याला 'सराव' म्हणता येईल. 'सराव' हा कंपनीच्या कार्यपद्धतीतील सर्वांत सोपा आणि स्वयंपूर्ण असा भाग असतो. नेतृत्व निर्माण करताना ज्या तीन मूलभूत घटकांची गरज असते, त्यांचा सरावामध्ये समावेश होतो.

'नेतृत्वनिर्मिती', 'नेतृत्वबदल' आणि 'ग्राहकांची अपेक्षापूर्ती' या त्यांतील तीन गोष्टी होत. कंपनीची वाढ करणं आणि तिचा आर्थिक फायदा करून देण्यासाठी या तीन गोष्टी आवश्यक ठरतात. या तिन्ही गोष्टींचा विकास करून, त्यांची व्यवस्थित नोंदणी करावी लागते. हीच नोंदणी पुढे सामान्यातील सामान्यालाही उपयोगी पडावी अशी असावी. या तिन्ही गोष्टी एकत्र आल्या की, तिचं रूपांतर तज्ज्ञांची यंत्रणा या नव्या यंत्रणेत होतं. ही यंत्रणा एकमेवाद्वितीय असते आणि ती ग्राहकाची क्षमता वाढवण्यास मदत करते. ज्या कंपनीच्या मर्मस्थानी ही यंत्रणा असते, ती त्या कंपनीचं यश निश्चित करते.

उतरंडीत दुसऱ्या पायरीवर प्रत्यक्ष उद्योगाचं स्थान असतं, असं मी मानतो. उद्योगांवर नियंत्रण ठेवणं आणि कार्यक्षमता वाढवणं, ही कामं व्यवस्थापनाने करायची असतात. म्हणूनच ही पायरीही महत्त्वाची ठरते. उद्योग व्यवस्थापन यंत्रणा विकसित करणं, त्यात सुधारणा करणं आणि त्याला स्वावलंबी करणं, यांचा या ठिकाणी समावेश होतो.

कंपनीच्या उतरंडीच्या तिसऱ्या पायरीवरचं स्थान आहे – खुद्द उद्योगाचं. व्यवसायाचं वर्धन करणं, त्यासाठी तज्ज्ञांच्या उद्योग व्यवस्थापनयंत्रणेची मदत घेणं, ही कामं व्यवस्थापकाने करणं; इथे अपेक्षित आहे.

प्रेरणा घेणं, प्रशिक्षित होणं आणि प्रशिक्षण देणं तसंच सल्लामसलतीची देवाणघेवाण करणं, या कोणत्याही उद्योगाच्या पायाभूत गरजा असतात. या गरजांची पूर्तता नेतृत्व यंत्रणेतून होऊ शकते. व्यवस्थापकाच्या दृष्टीने हे सर्वच घटक महत्त्वाचे असतात.

या सर्वांच्या शेवटी मुद्दा येतो, तो कंपनीच्या वाढीचा. वर दिलेल्या सर्व मुद्यांची काटेकोरपणे अंमलबजावणी केली गेल्यास, कंपनीचा विस्तार मर्यादित न राहाता तो चहुदिशांनी पसरतो.

जेव्हा मोठे उद्योग या सर्व बाबींचा सातत्याने विचार करून चालविले जातात, तेव्हा खुद्द त्या उद्योगाची भरभराट तर होतेच, शिवाय तिथे काम करणाऱ्यांनाही एक वेगळी आणि सकारात्मक दृष्टी प्राप्त होते. अशी दृष्टी प्राप्त झालेले कर्मचारी मग इतर उद्योगांना साहाय्यभूत ठरू शकतात. 'वॉलमार्ट'ने याच पद्धतीने मार्गक्रमणा केली आणि तो उद्योग प्रचंड यशस्वी ठरला. 'मॅकडोनाल्ड'नेही हीच रीत वापरली

आणि त्याने जग पादाक्रांत केलं.

हे जसं जॉन ब्लॅकवेलचं मिशन आहे, तसंच तुमचंही मिशन आहे.

ज्या उद्योजकाला आपला उद्योग यशाच्या उत्तुंग शिखरावर नेऊन ठेवण्याची इच्छा असेल, त्याच्यासाठी वर उल्लेख केलेली पद्धती म्हणजे सोन्याचं अंडं देणारी कोंबडी ठरावी. ही पद्धत अवलंबल्यामुळेच तुमच्यातील सुप्त उद्योजक जागा होईल.

असा सराव, अशी कामं करण्याची पद्धत जो कोणी शोधून काढील, तिचा विकास करील, त्यात सुसूत्रता आणेल; त्याला कल्पनातीत यश मिळेल, हे मी हमीपूर्वक सांगू शकतो.

तेव्हा...! ज्यांची नव्या कल्पनांना जन्म घालण्याची क्षमता असेल, त्या सर्व नव्या उद्योजकांचं मी या नव्या उद्योजकांच्या विश्वात स्वागत करतो.

***

थांबा आणि लक्ष केंद्रित करा

नेत्याची मोहीम सुरू...

'सोन्याचं अंडं देणारी कोंबडी' हा वाक्प्रचार तुम्हाला माहीत आहेच; पण त्याचा अर्थ, त्या अर्थामागे लपलेला संदेश तुम्ही कधी वाचलाय का? हा संदेश आता यापुढे तुम्हाला कळणार आहे. या संदेशातून मिळणारा आनंद अवीट आहे, अवर्णनीय आहे. हा संदेश तुम्हाला नीट उमगला, तर तुम्हीसुद्धा तुमची 'मॅकडोनाल्ड' कंपनी उभारू शकता. मग त्यासाठी अशक्य कोटीतील कल्पना, अवघड वाटणारं 'व्यावसायिक मॉडेल' किंवा एखाद्या महान गोष्टीची गरजच नाही. तुम्ही स्वत:चा असा एक अचंबित करणारा आणि प्रचंड फायदेशीर ठरणारा उद्योग उभारू शकता; त्याचा प्रारंभ अगदी आजच, या घटकेपासून करू शकता. हे सारं कसं करायचं, हे सांगणारी यंत्रणा, मित्रांनो! तुमच्यासाठी याआधीच तयार आहे. या यंत्रणेची तुमच्या कल्पनेशी सांगड घालणं, तिला चालना देणं, एवढंच तुम्हाला करायचं आहे. जॉन ब्लॅकवेलनं एक बांधिलकी म्हणून हे सारं केलंय, मी केलंय आणि माझ्यासारख्या लाखो उद्योजकांनी केलंय.

एक क्रांतिकारी पर्व सुरू करण्याची वेळ आता आली आहे. आता जरा मागे वळून बघा, तुम्ही यापूर्वी केलेल्या नोंदींवरून एक नजर टाका. स्वत:ला गांभीर्याने घ्या. काही महत्त्वाच्या नोंदी लिहिल्या नसतील, तर आतापासून लिहायला सुरुवात करा. कारण अशा नोंदी आवश्यक आहेत.

हे सर्व करण्यापासून तुम्हाला दूर ठेवू शकणारं असं काहीच नाही. पैसा, भांडवल हे मुद्दे महत्त्वाचे नाहीतच. कारण तुम्ही कामाला सुरुवात केलीत की, पैसा आपोआप तुमच्याकडे चालत येणार आहे. मोठी कंपनी सुरू करायची असेल, तर पूर्वानुभवाचीही गरज नाही. खरंतर तसा पूर्वानुभव फारसा कोणाला नसतोच. स्टीव्ह जॉबला किंवा बिल गेट्सलाही तो नव्हता. त्यामुळे पूर्वानुभवाचा बाऊ करू नका.

तुम्हाला पूर्वानुभवाची गरज नाही; गरज आहे ती एका स्वप्नाची, दूरदृष्टीची, एका उद्दिष्टाची, एका मिशनची....

आता तुमचा मार्ग स्वच्छ आणि सोपा झाला आहे. चला माझ्याबरोबर, कारण आपणाला अजून बराच मोठा पल्ला गाठायचा आहे.

२१

प्रक्रियेचे शहाणपण

'मी काही कोणी प्रतिभासंपन्न माणूस नाही, त्यामुळे मी कोणालाही स्वर्गप्राप्तीचं वचन देत नाही, पण प्रत्येकाचं दैनंदिन आयुष्य मी स्वर्गतुल्य करू शकतो.' असे डॉ. व्ही. म्हणतात.

– हॅरिएट रूबिन, 'द परफेक्ट व्हिजन ऑफ डॉ. व्ही', आंत्रप्रिनर मॅगेझिन

'हू इज मॅनी एस्पिनोजा' या कंपनीला जॉन ब्लॅकवेल या आमच्या काल्पनिक मित्राने प्रत्यक्ष भेट दिली, तेव्हा त्याने या 'कंपनीचा संकल्पना आराखडा' असलेली श्वेतपत्रिका प्रथम वाचली. त्याला या कंपनीचं 'मिशन' विकसित करायचं असल्याने त्याने ती किमान चार-पाच वेळा वाचून काढली. त्यानंतर त्याची आणि माझी भेट झाली आणि आम्ही चर्चेस प्रारंभ केला. आता तुमच्या अवलोकनार्थ ती 'श्वेतपत्रिका' पुढे देत आहे.

'मॅनी एस्पिनोजा' आहे तरी कोण?

एका औद्योगिक क्रांतीची 'श्वेतपत्रिका'

ओळख

एकनिष्ठ आणि विश्वासार्ह कर्मचाऱ्यांची टीम तयार करणं, हे दिवसेंदिवस

कठीण होत चाललेलं आहे. याला कोणतंही शहर, त्याची उपनगरं किंवा अगदी महानगरंही अपवाद नाहीत आणि असे कर्मचारी मिळाले; तरी त्यांना नोकरीवर ठेवणं, त्याचं प्रशिक्षण करणं, त्यांच्यात उत्साह निर्माण करणं आणि हे सारं झाल्यावरही मुख्य म्हणजे त्यांना टिकवून ठेवणं, तर अधिकच जिकिरीचं होत आहे.

एखाद्या कर्मचाऱ्याला प्रशिक्षण देऊन त्याला कुशल आणि पारंगत केलं, तरी तो आपल्याजवळ किती दिवस टिकेल, याची खातरी अमेरिकेतील मध्यम स्वरूपाचे उद्योजक सध्या देऊ शकत नाहीत. कर्मचाऱ्यांनी कौशल्य संपादन करावं आणि दुसऱ्या एखाद्या जास्त पगार देणाऱ्या कंपनीत जावं, हे प्रकार आज अमेरिकेत सर्रास घडताना दिसतात. यात उद्योजकांचा आणि मध्यम उद्योगांच्या मालकांचा दुहेरी तोटा होतो. एकतर कुशल कर्मचारी पुन्हा मिळवणं त्याला कठीण जातं, शिवाय कर्मचाऱ्याला प्रशिक्षण देऊन कुशल करण्याकरता केलेला खर्च वाया जातो.

या संकटाचा सामना अमेरिकेतील बहुतेक उद्योगांना करावा लागत असला; तरी त्याची झळ रेस्टॉरंट, मॉल, हॉटेल, प्रशासन आणि छोटे उत्पादक या क्षेत्रांना विशेष तीव्रतेने पोहोचत आहे.

याचे काही आनुषंगिक तोटेही आहेत. कर्मचारी मोठ्या प्रमाणात सोडून गेल्यास कंपनीच्या मालकाची सामाजिक पत आणि विश्वासार्हता यांविषयी प्रश्नचिन्ह उभं राहतं. एखादा कुशल कर्मचारी सोडून गेल्यास आणि त्या जागी दुसऱ्या कर्मचाऱ्याची नियुक्ती करायची झाल्यास त्यालाही पुन्हा प्रशिक्षण द्यावं लागतं. प्रशिक्षणाचा खर्च संबंधित कर्मचाऱ्याच्या मूळ वेतनाच्या १०० ते २० टक्के एवढा असतो. अमेरिकेत दर वर्षी असे लाखो कर्मचारी नोकऱ्या बदलतात. त्यामुळे त्या देशातील सर्व पातळ्यांवरील उद्योगांना दर साल सुमारे ७५ दशलक्ष डॉलर्सचा भुर्दंड सोसावा लागत आहे.

शिस्तबद्ध आणि ध्येयासक्त कर्मचारी तयार करून त्यांना कायमस्वरूपी आपल्याकडे ठेवणं, हे एक मोठं आव्हान अमेरिकेतील उद्योजकांसमोर ठाकलं आहे. कर्मचाऱ्यांची भरती करण्यापासून, ते त्यांना कायमस्वरूपी टिकवून कसं ठेवता येईल, याचं मार्गदर्शन करू शकणाऱ्या एखाद्या क्रांतिकारी मॉडेलची गरज या उद्योजकांना भासत आहे.

पूर्वी कर्मचारी नव्या नोकरीचा स्वीकार करतानाच आपल्या भवितव्याचे आराखडे तयार करत असे. नव्या नोकरीकडे तो वैयक्तिक विकास आणि आर्थिक सुधारणा करणारी एक संधी म्हणून पाहत असे. मात्र गेल्या पन्नास वर्षांत या परिस्थितीत झपाट्याने बदल झाले आहेत. या सर्वांचा व्यावसायिक सेवा देणारे उद्योग आणि त्यांचे ग्राहक यांच्यावर प्रतिकूल असा परिणाम झाला आहे.

सुमारे पन्नास वर्षांपूर्वी अशा उद्योगात भरती होणाऱ्या तरुणांत प्रामुख्याने राज्य पातळीवरील तरुणांचा भरणा असायचा. हे तरुण सुरुवातीला पेपर टाकणं, कार धुणं, हिरवळ कापणं अशी किरकोळ कामं बिनादिक्कत करायचे. त्यानंतरच नवी

नोकरी शोधताना ते अधिक चोखंदळपणा दाखवायचे.

अशा तरुणांना आपण सोयीसाठी 'पन्नाशीची लेकरं' (पाचव्या दशकातील तरुण) असं म्हणू या. या तरुणांसाठी त्या काळी एखाद्या रेस्टॉरंटमधील नोकरी म्हणजे कायमस्वरूपी रोजगार नसायचा, ते त्याकडे अशा दृष्टीने पाहातही नसत. ती त्यांच्यासाठी एक तात्पुरती संधी असे. तात्पुरती गरज भागवणारी नोकरी एवढीच त्यांची अशा कामांकडून अपेक्षा असे. त्यानंतरच्या दशकात अमेरिकेतील सर्वच उद्योगांची भरभराट सुरू झाली. त्यामुळे केवळ अमेरिकेतीलच नाही, तर इतर देशातील तरुणांचेही लोंढे अमेरिकेकडे वळू लागले. या तरुणांची स्वप्नं मोठी होती. ती पूर्ण करण्यासाठी योग्य ते शिक्षण घेण्याची त्यांची तयारी होती. त्याच वेळी दुसरीकडे उद्योगांनाही उत्तम कार्यक्षमता असलेले आणि उत्तम सेवा देणारे कर्मचारीच आवश्यक वाटू लागले. उज्ज्वल भविष्यकाळ पाहणारी आणि आक्रमक शैली अंगीकृत केलेली तरुणाई उद्योगांना भुलवू लागली. अमेरिकेतील प्रस्थापित उद्योगांनीही परंपरेची कात टाकली आणि आपला मोहरा इतर क्षेत्रांकडे वळवला. मात्र अशा अनेक जुन्या पठडीतील उद्योगांनी आपापली अशी कर्मचाऱ्यांच्या विकासाची जी धोरणं तयार केली होती, ती अपुरी पडू लागली. या धोरणांना नव्या चौकटीत कुठे आणि कसं बसवायचं, हेच त्यांना समजेनासं झालं. या जुन्या धोरणांना कवटाळून बसण्याच्या प्रवृत्तीमुळेच अनेक उद्योग बेभरवशी आणि धरसोड वृत्तीच्या कर्मचाऱ्यांच्या दुष्टचक्रातून बाहेर पडलेले नाहीत.

'मॅनी एस्पिनोजा' एक प्रकरण!

आता अमेरिकेतील कोणत्याही शहराच्या मध्यवर्ती भागावर किंवा निमशहरी वसाहतींवर एक धावती नजर टाकली, तर आपल्याला काय दिसेल? असहिष्णुता, असंतोष, नैराश्य, असाहाय्यता आणि अमेरिकास्थित कृष्णवर्णीयांप्रती असलेली एक तुटलेपणाची भावना; तेथील सर्वसामान्य नागरिकांत तुम्हाला आढळून येईल. असे लाखो कृष्णवर्णीय तरुण आज अमेरिकेत आहेत, ज्यांच्यासाठी 'समृद्ध अमेरिकेचं' स्वप्न म्हणजे 'मृगजळ' ठरलं आहे.

अमेरिकेतील मुख्य प्रवाह आणि कृष्णवर्णीय यांच्यात पडलेल्या दरीने आज अनेक समस्या निर्माण झाल्या असून, त्यांचा सर्वात जास्त फटका कृष्णवर्णीयांनाच सोसावा लागत आहे.

पाचव्या दशकातील तरुणांची तुलना केल्यास आजचे कृष्णवर्णीय तरुण अनेक विकासांपासून दूर आहेत. त्यांना त्यांच्या आयुष्यात अनेक कमतरतांचा

सामना करावा लागत आहे. अकार्यक्षमतेमुळे त्यांच्या जीवनात मोठे आणि सकारात्मक बदल संभवतच नाहीत. खरी गोष्ट सांगायची, तर 'समृद्ध अमेरिके'चं स्वप्न प्रत्यक्षात आणण्यात त्यांच्यापैकी फारच थोड्या जणांना यश आलं आहे.

आयुष्याच्या प्रत्येक वळणावर ते नकारात्मक गोष्टींना सामोरे जात असून, त्यांची स्वप्न पाहण्याची कल्पना जणू मोडीतच निघाली आहे. ते ज्या वातावरणात राहतात, तेथे गुंडगिरीचंच समर्थन होतं. गुन्हेगारी विश्वात स्वत:चा दबदबा निर्माण करणं, हीच त्यांची यशाची व्याख्या बनली आहे. सत्ता आणि दबदबा या गोष्टी प्राप्त करायच्या असतील, तर गुन्हेगारीशिवाय तरणोपाय नाही, त्यांचं जणू हे तत्त्वज्ञान बनलं आहे.

नैराश्यातून निर्माण होणाऱ्या हिंसाचाराचं बीजारोपण कदाचित महानगरी संस्कृतीत होत असेल, पण त्याचे परिणाम आता ग्रामीण भागातही दिसू लागले आहेत. मोठी शहरं आणि त्यांची उपनगरं यांच्यातील सीमारेषा या गुन्हेगारीने पुसट केल्या आहेत. कारण गुन्हेगारीच्या राक्षसाने आता सर्वदूर हातपाय पसरले आहेत.

ही सर्व परिस्थिती लक्षात घेतल्यानंतर आता 'मॅनी एस्पिनोजां'ची ओळख करून घ्यायची वेळ आली आहे. 'मॅनी एस्पिनोजा' म्हणजे तुम्हाला किंवा मला पूर्णपणे परिचित असलीच पाहिजे, अशी कोणी व्यक्ती नाही. पण ती जी कोणी असेल, ती आपल्याला कोणत्या ना कोणत्या कारणांनी माहीत मात्र नक्कीच असते.

आपण तिला वा त्याला दररोज पाहतो. हरघडी ती आपल्याला दिसत असते. ती आपल्याला खाद्यपदार्थांच्या गाड्यांवर दिसते, हॉटेलच्या खोल्या साफ करताना दिसते. कधी बांधकामात गढलेली आढळून येते, कधी वाहनांची साफसफाई करताना, कधी घरकामात हातभार लावताना, तर कधी रस्त्याची डागडुजी करताना ती आपल्या नजरेस पडते.

'मॅनी' ही आपल्या कृष्णवर्णीय समाजातील १७ ते २४ या वयोगटाचं प्रतिनिधित्व करते. दोन वेळची भाकरी मिळवणं, हेच तिचं उद्दिष्ट असतं. तिचं अस्तित्व शहरी आणि ग्रामीण भागात सर्वत्रच जाणवतं.

'मॅनी-इ' विषयी

'मॅनी-इ' हे 'मॅनी एस्पिनोजा'चं लघुरूप आहे. जीवनात यशस्वी व्हायचं असेल, तर मूलभूत शिक्षणाला पर्याय नाही, हे सर्वच जण मान्य करतील. मात्र आपली 'मॅनी' या शैक्षणिक पातळीवरच अडखळली आहे. शाळागळतीचा प्रश्न विचारात घेतला, तर 'मॅनी'चा त्यात मोठा वाटा आहे. प्रत्येक नागरिकाला – विशेषत: स्थलांतरित नागरिकाला त्याच्या मातृभाषेतून शिक्षण देण्याचं धोरण

जगातील सर्वच देशांच्या सरकारनी मान्य केलंय. या धोरणाची अंमलबजावणी अमेरिकेतही होत आहे. मात्र इंग्लिश भाषा शिकल्याशिवाय स्पर्धेच्या युगात टिकाव लागणार नाही, हेही एक सत्य आहे. अमेरिकेतील कृष्णवर्णीय विशेषत: स्थलांतरित कृष्णवर्णीय हे वास्तव नाकारताना दिसतात.

समाजाच्या मुख्य प्रवाहापासून फटकून राहण्याची वृत्ती, शिक्षणाविषयी उदासीनता, महत्त्वाकांक्षेचा अभाव आणि मुख्य म्हणजे पोटापुरतं मिळवण्याची आणि ते मिळवण्यासाठी कोणत्याही थराला जाण्याची तयारी; यामुळे कृष्णवर्णीय वर्गाने स्वत:लाच सर्वांगीण विकासापासून दूर ठेवलं आहे. या समाजाची प्रतिनिधी म्हणून आपण ज्या 'मॅनी'चा ऊहापोह करत आहोत, तिच्याच आपल्या जीवनाकडून फारशा अपेक्षा नाहीत.

नव्या तोडग्यांसाठी आसुसलेला उद्योग

अमेरिकेतील 'सेवाउद्योगा'ला (Service Industry) नेहमीच कर्मचाऱ्यांची चणचण भासते आणि ते नेहमीच कृष्णवर्णीय तरुणांकडे आपले भावी कर्मचारी म्हणून पाहत असतात. आता या नागरिकांना प्रशिक्षण देऊन, त्यांचा व्यक्तिमत्त्व विकास करून, त्यांच्यातून आपल्याला परवडेल अशा खर्चात उत्तम कर्मचारिवर्ग कसा तयार करायचा, ही त्यांना भेडसावणारी एक कायमस्वरूपी समस्या असते. इथूनच या उद्योजकांपुढील आव्हानं सुरू होतात. कारण ज्यांच्यावर ते विसंबून राहू इच्छितात, त्या समाजात यशस्वी ठरलेल्यांची संख्या अगदी नगण्यच असते.

त्यामुळे असे तरुण निवडून, त्यांना नोकरीवर ठेवून त्यांचा विकास करण्यावर उद्योजकांना फारसा भर देता येत नाही. त्यांचे पर्याय सीमित राहतात. ज्यांना खातरीने नोकरी देता येईल, असे कृष्णवर्णीय तरुण फारच अभावाने आढळतात. अशा वेळी उद्योजकांना मर्यादित कौशल्य असलेल्यांनाच नोकरीवर घ्यावं लागतं आणि आपले उद्योग कसेबसे सुरू ठेवावे लागतात.

नोकरगळतीपायी आपल्याला किती नुकसान होतं, याचा अभ्यास फारच थोड्या उद्योजकांनी केल्याचं आढळतं. जे कर्मचारी टिकतात, त्यांची मालकांनी आपल्याकडून फार अपेक्षा गृहीत धरू नये, असं समजण्याकडे कल असतो. त्यामुळे उद्योगाच्या एकूण उत्पादनक्षमतेवरच प्रतिकूल परिणाम होतो आणि त्या उद्योगाची सामाजिक पत कळत-नकळत खालावत जाते.

या सर्व नैराश्यमय, असाहाय्य आणि परिणामहिन वर्तनातून निर्माण होणाऱ्या उत्पादनांचा दर्जा सुमार असणार, हे ओघानंच आलं. मात्र या सुमारपणाची सवय

आपल्याला लागते आहे आणि त्या सुमारपणाचंच एक तत्त्वज्ञान आपण तयार करतो आहोत की काय, अशी भीती वाटू लागली आहे. आज सेवाउद्योगातील ज्यांना या सुमारपणाचा तिटकारा वाटू लागलाय, ते नव्या तोडग्याची चातकासारखी वाट पाहत आहेत. या परिस्थितीत आमूलाग्र बदल घडवून आणणाऱ्या अशा एका व्यक्तीच्या शोधात हे उद्योजक आहेत.

असे उद्योग आपल्या प्रयत्नांचा एक भाग म्हणून तथाकथित प्रशिक्षणवर्गाचा आधार घेतात व आपल्या कर्मचाऱ्यांमध्ये बदल व्हावा, अशी अपेक्षा करतात. मात्र त्यांच्या समस्या सोडविण्यासाठी हे प्रयत्न अपुरे पडतात, असं आढळून आलं आहे. आपल्या कर्मचाऱ्यांच्या कार्यपद्धतीत बदल घडवावा, त्यांचा विकास करावा, अशी मनीषा जरी एखाद्या उद्योजकाने बाळगली आणि त्या दिशेने काही पावले टाकली, तरी कृष्णवर्णीय तरुण त्याच्याकडे फारसं लक्ष देत नाहीत; उलट असे तरुण गुंडगिरी आणि हिंसाचार यांचाच आश्रय घेताना दिसतात.

अमेरिकन उद्योगाने 'समृद्ध अमेरिका' या संकल्पनेशी सुसंगत अशी काही प्रतीकं निर्माण केली आहेत. या प्रतिकांना प्रमाणभूत मानून ते जेव्हा कृष्णवर्णीय कर्मचाऱ्यांकडून काही निश्चित अशा स्वरूपाच्या कार्यक्षमतेची अपेक्षा करतात, तेव्हा त्यांच्या पदरी बहुधा निराशाच येते. कारण जर कृष्णवर्णीयांची शैक्षणिक कामगिरी असमाधानकारक असेल, त्यांच्यात शिस्तीचा अभाव असेल, त्यांचं इंग्रजी भाषेवर प्रभुत्व नसेल, त्यांच्या समाजात आदर्श असे कर्मचारी निर्माण झाल्याची उदाहरणं कमी असतील, त्यांना कमी दर्जाचीच कामं मिळत असतील किंवा या साऱ्या नकारात्मक घटकांचा समुच्चय त्यांच्यात झाल्याचं आढळून येत असेल; तर आपल्या कारकिर्दीला प्रारंभ करण्यापूर्वीच त्यांची पराभूत होण्याची शक्यता वाढते आणि या नैराश्याचा फटका सेवाउद्योगाला बसतो.

कृष्णवर्णीयांना नोकरी देण्यापूर्वीच त्यांचा वैयक्तिक विकास घडवणं आणि त्यांना प्रशिक्षित करणं, हे दोन मार्ग अवलंबल्यास वरील परिस्थितीत फरक पडू शकतो. मात्र ही कामगिरी कशी पार पाडायची, याची माहितीच उद्योजकांना नसते.

आता असा विचार करा की, एखाद्यानं धाडस करून नोकरभरतीच्या आधीच संभाव्य कृष्णवर्णीय कर्मचाऱ्यांना योग्य ते प्रशिक्षण देऊन त्यांचा व्यक्तिगत विकास केलाच आणि अशा तयार कर्मचाऱ्यांची वारंवार नोकरी बदलण्याची मानसिकता तशीच राहिली, तर या सर्व खटाटोपाचा उपयोग काय? या सर्व प्रश्नांना उत्तरं मिळायची असतील, तर सर्वस्वी नव्या अशा एका मॉडेलची आवश्यकता आहे. जे कृष्णवर्णीय तरुण चांगल्या नोकऱ्यांच्या शोधात असतील; त्यांच्यावर आवश्यक तेवढाच खर्च करून त्यांना प्रशिक्षित करणं, प्रशिक्षण प्रक्रिया वेगानं करणं आणि त्यांच्याकडून जास्तीत जास्त काम करून घेणं, असं या 'मॉडेलचं स्वरूप' असेल.

नोकरगळतीच्या समस्येवरील उपाय

या नव्या मॉडेलसंबंधी माझ्या काही सूचना आहेत, त्या पुढीलप्रमाणे –

- कर्मचारीगळतीचं प्रमाण ४० ते ५० टक्क्यांवरच राहील, यासाठी प्रयत्न करणं.
- रेस्टॉरंट, हॉटेल्स, बांधकाम व्यवसाय आणि निर्मितीउद्योगांविषयी समाजाच्या काय भावना आहेत, ते जाणून घेणं.
- आपल्या समाजातील नागरिकांची कार्यक्षमता वाढतं आहे, याची त्या समाजाला जाणीव करून देणं.
- तरुणांमध्ये स्वयंशिस्त आणि ऐक्य या गुणांचं वर्धन करून त्यांचा उपयोग कुटुंबं आणि समाज यांच्यातील संबंध दृढ करणं.
- या मॉडेलच्या आधारे अगदी लहान वयातच नागरिकांना स्वयंशिस्त आणि ऐक्याचं महत्त्व पटवून देणं. शैक्षणिक सक्षमीकरणाबरोबर त्यांच्यातील व्यावसायिक दृष्टिकोन कसा वाढेल, हे पाहणं.
- नोकरभरतीच्या वेळीच चांगल्या उमेदवारांना संधी मिळेल, याची काळजी घेणं व त्यासाठी आवश्यकता भासल्यास नोकरभरतीच्या पूर्वीच्या निकषांमध्ये सुधारणा घडवणं.
- आपल्या देशाची कार्य संस्कृती काय आहे, हे त्यांना सुरुवातीलाच समजावून सांगणं. जर तुम्हाला पुढची पायरी गाठायची असेल, तर कोणती कौशल्यं आत्मसात केली पाहिजेत, हे संस्कृती त्यांना सांगणं. जीवन ही एक सुसंधी आहे. कामात सातत्य राखल्यास वैयक्तिक प्रगती होऊ शकते, हा मुद्दा त्यांच्या मनावर ठसवणं.
- स्वत:ची प्रगती कधीच होणार नाही, असा न्यूनगंड असलेल्या तरुणांच्या मूळ समस्या काय आहेत, त्या जाणून घेऊन त्यावर उपाययोजना करणं.

आम्ही या सूचना अनेक उद्योजकांना केल्या. त्यांनी त्यांचा काही प्रमाणात स्वीकारही केला. पण त्यांच्या सर्वसाधारण तक्रारीही त्यांनी आम्हाला ऐकवल्या. उदा. – हे सारं ठीकच आहे. पण कठोर परिश्रम करण्याची तयारी असलेले कर्मचारीच आम्हाला भेटत नाहीत. त्यांच्या अपेक्षेप्रमाणे आम्ही त्यांना पगार देऊ शकत नाही. आपल्या कामावर त्यांचं प्रेम नसतं, ते काही काळ आमच्याकडे येतात आणि पहिली संधी मिळताक्षणी पळ काढतात. इत्यादी... इत्यादी.

पण मग आमच्या मॉडेलची चाचणी घेण्याची तरी तुमची तयारी आहे का? या आम्ही त्यांना विचारलेल्या प्रश्नालाही मिळणारी उत्तरं उत्साहवर्धक नसतात.

बहुतेक जण उत्तरं देण्याऐवजी मौन पाळणंच पसंत करतात. कारण कमीत कमी खर्चात आपल्याला हवा तसा प्रशिक्षित नोकरवर्ग तयार करण्याची साधनंच त्यांना माहीत नसतात.

अशी उत्तरं ऐकल्यावरही सेवाउद्योगांना अत्यंत चलाख, प्रामाणिक आणि समर्पित वृत्तीचा नोकरवर्ग आपण देऊ शकू, या निर्धारापासून आम्ही विचलित झालेलो नाही; कारण आमचं मॉडेल यशस्वी ठरणार, याची आम्हाला खातरी आहे.

'हू इज मॅनी एस्पिनोजा?' हाच तोडगा

माझ्या या नव्या सल्लागार कंपनीचं नाव 'हू इज मॅनी एस्पिनोजा?' असं आहे. प्रश्नचिन्हावर संपणाऱ्या या नावामुळे वाचकांचा गोंधळ उडण्याची शक्यता आहे, म्हणूनच या कंपनीचा उल्लेख मी कधीकधी नुसताच 'मॅनी' या शब्दात करणार आहे; तर कधी लेखनाच्या ओघात तिचा उल्लेख पूर्णपणे म्हणजे 'हू इज मॅनी एस्पिनोजा' असाही करीन. वाचकांचा गोंधळ टाळावा, म्हणून हा खुलासा.

'हू इज मॅनी एस्पिनोजा' हे एक बिझिनेस मॉडेल असून त्याची संकल्पना माझीच, म्हणजे मायकेल जर्बर याची आहे. छोट्या उद्योगांना मार्गदर्शक ठराव्यात, अशा अनेक सूचना आणि सल्ले यांचा या 'बिझिनेस मॉडेल'मध्ये समावेश आहे. कर्मचारी आणि त्यांची भरतीप्रक्रिया या दोन्ही घटकात क्रांतिकारी बदल घडवून आणण्याची क्षमता या 'मॅनी'मध्ये आहे, असं मी छातीठोकपणे सांगू शकतो.

कर्मचाऱ्यांची भरती आणि कर्मचाऱ्यांची गळती या कारखानदारांना व उद्योजकांना त्रासदायक अशा वाटणाऱ्या दोन्ही गोष्टींचं निराकरण या मॉडेलच्या आधाराने होऊ शकतं; प्रत्येक जण यशस्वी ठरतो, हा मंत्रही या कंपनीतर्फे दिला जातो. मात्र 'मॅनी'मध्ये जे सल्ले सुचवले आहेत, ते अत्यंत प्रभावीपणे अमलात आणले पाहिजेत. नोकरांची भरती कशी करावी आणि त्यांची गळती कशी थांबवावी, यावर उपाय शोधणाऱ्या काही सेवाभावी आणि सरकारी संस्था आहेत. मात्र या दोन्ही प्रक्रियांत मूलभूत आणि क्रांतिकारी बदल घडवून आणावे, यासाठी कोणत्याही उद्योगाने गांभीर्याने प्रयत्न केला नव्हता. 'मॅनी एस्पिनोजा'च्या मॉडेलच्या धर्तीवर तर असे प्रयत्न जवळपास कोणीच केले नव्हते. गुंतवणूकदार आणि उद्योजक यांना नेहमी पडणारे आणि महत्त्वाचे वाटणारे प्रश्न म्हणजे –

- आपण हे करू शकतो का?
- आपण हे किफायतशीरपणे करू शकू का?
- आपण याच्यातून पैसे मिळवू का?

या तिन्ही प्रश्नांना 'मॅनी'कडे नि:संदिग्ध असं उत्तर आहे आणि ते उत्तर आहे, 'होय.'

रेस्टॉरंट, हॉटेल्स, मॉल, बांधकामव्यवसाय आणि निर्मितीउद्योगासाठी नोकर भरती करणं आणि या उद्योगांसाठी उत्तम कर्मचारिवर्ग तयार करून देणं, हे 'हू इज मॅनी एस्पिनोजा'चं सर्वांत महत्त्वाचं काम. मात्र अशाच प्रकारची कामं करणाऱ्या कंपन्या आणि 'मॅनी' यांच्या कार्यपद्धतीमध्ये मूलभूत फरक आहे. 'मॅनी'कडून जेव्हा कर्मचारी भरती केली जाते, तेव्हा संबंधित कंपनीची वैशिष्ट्यं कोणती, हे त्याला शिकवण्यात येतं. या शिकवणुकीचा फायदा त्या कर्मचाऱ्यालाही होतो. सेवा पुरवणाऱ्या कंपन्यांची आणि वस्तू पुरवणाऱ्या कंपन्या यांची कामाची पद्धत कशी असते, दोन्ही ठिकाणी असणारे फरक कोणते, या दोन्ही उद्योगांच्या वैशिष्ट्यांनुसार त्यांच्या कर्मचाऱ्यांकडून काय अपेक्षा असतात; या सर्व विषयांची माहिती संभाव्य कर्मचाऱ्याला दिली जाते. मुख्य म्हणजे आपल्या कामाचं मूल्य काय, हेही त्याला सांगितलं जातं. त्यामुळे 'मॅनी'च्या माध्यमातून होणारी कर्मचारिभरती केवळ वैशिष्ट्यपूर्णच नाही, तर कर्मचाऱ्यांबरोबरच संबंधित कंपन्यांनाही किफायतशीर ठरली आहे.

'मॅनी'चं मॉडेल

'हू इज मॅनी एस्पिनोजा?' ही कंपनी संभाव्य कर्मचाऱ्यांना केवळ प्रशिक्षण देण्यापुरती मर्यादित न राहता, ती त्या कर्मचाऱ्यांसाठी आयुष्यभर उपयोगी पडेल अशी संस्था व्हावी, या दृष्टीने आमचे प्रयत्न सुरू असतात. कर्मचारी जेव्हा आमच्याकडे विद्यार्थी म्हणून येतो; तेव्हा आम्ही त्याच्याकडून कार्यक्रमात सातत्यपूर्ण सहभाग, बांधिलकी आणि जबाबदार वर्तन यांची अपेक्षा करतो. हे करत असताना आमच्या प्रशिक्षणाचा विद्यार्थ्याला फायदा व्हावा, हा आमचा हेतू असतोच; पण पुढे तो ज्या उद्योगात जाईल, तेथेही त्याने ठसा उमटवावा, त्याचं आणि त्या उद्योगाचं चिरस्थायी स्वरूपाचं नातं निर्माण व्हावं, अशीही आमची अपेक्षा असते. आपल्या सर्वांसाठी चांगल्या आयुष्याची सुरुवात होणं शक्य आहे, असा आशावाद आम्ही त्याच्या मनात रुजवतो. आपण जे काही शिकतो, ते इतरांना देण्यासाठी आहे. शिक्षणाचा ठेवा क्षणभंगुर नाही, तो आपल्याला आणखी स्वप्नं दाखवू शकतो, असे अनेक सकारात्मक विचार त्याच्या मनात यावेत, यासाठीही आमची धडपड सुरू असते.

आमच्या संस्थेतून बाहेर पडणाऱ्या विद्यार्थ्याला स्वावलंबनाचं महत्त्व कळलं पाहिजे, स्वतंत्र बाणा त्याने जपला पाहिजे, स्वत:ची सर्वांगीण वाढ करतानाच इतरांचाही फायदा झाला पाहिजे; आपली आणि आपल्या मालकांची स्वप्नं प्रत्यक्षात

आणायची असतील तर काय केलं पाहिजे, सरावाचं महत्त्व काय असतं, या गोष्टीही त्याला शिकवल्या जातात. थोडक्यात, नव्या कामाच्या ठिकाणी पहिलं पाऊल टाकण्यापूर्वी आणि टाकल्यानंतर आपलं वर्तन कसं असावं, हे तर आम्ही शिकवतोच; पण आपल्या कामावर, प्रभुत्व कसं मिळवायचं, याचाही कानमंत्र आम्ही त्याला देतो.

तसंच आमच्या या कंपनीच्या मॉडेलमध्येच प्रत्येक कर्मचाऱ्यांना स्वत:चं कौशल्य कसं वाढवावं आणि सर्वोच्च कोटीतील फलनिष्पत्ती कशी साधावी, याही अभ्यासक्रमांचा समावेश आहे. आमच्या कार्यक्रमात सहभागी होणाऱ्या सर्वांकडून १०० टक्के उपस्थिती आणि संपूर्ण जबाबदारी या आमच्या प्रमुख मागण्या असतात. या विद्यार्थ्यांनी पुढील काही कौशल्यं आत्मसात करावीत, असा आमचा विशेष आग्रह असतो.

कौशल्यांची सुरुवात

या अभ्यासक्रमाच्या माध्यमातून विद्यार्थी आणि त्याचा परिसर यांची ओळख व्हावी, ती परस्परांच्या जवळ यावीत, असे आमचे प्रयत्न असतात. ही प्राथमिक कौशल्यं विद्यार्थ्यांनी कठोरपणे अंगिकारावीत, यासाठी 'मॅनी' विशेष प्रयत्न करते.

◗ **आजूबाजूचं जग म्हणजे काय आणि त्याच्या गरजा कोणत्या यांचं ज्ञान** – वास्तवात सभोवतालचं जग कसं आहे आणि त्याला प्रभावीपणे सामोरं जाताना विद्यार्थ्याने काय करायला हवं? 'मॅनी'चं यावर उत्तर असं आहे की, बांधिलकी, शिस्त, कष्ट करण्याची तयारी हे गुण विद्यार्थ्यांसाठी आवश्यक आहेतच. पण त्याने आपलं संवादकौशल्य वाढवावं, त्यासाठी इंग्रजी भाषेवर प्रभुत्व मिळवावं हेही महत्त्वाचं आहे. भाषेवर प्रभुत्व असलं की, तुमचा आत्मविश्वास वाढतोच; शिवाय तुमचा ग्राहकवर्गही तुमच्या अधिक जवळ येतो, तो तुमच्या विश्वासास पात्र ठरतो. भाषा ही विद्यार्थ्याला ग्राहकाकडे पाहण्याची, त्याच्या गरजा ओळखण्याची नवी दृष्टी मिळवून देते.

◗ **तुम्ही आणि तुमचं ज्ञान आवश्यक असलेली यांची माहिती –** 'मॅनी'च्या विद्यार्थ्याला स्वत:तील गुणांची जास्तीत जास्त वाढ करायची असेल, तर त्याला कशाचा शोध घ्यावा लागेल? त्याने दुसऱ्याशी संवाद साधण्याचं आणि मुख्य म्हणजे समोरचा नेमका काय म्हणतोय, हे जाणून घेण्याची शक्ती वाढवली पाहिजे. स्वत:तील नेतृत्वगुण जोपासायचे, म्हणजे नेमकं काय करायचं, हे त्याने

समजून घ्यावं लागेल. यश हे टप्प्याटप्प्याने मिळत असतं, हे जाणून घेऊन समर्पित वृत्तीने त्याने ज्ञानग्रहण केलं पाहिजे. परिपूर्णता आणि वक्तशीरपणा यांची किंमत त्याला कळायला हवी. स्वत:ला उत्कृष्टपणे सादर करण्याचं महत्त्व त्याला कळलं पाहिजे.

◗ **फलनिष्पत्ती म्हणजे काय आणि ती साध्य करण्यासाठी काय करावं लागेल, याची माहिती –** 'मॅनी'च्या विद्यार्थ्याने सर्वप्रथम स्वत:ची ओळख करून घेतली पाहिजे. आपल्याकडून इतरांच्या काय अपेक्षा आहेत, हे जाणून घेतलं पाहिजे. कोणताही व्यवसाय कसा चालतो, त्या उद्योगाची स्वत:ची अशी उत्पादनक्षमतेविषयी काही व्याख्या आहे का, जर त्या व्यवसायात आपल्याला काम करायचं असेल, तर तेथे लागणारी तांत्रिक कौशल्यं कोणती, याची माहिती करून घ्यावी लागेल. ज्या ठिकाणी आपण काम करणार आहोत, तेथे निर्माण होणारे संघर्ष नेमके कोणत्या स्वरूपाचे असतील, याचं पूर्वानुमान त्याला करता आलं पाहिजे, त्याचे तोडगेही त्याला शोधता आले पाहिजेत.

◗ **सर्वोत्कृष्ट फलनिष्पत्तीसाठी भवितव्यात काय करावं लागेल, याचे आडाखे कसे बांधावे, याविषयीची माहिती –** स्वत:च्या विकासाची प्रक्रिया ही 'सर्जनात्मक' असते, तसंच तिचं म्हणून असं एक चक्र असतं. काम करताना आपल्याकडून जास्तीत जास्त सुधारणा कशा करता येतील, आपली कार्यक्षमता कशी वाढवता येईल, आपलं काम जास्तीत जास्त निर्दोष कसं होईल; याचा सतत विचार 'मॅनी'च्या विद्यार्थ्याने केला पाहिजे.

जीवनविषयक कौशल्यं

एकीकडे जेव्हा 'मॅनी'चा विद्यार्थी 'स्ट्रीट स्कील्स' शिकत असेल, त्याच वेळी दुसरीकडे त्याने 'लाइफ स्कील्स' म्हणजे जीवनोपयोगी कौशल्यंही शिकायला हवी. या कौशल्यांच्या आधाराने विद्यार्थी कामाच्या ठिकाणी अल्पावधीतच वरच्या पातळीवर पोहोचतो. कामाला सुरुवात केल्या दिवसापासून ते आपला मालक आणि ग्राहक यांना संतोषजनक फलनिष्पत्ती देण्याचं त्याचं कसब वाढतं. जीवनविषयक कौशल्यांमध्ये पुढील काही मुद्यांचा समावेश करावा लागेल.

◗ **एकाग्रचित्तता – (Concentration)** आपल्या सभोवतालचं जग अनावर वेगाने पुढे जात आहे. त्या वेगाशी जुळवून घेणं, आपलं मन स्वस्थ ठेवणं, अनेकांना प्रत्यही कठीण होत चाललं आहे. आपल्याला आपल्याच आयुष्यावर

अपेक्षेप्रमाणे नियंत्रण कसं ठेवावं, हेच समजेनासं झालं आहे. अशा वेळी आपल्यापैकी बहुतेकांचं वास्तवाचं, वर्तमानाचं भान हरपतं आणि आपण एकतर गतस्मृतींना उजाळा तरी देत बसतो किंवा प्रत्यक्षात येण्याची सुतराम शक्यता नसलेली दिवास्वप्नं रंगवत बसतो. 'मॅनी'च्या विद्यार्थ्यांच्या मनात असे संदेह निर्माण होणार नाहीत, याची काळजी घेण्यात येते. त्यामुळे त्यांचं भवितव्य नैराश्यपूर्ण आणि अंधकारमय होण्याची शक्यता नगण्य असते. तुम्ही आता जगताय, त्या क्षणातच अमर्याद अशा शक्यता आहेत. या शक्यता प्रत्यक्षात आणण्यासाठी सातत्यपूर्ण प्रयत्न आणि सराव यांची गरज आहे, हे आम्ही त्याला शिकवतो.

◗ **प्राधान्यक्रम निश्चिती (Discrimination) –** आपण काम करत असताना सर्वांत महत्त्वाच्या गोष्टी कोणत्या, जास्त प्रभावीपणे फलनिष्पत्ती देणाऱ्या संधी कोणत्या, हे ठरवणं म्हणजेच प्राधान्यक्रम निश्चित करणं. कामाच्या पहिल्या दिवसापासूनच ही प्रक्रिया सुरू होते. विकासाची पुढची पायरी गाठायची असेल, तर कोणत्या गोष्टी आधी करायला पाहिजेत, हे विद्यार्थ्याने समजून घेतलं पाहिजे. संपन्न आणि कृतार्थ असं जीवन जगावं, अशी जो विद्यार्थी आकांक्षा बाळगून असेल; त्याने कामाच्या ठिकाणीच नाही, तर जीवनातही प्रत्येक निर्णय घेण्यापूर्वी त्यांचे प्राधान्यक्रम निश्चित करायला शिकलं पाहिजे.

◗ **संघटना –** 'एकाग्रता' आणि 'प्राधान्यक्रम' निश्चितीसाठी उत्साह आणि प्रयत्नांची गरज असते. मुख्य म्हणजे, एखाद्याचे हेतू आणि कृती यांचा समावेश करून घेण्यासाठी ज्या अवकाशाची गरज असते, ते अवकाश प्राप्त करून देण्याची शक्यता संघटनेकडे असणं आवश्यक आहे. आपलं उद्दिष्ट शीघ्र गतीने कसं साध्य करायचं आणि ते चिरस्थायी कसं बनवायचं, याचे धडे 'मॅनी'मध्ये दिले जातात. ही संघटना म्हणजे विद्यार्थ्याला आपलं घर वाटलं पाहिजे, आपलं कार्यक्षेत्र ही सुद्धा एक संघटना आहे, अशी त्याची भावना असली पाहिजे. गोंधळाच्या परिस्थितीवर नियंत्रण आणून त्यातही शिस्त निर्माण करण्याची क्षमता ज्या व्यक्ती-समुदायामध्ये असते; तीच खरी संघटना. 'मॅनी'च्या संदर्भविश्वात अकुशल कर्मचारी म्हणजे 'गोंधळ', तर त्याला प्रशिक्षित करणं म्हणजे त्याच्यात 'शिस्त' निर्माण करणं होय.

◗ **नवनिर्मिती –** कोणतीही गोष्ट करणं शक्य आहे आणि जर कोणतीही गोष्ट करणं शक्य असेल, तर ती अधिक उत्तम प्रकारे तयार करणं शक्य आहे; सिद्धांतावर ज्याचा विश्वास असेल तोच नवनिर्मितीक्षम असतो. संघटनात्मक वातावरणात काम करणाऱ्याने वर्तमान जाणलं पाहिजे, वर्तमानानुसार शक्यतांची चाचपडणी

केली पाहिजे, त्यानुसार आपलं वर्तन आणि कृती ठेवली पाहिजे. या साऱ्या घटकांची उपस्थिती असेल, तरच नवनिर्मिती शक्य असते. नवनिर्मिती ही एक बांधिलकी आहे, सतत वाढत जाणारी आणि त्याच वेळी स्वत:मध्ये बदलांचा स्वीकार करणारी ती एक अद्भुत प्रक्रिया आहे. हे सारं समजावून सांगणं हे 'मॅनी'चं एक कर्तव्य आहे.

▸ **संवाद –** आपण हाती घेतलेल्या कोणत्याही मोहिमेकडून अपेक्षित प्रतिसाद हवा असेल, तर आपल्या सर्वांनाच संवादकौशल्यावर प्रभुत्व संपादन केलं पाहिजे आणि खरोखरच हे करण्याला पर्याय नाही. एकाग्रचित्त असणं, सुसंघटित असणं आणि नवनिर्मितीक्षम असणं, ही एक बाब झाली. पण जर आपल्याला आपल्या स्वप्नांना प्रत्यक्षात आणायचं असेल, तर इतर लोकांची गरज भासणारच आहे. 'मॅनी'मध्ये आम्ही विद्यार्थ्यांना संवादाचं अनन्यसाधारण महत्त्व पटवून देतो. परिणामकारक संवादचातुर्य आणि तर्कसंगत वाटाघाटी करण्याचं कसब हे कर्मचाऱ्याच्या दृष्टीने अत्यंत आवश्यक असे गुण आहेत. संवादाच्या माध्यमातून समविचारी लोकांची साखळी कशी तयार करायची, याचे धडेही 'मॅनी'मध्ये दिले जातात.

कार्यकौशल्यं

सेवाउद्योगासाठी अत्यंत कार्यक्षम आणि कुशल असा अतुलनीय कर्मचारी घडवणं हे 'मॅनी' आपलं आद्यकर्तव्य समजते. आमच्या एखाद्या विद्यार्थ्याला सेवा उद्योगात मिळणाऱ्या नोकरीकडे आम्ही केवळ 'नोकरी' म्हणून न पाहता, ती त्याला मिळालेली प्रशिक्षणप्राप्तीची एक 'भर पगारी संधी' आहे म्हणून पाहतो. एकदा का कर्मचाऱ्याने आपल्या नोकरीकडे पुढील प्रशिक्षणाची संधी म्हणून पाहिलं की, त्याचा दृष्टिकोनच बदलतो. नोकरी करता करताच तो शिकत राहतो. त्यात त्याला यश आलं, तर त्याचे आर्थिक फायदेही होतात. थोडक्यात आमच्या सहा आठवड्यांच्या शिक्षणक्रमानंतर बाहेर पडणारा विद्यार्थी हा पुढेही विद्यार्थीच राहतो. पन्नास वर्षांपूर्वी परिस्थिती वेगळी होती. कुशल कर्मचाऱ्यांची तेव्हा वानवा होती. त्यामुळे प्रत्येक कर्मचारी वाट्याला आलेलं काम करून मोकळा होत असे. त्यांच्यात जे कोणी चलाख आणि तत्पर असायचे, ते आपल्या कामाचा दर्जा वाढवायचे, आपलं महत्त्व वाढवायचे आणि सिद्धही करून दाखवायचे. 'हू इज मॅनी एस्पिनोजा'? स्थापन करताना आम्ही काही प्रमाणात या जुन्या आदर्शांचा आधार घेतला आहे. मात्र आपल्या समाजाच्या सर्व घटकांचा विचार करून त्यात भरही घातली आहे.

'मॅनी'चा विद्यार्थी एखाद्या उद्योगात शिरल्यानंतर लगेचच स्वत:चं स्थान निर्माण करतो. बांधिलकी आणि सर्वोत्तमता यांविषयीच्या त्या उद्योगात प्रचलित असलेल्या व्याख्या तो नव्याने मांडतो. त्यामुळेच 'मॅनी'चा विद्यार्थी, म्हणजे सर्वगुणसंपन्नता असं समीकरणच तयार होतं.

'मॅनी' : एक प्रागतिक अनुभव

'मॅनी'मध्ये प्रवेश घेणाऱ्या विद्यार्थ्याला इथला अभ्यासक्रम म्हणजे एक प्रागतिक आणि संपन्न असा अनुभव वाटला पाहिजे, याची खबरदारी आम्ही घेतो. त्याचं कौशल्य नोकरी मिळविण्यापुरता मर्यादित न राहता; उद्योगाचा मालक जशा प्रकारच्या कर्मचाऱ्याच्या शोधात होता, तो त्याला मिळाला, अशी भावना निर्माण करणारं असलं पाहिजे, हाही आमचा आग्रह असतो. आपल्या उद्योगात वरची जागा भरायची असेल, तर बाहेरचा उमेदवार निवडून त्याला प्रशिक्षित करणं, हे फारच खर्चिक काम असतं. त्यापेक्षा उद्योगात उपलब्ध असलेल्या कर्मचाऱ्याची निवड करणं, हे फायदेशीर असतं. अशा वेळी कर्मचाऱ्याची निवड करताना संबंधित उद्योजक 'मॅनी'कडून आलेल्या कर्मचाऱ्याला अग्रक्रम देतो, हे वेगळं सांगायला नकोच!

कारण ज्या ठिकाणी आपण काम करतो, तेथील प्रत्येकाचे गुणावगुण ओळखून त्यांची पात्रता निश्चित करण्याबद्दलचं प्रशिक्षण 'मॅनी'कडून गेलेल्या कर्मचाऱ्याला आधीच अवगत झालेलं असतं. या सर्वांचा उपयोग करून घेऊन तो वरच्या जागांवर जात राहतो. यात त्याच्याबरोबर कंपनीचाही फायदा असतो.

मॅनी : एक एकात्मिक अनुभव

'मॅनी'मध्ये येणाऱ्या विद्यार्थ्याला केवळ पुस्तकी ज्ञान देऊन भागणार नाही; त्याला व्यवहारी जगाशी सामना करताना येणाऱ्या प्रत्येक अडचणींचा मुकाबला कसा करायचा, हेही शिकवलं पाहिजे, अशी आमची कल्पना होती. ती प्रत्यक्षात आणण्यासाठी आम्ही आमच्या अभ्यागत शिक्षकांत उद्योजक, यशस्वी कार्यकारी अधिकारी, व्यक्तिमत्त्व विकास शिक्षक यांच्याबरोबरीनेच शरीरसौष्ठव तज्ज्ञ आणि मार्शल आर्ट प्रशिक्षकांचाही समावेश केला. आमच्याकडून बाहेर पडणारा विद्यार्थी हा शेवटी समाजात वावरणार आहे; याचं भान ठेवून त्याला आम्ही स्वयंशिस्त, एकाग्रता या गुणांच्या जोडीनेच दुसऱ्याचा सन्मान कसा जपावा, समाजातील

कृतिशीलता कशी वृद्धिंगत करावी, याचेही धडे देतो. आपल्या उद्योगातील कर्मचारी हा संवेदनाशील असावा, त्याने उद्योगातील अडचणी समजून घ्याव्या, आपल्या सुखदुःखात वाटेकरी व्हावं; अशी कोणत्याही उद्योजकाची अपेक्षा असते. 'मॅनी'चा विद्यार्थी त्याच्या या अपेक्षा पुरेपूर पूर्ण करतो.

गुंतवणुकीचा तात्काळ परतावा

कर्मचारिभरती करणाऱ्या इतर शेकडो संस्था आणि 'मॅनी' यांच्यात फरक काय आहे, असा प्रश्न कोणालाही पडेल. फरक कर्मचाऱ्यांच्या गुणवत्तेचा आहे. 'मॅनी'कडून गेलेला कर्मचारी आपला मालक आणि त्याचा ग्राहक यांच्यातील संबंधांत आमूलाग्र बदल घडवून आणतो. 'मॅनी'कडून आलेला उमेदवार हा कोणतीही समस्या सोडवण्यास समर्थ असणारच, ध्येयप्राप्ती हे त्याचं स्वप्न असणारंच, हे जणू उद्योजकाने गृहीत धरलेलं असतं आणि म्हणूनच पुढच्या नोकरभरतीच्या वेळी तो 'मॅनी'कडेच वळतो.

'मॅनी'चे प्राथमिक ग्राहक

- खाद्यपदार्थ सेवा पुरवठादार, हॉटेल उद्योग, व्यवस्थापन, मॉल आणि बांधकाम व्यवसाय.
- संघ, राज्य आणि स्थानिक पातळीवरील विकास संघटना.
- माध्यमिक विद्यालयं, सामाजिक संघटना, आपल्या मुलांची आपल्या पाल्यांची सर्वांगीण कार्यक्षमता वाढवू इच्छिणारे पालक इत्यादी.

'हू इज मॅनी एस्पिनोजा'ची श्वेतपत्रिका वाचल्यानंतर लगेचच माझी आणि जॉन ब्लॅकवेलची गाठ पडली. त्याच्या टेबलावर एक पाकीट ठेवलेलं होतं. मी त्याच्या समोरच्या खुर्चीवर स्थानापन्न झालो. त्यानंतर आम्ही चर्चा सुरू केली. जॉनने लागलीच सुरुवात केली. त्यानंतर आठवड्याभरातच त्याने 'मॅनी'च्या 'सीओओ' पदाची सूत्र घेतली.

पण त्या दिवशी जॉनने सुरुवात केली ती अशी, ''हॅलो मायकेल, माझ्यासाठी वेळ काढलास आणि मला इथे भेटलास, त्याबद्दल धन्यवाद. आपली ही भेट मौल्यवान ठरली, असंच तू शेवटी म्हणणार आहेस, याची मला खातरी आहे. आपल्या संस्थेचं 'मिशन' पूर्ण करण्यात मी यशस्वी झालोय. आता आपल्याला संयुक्तपणे आपल्या संस्थेचं धोरण आणि नियोजन या घटकांवर काम करायचंय. मी

केलेल्या कामाचा तपशील परस्पर तुला पाठवणं सहजपणे शक्य होतं, पण आपण एकत्र आल्यास आणखी बरंच काही करू शकू, असं मला वाटलं. जर तुला काही प्रश्न विचारायचे असतील; तर विचार, मी लगेचच त्यांची उत्तरं देईन. मी तयार केलेल्या कागदपत्रांची एक प्रत तुला देत आहे. ती तू सावकाशपणे वाच. आपण चर्चा करताना मी तिचं वाचन करणार आहे. मी बोलत असताना तुला काही-काही मुद्दे सुचले, तर ते या कागदांच्या पाठीमागेच नोंदवून ठेव!''

त्याने सांगितल्याप्रमाणे मी कागद उलटले आणि त्याच्या मागच्या बाजूवर नजर टाकली. तेथे प्रत्येक पानावर मला 'मॅनी एस्पिनोजा, धोरणं आणि योजना' असे शब्द लिहिलेले होते.

''वंडरफूल! चल सुरुवात करू या'', मी उद्‌गारलो!

***

थांबा आणि लक्ष केंद्रित करा

प्रक्रियेचे शहाणपण

माझ्यावर विश्वास ठेवा, प्रक्रियेचं विवेकीकरण सुरू झालंय....
म्हणजे नेमकं काय सुरू झालंय? म्हणजे असं की, इथून पुढे प्रत्येक पायरीवर प्रत्येक टप्प्यावर पूर्णपणे विवेकानेच वागावं लागणार आहे. ही मार्गक्रमणा एका वेळी एकच पायरी चढून पूर्ण करावी लागणार आहे. या मार्गाशी एकनिष्ठा दाखवलीत, तरच तुम्हाला इच्छित फल प्राप्त होणार आहे. मात्र एक गोष्ट लक्षात ठेवा, हा मार्ग खडतर आहे. शक्याशक्यतांच्या काट्याकुट्यांनी भरलेला आहे. इथे आततायीपणा करून चालणार नाही. खरंतर असा मार्ग प्रत्यक्षात अस्तित्वात नाहीच आहे, तो तुमच्याच 'मनाचा एक खेळ' आहे.
मनाचा खेळ, ही खरंच किती धमाल कल्पना आहे. नाही का? ज्या गोष्टी प्रत्यक्षात नाहीतच त्या आहेत असं वाटणं, म्हणजे मनाचे खेळ आणि मग खरोखरीच अस्तित्वात आहेत, त्या गोष्टींचं काय? त्यांचा आणि तुमच्या मनाचा तुमच्या कल्पनाविश्वाचा काहीच संबंध नाही का?
जगातील विचारवंत कदाचित 'मनाचा खेळ' वगैरे संकल्पना मोडीतच काढतात. त्यांच्या दृष्टीने अशा गोष्टी मानवी जीवनात अडसरच ठरतात. वस्तुस्थिती अशी आहे की, संपूर्ण विश्वच म्हणजे एक कल्पनाशक्तीचा महाकाय असा खेळ आहे. देवावर विश्वास ठेवावा की नाही, हा अत्यंत वैयक्तिक प्रश्न आहे. पण आपण ज्या अविश्वसनीय जगात राहतो आणि जिथे प्रतिदिनी तोंडात बोट घालायला लावणाऱ्या घटना घडत असतात, त्याला काय म्हणायचं?
आमच्या जीवनातून आम्ही कल्पनाशक्तीला हाकलून दिलं, तर किती घातक परिणाम होतील, याची कल्पना न केलेलीच बरी. आपली सकारात्मक सळसळती आणि मुक्त अशी कल्पनाशक्तीच आपण हरवून बसलो तर? कल्पनाशक्तीच नसेल, तर कलांचं किंवा संगीताचं किंवा वाङ्मयाचं, तत्त्वज्ञानाचं किंवा धर्माचं

काय होईल?
सुंदर वास्तू कशा उभ्या राहतील. माणसाच्या आयुष्यात 'प्रेम' या भावनेला काय अर्थ उरेल? 'मानवता', 'सहृदयता', 'ममत्व' या शब्दांना काय किंमत राहील?
एखादी महान, अवर्णनीय आणि बेधुंद अशी कल्पना आपल्याला जेव्हा झपाटून टाकते; तेव्हाच कल्पनाशक्ती फुलून येते. मार्टिन ल्यूथर किंग नामक माणसाला अशाच एका कल्पनेनं झपाटून टाकलं होतं आणि या झपाटलेपणातूनच ते जगद्विख्यात उद्गार निघाले होते, 'होय', मी स्वप्नं पाहतो!'
हे मी सारं सांगतोय त्याचा आणि आपल्या रोजच्या जीवनाचा संबंध काय? होय, तसा संबंध आहे, म्हणूनच आपण पुढे जायचंय, प्रत्येक पाऊल विचारपूर्वक टाकायचंय, या मार्गक्रमणेनंतर जे तुम्हाला दिसेल, ते खचितच नेत्रदीपक असेल. तुमच्या असं लक्षात येईल की, अगदी थोड्या वेळापूर्वी ज्या गोष्टी आपण 'मनाचा खेळ' म्हणून समजत होतो, त्या प्रत्यक्षात येत आहेत. आपण त्या प्रत्यक्षात आणत आहोत. आता खरी गंमत येतेय ना? तर मग चला पुढे, मी तुमच्याबरोबर आहेच!

२२

धोरण आणि नियोजनाचा प्रारंभ

'कधीकधी एखादी 'कल्पना' अचानक मला सुचते आणि त्या कल्पनेत काहीतरी दम आहे, याची जाणीव मला होते. अशा कल्पना मी वाऱ्यावर सोडून देत नाही, त्या एखाद्या कागदाच्या चिठोऱ्यावर लिहितो आणि माझ्या ड्रॉवरमध्ये ठेवून टाकतो. अशा रीतीने मी त्या 'कल्पना आणि त्यामागचे विचार' साठवून ठेवतो. तुम्हाला सांगतो, अशा कल्पना कधीतरी माझ्या मदतीला धावून येतात. खूप विचार करून आणि चिकाटीने प्रयत्न करूनही ज्या कल्पना तुम्हाला सुचत नाहीत, त्या कल्पना अशा रीतीने अवचितपणे मला सुचतात. अशा कल्पना म्हणजे माझ्या दृष्टीने 'बौद्धिक संचय'च असतो... अर्थात आता तुमच्याशी बोलताना मला त्या कल्पना फारशा उपयोगी पडणार नाहीत, आता जी माझ्यापाशी वैचारिक सामग्री आहे, तिचीच फेररचना करून तुमच्यापुढे ती सादर करावी लागणार आहे.'

– अब्राहम लिंकन

सर्वसाधारणपणे नव्या नात्याच्या सुरुवातीला अती उत्साह आणि कल्पनांच्या भराऱ्या यांचं स्थान महत्त्वाचं असतं. कोणताही नवा व्यवस्थापक नव्या कार्यालयात प्रवेश करतो, तेव्हा त्याला साजेशा नव्या जागेची गरज असते. ज्यांच्यासमवेत काम करायचंय, त्यांच्याशी त्याला परिचय करून घ्यायचा असतो. नव्या कार्यालयात शिरताना आणि नव्याने सुरुवात करताना त्याला जुन्या वस्तू मागे ठेवायच्या असतात. अगदी नेहमीच्या सवयीच्या वस्तूही अडगळीत टाकायच्या असतात.

नवा व्यवस्थापक नव्या जागेत शिरल्यावर तातडीने कामास प्रारंभ करत नाही; तो थोडा वेळ कळ काढतो, सर्व परिस्थितीचा फेरआढावा घेतो, नव्या कामात जम बसवण्यापूर्वी आपल्या नव्या जबाबदाऱ्या कोणत्या, नव्या कंपनीत आपलं भवितव्य कसं असेल, त्याची आखणी कशी करायची, इत्यादी मुद्यांचा विचार करतो. या साऱ्या गोष्टींचा विचार केल्यानंतरच तो नव्या जागेशी समरस होऊ शकतो, त्याला नव्या जागेचा आरामदायी अनुभव मिळायला लागतो.

जॉन ब्लॅकवेलच्या बाबतीत मात्र वरीलपैकी काहीही घडलं नाही, त्याने आपल्या नव्या जागेत प्रवेश केल्यावर आपली ब्रीफकेस कोपऱ्यात भिरकावून दिली आणि लगेचच कामाला सुरुवात केली.

माझ्याकडे पाहून त्याने एक स्मितहास्य केलं. स्वत: आणलेले कागद टेबलावर पसरले आणि माझ्याकडे एक कटाक्ष टाकला, जणू त्याला विचारायचं होतं, 'मायकेल तू तयार आहेस का?' माझ्या उत्तराची वाटही न पाहता त्याने आपलं 'प्रेझेंटेशन' सुरू केलं.

''मायकेल, या प्रकल्पाचं महत्त्व मला अखेर कळून चुकलंय. हा प्रकल्प महान आहे, याची मला कल्पना होती, मात्र मी त्याच्या एकूण व्याप्तीकडे पाहिलं नव्हतं. तसंच त्याच्या सहज सोपेपणाविषयीही मी फारसा विचार केला नव्हता. या प्रकल्पाची जबाबदारी मोठी आहे आणि या जबाबदारीच्या जाणिवेनेच मी उत्तेजित झालो आहे. आपण जे मॉडेल तयार केलंय, त्याचे सर्वप्रथम आपल्याला छोटे भाग करायचेत, मग ते लहान उद्योगांना डोळ्यांसमोर ठेवून पुन्हा जुळवायचे आहेत. त्यानंतरच हा 'प्रोजेक्ट' आपल्या ग्राहकांसाठी, म्हणजेच लहान उद्योगांसाठी उपयुक्त ठरेल. ही सर्व कामगिरी आपण दोन वर्षांच्या कालावधीत पार पाडू, असा माझा विश्वास आहे. निदान माझी तरी तशी योजना आहे. माझी धोरणं आणि योजना यांना तू मंजुरी दिल्यापासून १८ महिन्यांत 'मॅनी एस्पिनोजा' ही आपली कंपनी पूर्ण क्षमतेने कार्यरत होईल.

''आता मी माझी धोरणं, व्यूहरचना आणि योजना यांची माहिती तुला सांगतो; त्यात जर काही कमतरता असल्याच, तर त्या तू माझ्या नजरेस आणून दे.'

''मॅनी एस्पिनोजा ही कंपनी जे शिकवेल, ते तिच्या ग्राहकांच्या दैनंदिन जीवनाचा भाग बनला पाहिजे. आपण सुरुवातीला तीन रेस्टॉरंटना भेटून आपली कल्पना त्यांना सांगू. त्यांना आपले कामातील भागीदार बनवू. एका ठरावीक वेतनावर आपण त्यांच्याकडे कर्मचारी पाठवण्याचा ओघ सुरू करू. हे कर्मचारी 'मॅनी'च्या सल्ल्यानुसार तेथे काम करतील आणि त्या दरम्यान स्वत:चा आणि संबंधित रेस्टॉरंटचा विकास करतील.

''हे सर्व कसं करायचं, ते मी आणि त्या रेस्टॉरंटचं व्यवस्थापन मिळून ठरवू आणि मगच तेथे कर्मचाऱ्यांना पाठवू. हे सर्व कर्मचारी अर्थातच आपण प्रशिक्षित

केलेले असतील. मॅनीच्या विद्यार्थ्यांना प्रशिक्षण संपताक्षणी नोकरी देणं, ही माझ्या धोरणाची पहिली पायरी असून, रेस्टॉरंट उद्योगातील सध्याचं कामगार गळतीचं प्रमाण लक्षात घेतलं, तर अशा नोकऱ्या देणं फारसं कठीण जाणार नाही. खरंतर या संदर्भात मी 'मॅकडोनाल्ड', 'टॅको बेल' आणि 'क्विझनोज' या उद्योगांशी याआधीच बोलणी सुरू केली आहेत. जर या तिघांनी उत्साह आणि तत्परता दाखवली नाही, तर आणखी तीन उद्योजक मी हेरून ठेवले आहेतच. मात्र यांच्यापैकी जे उद्योजक पुढे येतील, त्यांचा गट तिघांचाच असेल आणि तू निश्चित केलेल्या कार्यकालातच ते काम करतील.

''माझ्या व्यूहरचनेचा पुढील टप्पा असा – मी केवळ दहा 'कार्यक्रम विकसकां'चा (Program Developers) शोध घेणार आहे. हे विकसक येत्या सहा महिन्यांत 'मॅनी'चा अभ्यासक्रम अवगत करून घेतील आणि 'मॅनी'चं मॉडेल अमलात आणतील. आपण 'मॅनी'मध्ये आधीच प्रशिक्षित केलेले विद्यार्थी आणि वरील कार्यक्रम विकसक एकत्रितपणे काम करतील. त्यांच्या या संयुक्त कामगिरीमुळे 'मॅनी'चा अभ्यासक्रम योग्य आहे की नाही, हेही आपल्याला पडताळून पाहता येईल. आमच्या तरुण उमेदवारांची कसोटीच्या क्षणी कामगिरी कशी असते, हे कळण्यासाठी या दुसऱ्या टप्प्यातील व्यूहरचनेचा आपल्याला उपयोग करून घ्यायचा आहे.

''माझ्या धोरणांचा किंवा व्यूहरचनेचा तिसरा भाग अर्थातच थेट 'मॅनी'शी संबंधित आहे. त्यासाठी आपल्याला 'मॅनी'तर्फे एका विशेष चर्चासत्राचं आयोजन करावं लागेल आणि त्या चर्चासत्रात जास्तीत जास्त कृष्णवर्णीय तरुण कसे सहभागी होतील, हे पाहावं लागेल. माझ्या व्यूहरचनेच्या पहिल्या दोन भागांइतकीच किंबहुना थोडी जास्तच महत्त्वाची आणि कठीण अशी ही तिसरी पायरी आहे. जर या चर्चासत्राकडे तरुणांना आकर्षित करण्यात त्यांना प्रेरणा देण्यात आपल्याला अपयश आलंच, तर आपलं सगळंच मुसळ केरात जाणार आहे.

''या तरुणांनी आपल्याकडे यावं, हे माझ्या दृष्टीने फार महत्त्वाचं आहे. एकदा का आपल्या या उपक्रमाला यश आलं, तर त्यात सरकारी आणि सेवाभावी संस्थाही सहभागी होणार आहेत. सरकारी आणि सेवाभावी संस्थांनी जर आपल्याकडे जास्तीत जास्त कृष्णवर्णीय विद्यार्थी पाठवले, तर 'मॅनी'चं खरं उद्दिष्ट सफल झालं, असं म्हणता येईल. कारण 'मॅनी'चा कार्यक्रम शिकल्यानंतरच एरवी संधी नाकारली जाणारे हे विद्यार्थी स्वावलंबी आणि सक्षम होणार आहेत.

''माझ्या व्यूहरचनेच्या चौथ्या आणि अंतिम टप्प्यात मी तीन महत्त्वाच्या व्यक्तींचा समावेश करणार आहे. आपले स्वयंसेवक म्हणून या व्यक्ती काम करतील. 'मॅनी'तर्फे जे कर्मचारी भरती होतील, त्यांना हे स्वयंसेवक 'मॅनी'चे फायदे समजावून सांगतील. आपल्या कार्यक्रमाच्या यशस्वितेसाठी या स्वयंसेवकांची

भूमिका खरोखरच महत्त्वाची ठरणार आहे. हे स्वयंसेवक कर्मचाऱ्यांचं नेतृत्व करतील, त्यांना प्रशिक्षण देतील, त्यांचे मार्गदर्शक बनतील. 'मॅनी'चा विद्यार्थी (उमेदवार) कसा असावा, याविषयीच्या आपल्या ज्या कल्पना आहेत, त्यांना प्रत्यक्ष रूप देण्याची कामगिरी हे स्वयंसेवक पार पाडतील.

"असे संभाव्य स्वयंसेवक मिळण्यासाठी मी याआधीच २० ते २५ जणांची यादी तयार केली आहे. यादीतील सर्वच तरुण-तरुणींच्या गुणवत्तेची मी कसून पारख करून घेतली आहे. 'मॅनी'तून बाहेर पडणारा उमेदवार कोणत्याही क्षेत्रात काम करत असला, तरी अयशस्वी होणारच नाही, याबद्दल मी नि:शंक आहे.

"बदलप्रक्रियेत तरुणांना कसं गुंतवून ठेवायचं, हे या स्वयंसेवकांना चांगलंच माहीत आहे. हे स्वयंसेवक समर्पित वृत्तीचे, अविचल स्वभावाचे, बांधिलकी मानणारे आणि आपल्याला हवी तशी पार्श्वभूमी असणारे आहेत. स्वयंशिस्त, प्रशिक्षण उत्कृष्टता आणि त्याचबरोबर दुसऱ्या प्रती सहानुभूती बाळगणं या सर्वच गुणांचा समुच्चय त्यांच्या ठिकाणी झाल्याचं तुझ्या लक्षात येईल.

"आपण हे कसं, किती वेळात, किती पैशात करायचं; हे सर्व मी माझ्या कार्यालयात एका बोर्डावर लिहून ठेवणार आहे.

"ही सर्व कामगिरी यशस्वीपणे पार पाडायची असेल, तर मला एक पूर्ण वेळ कार्यकारी मदतनीसाची, एका अर्धवेळ अकाउंटंटची आणि एका चलाख, चटपटीत अशा ऑफिसबॉयची आवश्यकता आहे.

"या सर्वांच्या वेतनाविषयी सांगायचं, तर ऑफिसबॉय जागेसाठी मी एका मुलीशी आधीच बोलून ठेवलंय. पहिले सहा महिने तो किमान वेतन घेऊन काम करायला तयार आहे. अर्थात आपला हा सर्व खटाटोप यशस्वी झाला, तर तिला योग्य ती पगारवाढ आपण देणार आहोतच. हे काम काहीसं तात्पुरत्या स्वरूपाचं आहे, याची तिला पूर्ण कल्पना आहे; पण मुळात तिला ही सर्व कल्पनाच एवढी आवडली की, मी म्हटलं असतं, तर तिने विनावेतनही काम करण्याची तयारी दर्शवली असती. आपल्याकडचा अकाउंटंट आठवड्यातून फक्त १८ तास काम करणार आहे, त्यानुसार त्याला वेतन द्यावं लागेल. या संदर्भात मी जो माणूस निवडलाय, त्यालाही आपली ही सर्व धडपड आकर्षक वाटतेय. तो पदवीधर असून आपण सांगताक्षणी काम सुरू करायला तयार आहे. आपल्या ऑफिसबॉयची कहाणी जरा वेगळी आहे. तो मला माझ्या मुलासारखाच आहे, तो राहतोही आमच्याकडेच. या तुमच्या नवीन कार्यक्रमात काम दिलं नाहीत, तर मी घर सोडीन, अशी धमकीच त्याने मला दिलीय. त्याला पगार किती द्यायचा, हे मीच ठरवावं, असा त्याचा आग्रह आहे.

"कार्यक्रम विकसकांचा (Program Developers) आणि त्यांना द्यायच्या

वेतनाचा मी अद्याप विचार केलेला नाही. आपला कार्यक्रम कितपत यशस्वी होतोय, ते पाहून त्यानुसार त्यांना मानधन द्यावं, असं मला वाटतं. मी जरी अद्याप या जागेसाठी कोणाशी चर्चा केली नसली, तरी योग्य असा उमेदवार मिळेल, याबद्दल मला आत्मविश्वास आहे.

''आपले स्वयंसेवकही पहिले सहा महिने विनावेतन काम करणार आहेत. त्यांच्यापैकी बरेच जण सेवानिवृत्त लष्करी सैनिक आहेत. त्यांच्यापैकी काही जणांना सुरुवातीपासून वेतन द्यावं, असं वाटेल; पण या मुद्यावर आपण नंतर बोलू शकतो. या स्वयंसेवकांनाही वेतन द्यावं, असा माझा विचार आहे.

''या सर्व कार्यक्रमाच्या एकूण खर्चापैकी काही भार आमच्या भागीदारांनी उचलावा आणि त्याचबरोबर आमच्या कंपनीलाही थोडाफार फायदा व्हावा, असं मला वाटतं. आपला हा कार्यक्रम भागीदारांच्या दृष्टीने एक महत्त्वाचा बदल घडवणारा ठरणार आहे. आपल्याला केवळ या कार्यक्रमाची उपयोगिता पटवून द्यावी लागणार आहे; त्याचबरोबर त्यांची गुंतवणूक ही बदलासाठी केलेली गुंतवणूक आहे, सुधारणांसाठी केलेली गुंतवणूक आहे, हा मुद्दा त्यांना समजावून द्यायचा आहे. माझी अशी अपेक्षा आहे की, आपल्या कार्यक्रमाच्या यशावर फिदा होऊन अनेक उद्योजक पुढे येतील आणि आम्हालाही यात भागीदार करा, असा आग्रह धरतील. हे सारं मी म्हणतो, तसं घडत गेलं, तर 'हू इज मॅनी एस्पिनोजा'च्या यशाला सीमा उरणार नाहीत.''

हे सर्व सांगितल्यावर जॉनने एक मोठ्ठा 'पॉज' घेतला आणि त्याने मला विचारलं, ''मित्रा, हे तुला कसं वाटतंय?''

मी म्हणालो, ''लगे रहो जॉनभाई !''

***

थांबा आणि लक्ष केंद्रित करा

धोरण आणि नियोजनाचा प्रारंभ

कोणतंही 'मिशन' सुरू करतानाच आपण त्याच्या अंतिम टप्प्याविषयी आडाखे बांधलेच पाहिजेत. कंपनीची सुरुवात करून ती सहा महिन्यांत योग्य रुळावर आणणं, हा जॉनने आपल्या मिशनविषयीचा बांधलेला आडाखा होता. आपलं 'मिशन' यशस्वी करणं हीच आपली खरी कसोटी आहे, असं तो का मानत होता? आपल्या गरजा कमीत कमी असाव्यात, असा त्यांचा आग्रह का होता? एकीकडे आकाशाला भिडणारे पगार, नोकऱ्या निवडण्याचे अनेक उपलब्ध पर्याय आणि इतर फायदे या सर्वांवर पाणी सोडून कर्मचारी म्हणून लोक आपल्याकडे येतीलच, याची खातरी तो कशाच्या बळावर देत होता? या सर्व प्रश्नांची उत्तरं हवी असतील, तर तुम्हाला थोडं मागे जावं लागेल.

जॉन ब्लॅकवेलसाठी मी काही दर्जाविषयक मानदंड तयार केले होते, त्यांचं अवलोकन करा. या नियमांची तो किती गांभीर्याने अंमलबजावणी करतो, ते पाहा. मी जे नियम तयार केले होते, त्यांचं प्रतिबिंब त्याने तयार केलेल्या धोरणात आणि नियोजनात तंतोतंत आढळल्याचं तुमच्या लक्षात येईल.

तुम्ही तुमच्या नेत्याशी केलेल्या कराराची बूज राखणं, हे तुमचं आद्यकर्तव्य आहे. मी जॉनसाठी जे मानदंड तयार केले होते, त्यांच्याशी संपूर्णपणे विसंगत अशी धोरणं आणि योजना त्याने तयार केल्या तर? मी त्याला त्याबाबत काय सांगणार? तुम्ही ज्या मानदंडांना मध्यवर्ती ठेवून तुमच्या नेत्यांकडून जशा प्रकारची धोरणं अपेक्षित केली होतीत, ती आणि त्याने प्रत्यक्षात तुम्हाला सादर केलेली धोरणं आणि योजना यांच्यात विसंगती असेल, तर तुम्ही काय कराल? मी जॉनला काय सांगितलं होतं, ते आठवून बघा. त्याची धोरणं आणि योजना ऐकल्यावर लगेचच मी हिरवा कंदील दाखवला होता. एकतर त्याने मला दिलेली खर्चाची आकडेवारी फारच कमी होती; त्यामुळे त्याच्या योजना आणि

धोरणं कंपनीला किफायतशीर ठरतील, याची मला खातरीच होती.
सर्वांत चांगला भाग म्हणजे, त्याने केलेल्या धोरणांची आणि योजनांची अंमलबजावणी तो स्वत: करणार होता. त्याला लागणाऱ्या मदतनिसांच्या निवडीपासून त्यांना द्यावयाच्या पगारापर्यंतचे निर्णय तोच करणार होता.
म्हणूनच पहिल्या झटक्यात मी त्याला हिरवा कंदील दाखवला. आता तो आपल्या धोरणांची आणि योजनांची प्रत्यक्ष अंमलबजावणी कशी करतो, ते मला पाहायचं होतं.

२३

'मिशन' सुरू होताना...

'मला ज्या 'संधी' मिळतात, त्याच माझ्या गरजांची पूर्तता करतात. काही जण रस्त्यावर चालताना सतत अडखळत चालतात. मीही त्यांच्यापैकी एक. माझा पाय कशाला तरी अडखळतो. मी खाली वाकून पाहतो, तेव्हा मी जिचा शोध घेत होतो, ती वस्तूच तिथे मला आढळून येते.'

– जेम्स जॉयस

''मिशन सुरू होत आहे!''

जॉन ब्लॅकवेलच्या समोर दहा-बारा जणांचा घोळका बसला आहे. त्यातील दहा जण पुरुष, तर चौघी महिला आहेत. मी यापूर्वी त्यांच्यापैकी कोणालाही भेटलेलो नाही. जॉनच्या मिटिंगचा हा पहिलाच दिवस असून त्याने मला त्यासाठी निमंत्रित केलंय. या मिटिंगपूर्वी जॉनने अनेक लोकांच्या भेटीगाठी घेऊन त्यांच्याशी त्याच्या या नव्या कल्पनेसंदर्भात सविस्तर चर्चा केली आहे. त्याने भेट घेतलेल्यांमध्ये रेस्टॉरंटचे एक्झिक्युटिव्ह आणि व्यवस्थापक, हॉटेल आणि बांधकाम व्यवसायातील बडे उद्योजक, प्रोग्रॅम डेव्हलपर्स, संभाव्य स्वयंसेवक, स्थानिक बँकांचे अधिकारी, कृष्णवर्णीयांचे स्थानिक नेते यांचा समावेश होता.

आमच्या या नव्या प्रकल्पात या ना त्या हेतूने सहभागी होऊ इच्छिणाऱ्यांची एकत्र अशी ही पहिलीच भेट होती. त्यातील बरेच जण परस्परांनाही प्रथमच भेटत होते. अर्थातच या सर्वांमुळे जॉनचा उत्साह भरभरून वाहत होता, हे वेगळं सांगायला नकोच.

प्रत्यक्ष चर्चेपूर्वी जॉनने माझी भेट घेतली आणि तेथे जमलेल्या सर्वांनी त्याचं

कसं अभिनंदन केलं, हे सांगितलं.

तो म्हणाला, ''मायकेल, यापूर्वी माझ्या अनेक कार्यक्रमात सहभाग असे. मात्र आज मला येथे जो प्रतिसाद मिळाला, त्याला तोड नाही. 'हू इज मॅनी एस्पिनोजा' ही कल्पना सर्वांनाच मनापासून आवडलीय. त्यांनी तिचा स्वीकार केलाय. अर्थात त्यांनी ही कल्पना आणि तिच्याविषयीच्या शंकांचा माझ्यावर भडिमार केला; पण एवढं असूनही ती यशस्वी होईल, याबद्दल कोणाच्याही मनात किंतू नव्हता. या बळावरच मी तुला आश्वस्त करू शकतो. 'मॅकडोनाल्ड', 'टॅको बेल' आणि 'क्विझनोज' हे रेस्टॉरंट क्षेत्रातील साखळी उद्योग आपल्याकडे आले आहेतच. शिवाय त्यांच्यासारखेच अनेक उद्योग आपल्या उपक्रमात सहभागी झाले आहेत. त्या सर्वांची संपूर्ण यादी मी तुला देणार आहे. बांधकाम व्यवसायाबाबत सांगायचं झालं, तर अनेकांनी आपल्याकडे यायची तयारी दर्शवली आहे. त्यांच्यापैकी अनेक जण त्या क्षेत्रातील ख्यातप्राप्त उद्योजक आहेत. त्यांच्या नावाची यादी आणि माहितीही मी तुला देणार आहे. माझ्या या भावी विद्यार्थ्यांमध्ये अनेक खेळाडू , मार्शल आर्ट्‌स तज्ज्ञ, लष्करी अधिकारी, शिक्षक, प्रशिक्षक उद्योजक आणि अभ्यासक्रम तज्ज्ञही सामील झाले आहेत. हे सर्वच जण आपआपल्या क्षेत्रात 'स्टार' आहेत. तू 'हू इज मॅनी एस्पिनोजा'साठी तयार केलेल्या श्वेतपत्रिकेत ज्या 'यंत्रणा' या मुद्याचा ऊहापोह केला आहेस, त्यावर ही मंडळी कसून मेहनत करतील, असा माझा विश्वास आहे.''

''आता तुझी पाळी,'' जॉन म्हणाला. ''मी आता तुझी या नव्या लोकांशी ओळख करून देतो. मी जे त्यांना काही सांगितलंय, ते आणि तू जे मला सांगितलंयंस, त्यात फरक नाही ना, हे मला तपासून पाहायचंय.''

आम्ही दोघेही मीटिंग रूममध्ये गेलो. जॉनने मला त्या सर्वांच्या पुढे उभं केलं आणि तो म्हणाला, ''मित्रांनो, आपण सर्व जण येथे एकाच उद्देशाने एकत्र आलो आहोत. कृष्णवर्णीय आणि इतर अमेरिकेतर स्थलांतरित तरुण आज ज्या अवस्थेत आपलं जीवन कंठत आहेत, त्यात आपल्याला आमूलाग्र बदल घडवून आणायचा आहे. या तरुणांमध्ये सुप्त असे अनेक गुण आहेत, ते खऱ्या अर्थाने कोणी वापरलेच नाहीत. ते काम आपल्याला येथे करायचंय. ते तरुण येथून शिकून बाहेर पडतील. तेव्हा केवळ स्वत:चंच नाही; तर आपल्या समाजाचं, आपल्या भावी उद्योगाचं आणि त्याच्या मालकाचं भविष्य उजळून टाकण्याची क्षमता त्यांच्यात निर्माण झालेली असेल. मी आता तुमची मायकेल जर्बर यांच्याशी ओळख करून देतो. 'हू इज मॅनी एस्पिनोजा'चे तेच सर्वेसर्वा आहेत. ही कंपनी नोकरभरती आणि कर्मचारिविकास या नव्या क्षेत्रात काही क्रांतिकारी बदल घडवू इच्छिते. त्या सर्वामागे मायकेल यांची प्रेरणा आहे. मायकेल, आता तुम्ही चार शब्द सांगा.''

मी माझ्या आजूबाजूला बसलेल्या त्या छोट्याशा ग्रुपकडे एक कटाक्ष टाकला.

यापूर्वीही मी अनेक व्याख्यानं दिली आहेत. पण तेव्हाचे ग्रुप आकाराने फारच मोठे होते. अशा हजारो ग्रुपशी मी संवाद साधला आहे. मात्र आजचा ग्रुप काहीसा वेगळा होता. तो काही एक विशिष्ट हेतू मनात ठेवून जमला होता. त्यांच्या चेहऱ्यावर मला गांभीर्य आणि जाणतेपणाचं मिश्रण पाहायला मिळालं. ते पाहण्यात एक वेगळंच समाधान वाटत होतं. हा काही केवळ एक श्रोतृवर्ग नव्हता, तर एका मिशनच्या ध्यासाने झपाटलेल्या तरुणांचा तो एक समुदाय होता. जॉन ब्लॅकवेलने आपलं काम चोख केलं होतं आणि पुढची जबाबदारी माझी होती.

"गुड मॉर्निंग, मित्रांनो," मी सुरुवात केली. 'हू इज मॅनी एस्पिनोजा' हे एक मिशन आहे, असं मी मानतो आणि तुमची सर्वांचीही तीच भावना असणार, अशी मला खातरी वाटते. या मिशनविषयीचे माझे विचार आणि भावना यांची तुमच्याशी देवाणघेवाण करण्याच्या उद्देशाने मी येथे आलो आहे.

"या भूतलावर कोट्यवधी लोक असे आहेत, ज्यांना आनंद म्हणजे काय, हे आयुष्यात समजलेलं नाही, असेच कोट्यवधी लोक आज हलाखीत जगत आहेत. या हलाखीचं मुख्य कारण आहे, त्यांचं आर्थिक दुबळेपण. मी त्याला आर्थिक पात्रता म्हणतो. अशी पात्रता सिद्ध करण्यात बऱ्याच जणांना अपयश आल्याचं मी पाहत आलो आहे. या अपात्रतेमुळे ते इतरांनाच काय, स्वत:लाही सावरू शकत नाहीत, अशी परिस्थिती आहे. अशा पात्रतेचा अभाव हे आपल्यातील अनेक 'मॅनी एस्पिनोजा'पुढील एक कटू वास्तव आहे.

"अर्थात या परिस्थितीवर कशी मात करायची, हा तुमचा प्रश्न नाही, हे मला माहीत आहे. मात्र या सर्वांकडे एक समस्या म्हणून न पाहता, एक संधी म्हणून पाहा, असं माझं तुम्हाला सांगणं आहे. हे वास्तव बदलण्यासाठी जे बळ लागतं, ते सध्या तरी तुमच्यापाशी नाही. मात्र ते बळ 'मॅनी एस्पिनोजा'कडे आहे. ते बळ शोधून काढण्याचं आणि तिला प्रत्यक्ष कृतीत आणण्याचं काम आपल्याला करायचंय."

त्यानंतर मी त्यांना माझी कहाणी सांगितली, जी याच पुस्तकात सुरुवातीच्या काही प्रकरणात येऊन गेली आहे. 'मॅनी'ला अगदी पायाभूत अशी कौशल्यं ज्ञात नाहीत, त्याच्यासमोर कोणीही आदर्श नाही, कुणी 'रोल मॉडेल' नाही; हेही मी त्यांना सांगितलं.

'मॅनी'ला अद्याप स्वत:चा शोध लागलेला नाही. आपल्या अस्तित्वाने काही फरक पडू शकतो, हे त्याला माहीत नाही. आपलं नशीब हेच सर्वस्व आहे, ते बलवान नसेल, तर आपला भविष्यकाळ अंधकारमय आहे, अशी त्याने समजूत करून घेतलीय आणि त्यामुळेच त्याच्यात एक फटकारलेपण आलंय, इत्यादी गोष्टीही मी त्यांना समजावून दिल्या.

'मॅनी'ला स्वत:च्या पोटापाण्याच्या उद्योगाविषयी काय वाटतं, त्याबद्दलची मी

त्यांचं एक बौद्धिक घेतलं. आजच्या जगात गुंडगिरी करणं, हेच आपल्या हातात आहे. आपण गुंडगिरी केली नाही, तर आपला दबदबा वाढणार नाही आणि असा दबदबा वाढला नाही, तर जग आपल्याला मूर्खात काढील, अशी त्याची मनोधारणा बनली आहे.

'मॅनी'ला खरंखुरं जीवन जगायला तयार करायचं असेल, तर त्याला स्वप्नं दाखवली पाहिजेत, त्याच्यात आशा निर्माण केली पाहिजे आणि हे काम आपल्याला करायचं आहे, ही जाणीव मी तेथील उपस्थितांना करून दिली.

पुढे जाऊन मी त्यांना हेही सांगितलं की, हे सर्व घडण्याची शक्यता असलेलं एकच ठिकाण आहे, ते म्हणजे 'मॅनी एस्पिनोजा!' या कंपनीचा जन्मच या कामांसाठी झाला आहे. मात्र या कंपनीचं विश्वच वेगळं आहे. चांगलं शिका, चांगले पैसे कमवा आणि चांगली गुंतवणूक करा, असले उपदेश करण्याचं हे ठिकाण नाहीच नाही. इथे आपण त्यांना वैभवसंपन्न अमेरिकेचं स्वप्न द्यायला बसलेलो नाही, ते 'मॅनी'चं काम नाही आणि 'मॅनी' जर हेच उद्योग करत बसली, तर तिच्या उद्दिष्टांनाच सुरुंग लावल्यासारखं होणार आहे.

" 'मॅनी'च्या अनुभवविश्वात जे आतापर्यंत कधीच आलं नव्हतं; ते द्यायला, शिकवायला आज तंत्रज्ञांची, प्रशिक्षकांची आणि अशा स्वयंसेवकांची गरज आहे की; जे 'मॅनी'च्या या सर्व गरजा पूर्ण करतील. ते चाकोरीबद्ध शिक्षण देणार नाहीत, तर ते त्यांना चैतन्यमय आनंदी आणि एकदम नव्या अशा जगात घेऊन जातील. असं जग जे जगण्यासाठी आहे, स्वत:ची शारीरिक, बौद्धिक आणि मानसिक भरभराट करण्याची संधी ज्या जगात आहे, असं जग. या जगात 'मॅनी' हाच त्याचा 'महानायक' असेल. त्या भोवतालची सारी माणसंही "महानायक" असतील, नेते असतील. मित्रांनो, हे सारं आपल्याला करायचंय, आपली इतिकर्तव्यता आता हीच असणार आहे. आपलं अंतिम ध्येय असेल सर्वसामान्य, उपेक्षित आणि गांजलेल्या प्रतिकूल परिस्थितीला शरण जाऊ शकणाऱ्या 'मॅनी'ला 'महानायक' बनवणं, त्याला तसं स्थान प्राप्त करून देणं.'

" 'मॅनी'च्या या ध्येयपूर्तीच्या साधनेत तुम्ही सहभागी होत आहात, त्याबद्दल तुमचे आभार. आता जर कुणाला काही प्रश्न विचारायचे असतील, तर त्यांनी ते अवश्य विचारावे."

एवढं बोलून मी थांबलो. एक दीर्घ श्वास घेतला आणि पुढे काय घडतंय, याची वाट पाहू लागलो.

त्यानंतर काही क्षणातच खोलीच्या मागच्या बाकावर बसलेली एक व्यक्ती उभी राहिली आणि तिने हात वर केला. त्याचे कपडे रोजच्या वापरातील होते. त्याच्या शर्टावर कसला तरी लोगो छापलेला होता. मात्र मला तो ओळखता आला नाही.

“येस सर,” त्याच्याकडे पाहत मी म्हणालो.

“तुमचं नाव सांगता का प्लीज?”

“मि. जर्बर, मी जेरी लाँग. मी मॅकडोनाल्डमध्ये काम करतो. माझं म्हणणं मी स्पष्टच सांगतो. ‘मॅनी’मार्फत आम्ही ज्या कर्मचाऱ्याची भरती करू, त्याची कमीत कमी आमचा व्यवस्थापक बनण्याची पात्रता हवी. माझ्या मते तुमचा हा कार्यक्रम अशा होतकरू तरुणांसाठीच आहे. जर त्या कर्मचाऱ्याची व्यवस्थापक बनण्याची इच्छा नसेल, तर त्याची भरती आम्ही ‘मॅनी’मार्फत का करावी?”

मी याच प्रश्नाची कोणाकडून तरी अपेक्षा करत होतो. “जेरी, तुझ्या प्रश्नाचं उत्तर असं – ‘मॅनी’कडून जो नवा कर्मचारी आम्ही तुम्हाला देऊ, तो तुमच्या सर्व कसोटींना उतरेल, अशी आमची खातरी आहे. ‘मॅकडोनाल्ड’चा व्यवस्थापक बनण्याची सर्व पात्रता त्याच्या अंगी असेल. ‘मॅनी’मध्ये प्रत्येक भावी कर्मचाऱ्याला आम्ही तशीच चालना देतो. तो ‘मॅकडोनाल्ड’कडे एक रेस्टॉरंट म्हणून नाही, तर एक प्रशाला म्हणून पाहील. या प्रशालेत तो आम्ही आणि तुम्ही जे धडे द्याल, ते आत्मसात करील, त्याने कल्पनाही केली नसेल, अशा उच्च पदावर तो पोहोचेल, याबद्दल माझ्या मनात तिळमात्रही शंका नाही.” मी उत्तरलो.

“आमचा उमेदवार तुमच्याकडे एकाग्रता, संघटनात्मक कौशल्य, नावीन्य आणि संवाद या विषयांचा अभ्यास करेल. जर आपण काही नवं शिकलो नाही, तर ती आपली चूक असेल. आपल्याला नोकरीवर ठेवणाऱ्याची नसेल, हे तो जाणतो. त्यामुळे तुम्हाला ‘मॅनी’मार्फत जो उमेदवार दिला जाईल, तो तुम्हाला सर्वतोपरी उपयुक्त ठरावा, असाच असेल. भरतीच्या प्रक्रियेच्या वेळी असा उमेदवार आपल्याला यापूर्वी कधीच मिळाला नव्हता, याची जाणीव तुम्हाला लगेचच होईल.”

“आमचा उमेदवार तुमच्याकडे अगदी कोरी पाटी घेऊन येईल. आम्ही त्याला ‘हू इज मॅनी एस्पिनोजा’ची कहाणी इत्थंभूत सांगितली आहे. बरेच जण असे आहेत की – दुसऱ्यांच्या कहाण्या किंवा दुसऱ्यांनी त्यांच्यासाठी तयार केलेल्या कहाण्यांवरच जगत असतात. यात ‘तुझा’ आणि ‘माझा’ समावेश आहे

“मात्र जर साध्या कर्मचाऱ्याचं ‘महानायकां’त रूपांतर करायचं असेल, तर आपल्याला स्वत:चा आणि सत्याचा आधार असलेली कहाणी रचावी लागेल. आपला इथला हेतू काय? आपण इथून पुढे कुठे जाणार आहोत? वास्तवाची आपली कल्पना आणि प्रत्यक्ष वास्तव यांच्यात काही समानता आहे का? या पृथ्वीवर आपण माणूस म्हणून जन्मलो, तेव्हा आपल्या जीवनाची सार्थकता कशात आहे? आपल्याला ज्ञानार्जन करण्यासाठी, आपली उन्नती साधण्यासाठी, आव्हानांचा सामना करण्यासाठी कोण उद्युक्त करीत असत. या सर्व प्रश्नांचा धांडोळा आपल्याला या कहाणीत घ्यावा लागेल.

" 'मॅनी'च्या सर्व विद्यार्थ्यांसाठी जीवन म्हणजे एक फार मोठा आणि विचारप्रवर्तक असा प्रश्न असतो. त्याच्या दृष्टीने जीवन म्हणजे एखादं नैराश्यजनक, मर्यादांच्या कुंपणात अडकलेलं आणि कंटाळवाणं असं उत्तर नसतं. कोणतीही नोकरी म्हणजे त्याच्या दृष्टीने पाट्या टाकणं नसतं, तर 'नोकरी' हे कशाचं तरी निमंत्रण असतं. संधीचं निमंत्रण असतं, असं म्हणू या! तुमच्या 'मॅकडोनाल्ड'चे संस्थापक रेक्रोक यांनाही असंच निमंत्रण एकदा मिळालं होतं. उद्योजकांच्या या नव्या युगात तुला केवळ आणखी उद्योजक बनून खोगीरभरती करायची नाही, तर तुला 'महानायक' बनायचं आहे, हे आम्ही 'मॅनी'च्या विद्यार्थ्यांना पटवून देतो. मिळालेली नोकरी करत राहणं एवढ्यावरच तुझी इतिकर्तव्यता संपत नाही, तर इतरांसाठीही नोकऱ्यांच्या संधी तयार करणं, हे तुझं ध्येय असलं पाहिजे, हेही आम्ही त्याला सांगतो.

"आणि आम्ही त्याला जे शिकवलं, ते प्रत्यक्षात आणण्यासाठी 'मॅकडोनाल्ड', 'टॅको बेल' आणि 'क्विझनोज' यांच्यासारखी उत्तम ठिकाणं त्याला मिळाली, तर सोन्याहून पिवळं! आपल्या उद्योगाच्या प्रारंभीच जर 'मॅनी' सारखा कर्मचारी मिळाला, तर त्या मालकाला किती आनंद होईल, याचा विचार जेरी, तूच कर."

जेरी अर्थातच माझ्या उत्तराने समाधानी झाला नव्हता. तो म्हणाला, "आणि समजा, 'मॅनी'मध्ये तयार झालेला उमेदवार आमच्याकडे आला आणि आपल्याच बढाया मारू लागला, आपण कोणीतरी विशेष आहोत, असं दाखवायचा प्रयत्न करू लागला आणि त्याच्या वर्तनाने इतरांचं कामाकडे दुर्लक्ष झालं; तर काय करायचं? व्यवस्थापनासाठी तो किती अडचणीचा ठरू शकतो, याचा तुम्ही काही विचार केलाय का?"

"हो नक्कीच! मी या शक्यतेचा विचार केला आहे. पण मला वाटतं, तुम्ही जी आपत्ती समजता, ती मुळात आपत्ती आहे, असं मला वाटत नाही. उलट ती तुमच्या दृष्टीने एक इष्टापत्ती आहे. 'मॅनी'मार्फत आलेल्या कर्मचाऱ्यांना मिळालेल्या शिकवणुकीचा तुम्ही तुमच्या इतर कर्मचाऱ्यांनाही लाभ करून देऊ शकता. तुम्ही त्यांना सांगू शकता की, 'मॅकडोनाल्ड' ही कंपनी नेहमीच भविष्याचा वेध घेत आली आहे. ती आपल्या कार्यपद्धतीत क्रांतिकारी बदल घडवून आणू इच्छिते. 'मॅनी' हा त्या क्रांतिकारी बदलातील एक नाममात्र घटक आहे आणि हो, बदल म्हणजे आव्हानं आलीच. काहीही नवं करायचं असलं की, आव्हानं ओघानेच येतात. 'मॅकडोनाल्ड'च्या प्रचंड विस्तारात 'मॅनी'चा एखादा कर्मचारी म्हणजे एक गवताची काडी आहे. तो असा काय मोठा फरक पाडणार आहे! तुमच्या कर्मचारी गळतीचं प्रमाण आत्ताच ३०० टक्के आहे. 'मॅनी'चा कर्मचारी त्यात आणखी भर घालेल, असं तुला कसं वाटतं?"

तेवढ्यात आणखी एक हात वर उचलला गेला. "माझं नाव वाल्टर हेन्सले.

मी मार्शल आर्ट शिकवतो. तुमच्या या प्रकल्पात माझी कला महत्त्वाची ठरू शकते, असं मला सांगण्यात आलंय. त्याविषयी जरा विस्ताराने सांगाल का?''

''नक्कीच वॉल्टर,'' मी सुरुवात केली. ''आम्ही 'मॅनी'तर्फे दिल्या जाणाऱ्या प्रशिक्षणात मार्शल आर्टचा अंतर्भाव केलाय. असा प्रयोग आतापर्यंत कोणीही केलेला नाही. मी या प्रकाराला 'नैसर्गिक प्रशिक्षण' म्हणतो, कारण त्याचा व्यक्तीच्या एकूण जडणघडणीशी संबंध आहे. आम्ही आमच्या विद्यार्थ्यांना केवळ काम कसं करायचं, ते शिकवत नाही. कारण आमची संस्था म्हणजे 'व्यवसाय मार्गदर्शन प्रशाला' नाही. आम्ही आमच्या विद्यार्थ्यांना जगण्यासाठी तयार करतो. तुमच्या प्रशिक्षणाचा आम्ही अभ्यासक्रमात समावेश केला, तर विद्यार्थ्यांचा स्वतःबरोबरच जगाकडे बघण्याचा दृष्टिकोन मुळापासून बदलेल. जीवनाच्या वाटेवरील एका दरवाज्याची 'मार्शल आर्ट' ही एक किल्ली आहे. अनेक किल्ल्यांपैकी एक. पण सर्व किल्ल्या लावल्याशिवाय तो दरवाजा उघडला जाणारच नाही आणि एकदा का हा दरवाजा उघडला की, 'मॅनी'च्या विद्यार्थ्याला मुक्त स्वातंत्र्याचा खरा अर्थ कळेल, त्याला स्वातंत्र्याचा मार्ग सापडेल. मला माहीत आहे की, याआधी असा प्रयोग कोणीही केलेला नाही; पण तीच खरी गंमत आहे. इतरांनी जे 'अशक्य' असा शेरा मारून बाजूला टाकलंय, तेच आम्हा सर्वांना करायचंय.''

आता एकाच वेळी अनेकांनी हात उंचावले. मी एका साशंक चेहऱ्याच्या मुलीला उभं केलं.

''मि. जर्बर, माझं नाव ॲलिशिया हंटले. मी भाषा शिकवते. माझ्या मनात एक शंका आहे. 'मॅनी'चा विद्यार्थी आपल्या सेवेचा दर्जा सुधारण्यासाठी एकाच वेळी इंग्लिश भाषा आणि तुमची इतर कौशल्यं कशी काय आत्मसात करू शकेल? माझ्या मते, त्याने केवळ इंग्लिश भाषेवर प्रभुत्व मिळवलं, तरी तो त्याच्या मालकाला अपेक्षेप्रमाणे कामगिरी करून दाखवू शकेल.''

मी म्हणालो, ''कदाचित तुम्ही म्हणताय त्यात तथ्य असू शकतं. पण मालकाचं समाधान करून थांबणं, हे आम्हाला 'मॅनी'च्या विद्यार्थ्याकडून मुळातच अपेक्षित नाही. त्याने त्या क्षेत्रातील 'महानायक' व्हावं, अशी आमची धारणा आहे आणि 'हिरो' बनण्यासाठी इंग्लिशवर प्रभुत्व पाहिजे, हे समीकरणही मला फारसं मान्य नाही. मात्र आपली खरी ताकद काय आहे, हे इतरांना दाखविण्यासाठी 'मॅनी'च्या विद्यार्थ्याचं इंग्लिश भाषेवर प्रभुत्व पाहिजे, असं आम्हाला वाटतं.

''आमचा प्रकल्प म्हणजे नेमकं काय आहे, हे आधी समजावून घेणं अत्यंत महत्त्वाचं आहे. आम्ही केवळ विद्यार्थ्यासाठी नाही, तर भविष्यकाळातील 'हिरो'साठी आमच्या कार्यशाळेची उभारणी करत आहोत. आपण 'कसं' असलं पाहिजे, याची शिकवण आम्ही त्याला देतो. आता हे सारंच्या सारं कसं करायचं, ते आपल्यापैकी

धड कोणालाच माहीत नाही. मात्र त्याच्याविषयी आपण सारे जणच थोडंथोडं जाणून आहोत. तुमच्यापैकी प्रत्येक जण आपआपल्या क्षेत्रात तरबेज आहात आणि तेच तुम्ही मॅनीच्या विद्यार्थ्यांना द्यायचं आहे.''

त्यानंतर जॉन ब्लॅकवेल पुढे आला. त्याने माझे आभार मानले आणि तो म्हणाला, ''आता चहाची सुट्टी झाली आहे. बरोबर १० मिनिटांनी आपण सर्व जण एकत्र जमणार आहोत.''

***

थांबा आणि लक्ष केंद्रित करा

'मिशन' सुरू होताना...

'मॅनी एस्पिनोजा'च्या कार्यक्रमासाठी आलेल्या सर्वांशी बोलतानाच मला एक गोष्ट जाणवली, 'मॅनी एस्पिनोजा'चं सार कशात आहे, ते मला कळू लागलंय. माझ्या हेही लक्षात आलंय की, 'मॅनी एस्पिनोजा' या प्रकल्पाचं रूपांतर आता 'महानायकांचा अभ्यासक्रम' (A Course for Heroes) यामध्ये झालंय आणि त्याच नावाने ते पुढील काळात नावारूपाला येणार आहे.

मी या नावाचा अपघातानेच उल्लेख केला, त्याआधी मी त्यावर कधीच विचार केला नव्हता किंवा त्याचा पुसटसा उल्लेखही केला नव्हता. हे नावही मला त्याआधी कधीच म्हणजे जॉनशी चर्चा करताना, हे पुस्तक लिहायचा संकल्प सोडला, त्या वेळी आणि अगदी हे शेवटचं प्रकरण लिहायला सुरुवात केली; तेव्हाही सुचलं नव्हतं.

पण ते कुठेतरी होतं, आपला प्रवेश कधी होतो, याची जणू वाट पाहात थांबलं होतं, असं मला नक्कीच वाटतं. त्याचं दर्शन झालं आणि आम्ही त्यावर आमचा हक्कच सांगितला, त्याला आमचं करून टाकलं. हे सर्व आम्ही केलं, ते केवळ आमच्या प्रकल्पाचं नामकरण व्हावं, यासाठी नाही; तर ते 'मॅनी'च्या विद्यार्थ्यांसाठी केलं. तो आमच्याकडे नेमकं काय शिकतो आणि बाहेर त्याला काय शिकवलं जातं, यातील फरक अधोरेखित करावा, यासाठी केलं.

आता तुम्ही विचाराल, हे कसं शक्य आहे? एखाद्याला आपल्या प्रकल्पाविषयीच फारशी माहिती नसेल, तर तो सदर प्रकल्प तडीस कसा नेणार?

या प्रश्नाचं उत्तर यापूर्वीही मी दिलंय. पण आता पुन्हा एकदा त्याचा पुनरुच्चार करतो. या पुस्तकात जे काही लिहिलंय; त्यातील प्रत्येक शब्द, प्रत्येक वाक्य म्हणजे माझ्या कल्पनाशक्तीची उपज आहे. माझ्या कल्पनाशक्तीची देणगी आहे. 'कल्पनाशक्ती' हा स्वप्नाळू व्यक्तीचा मार्ग असतो. ही गोष्ट माझ्याच बाबतीत

नाही, तर तुम्हा सर्वांच्या बाबतीत खरी आहे. 'हिरो' बनण्याचं प्रशिक्षण न घेताही तुम्ही 'हिरो' बनू शकता; नेतेपदाचे कित्ते न मिरवताही तुम्ही नेतृत्व करू शकता. तुमच्यातील सुप्त उद्योजकाला जागं करण्यासाठी तुमचीच कल्पनाशक्ती गुरुकिल्ली म्हणून तुम्हाला वापरता येणार आहे. तुमची ऊर्जा, तुमचा आत्मा, तुमच्या कामाप्रती असलेला ध्यास हेच तुम्हाला पूर्णत्वाकडे नेणार आहे. एक 'संपूर्ण माणूस' म्हणून तुम्हाला जगासमोर आणणार आहे. आता तुम्हाला तुमच्या जीवनाचं 'मिशन' शोधायचंय आणि त्यासाठीच मी तुम्हाला जागं करतोय.

२४

'मिशन'चा आत्माविष्कार

'प्रत्येक लेखकाला हमखास विचारला जाणारा प्रश्न मलाही विचारला गेलाय. तो म्हणजे 'तुमच्या प्रतिभेचा मूळ स्रोत कोणता?' आणि ते जर मला खरोखरच ठाऊक असतं, तर आणखी काही शोधण्यासाठी मी पुन्हा-पुन्हा तिथे गेलो असतो....'

– आर्थर मिलर

महानायक तयार करण्यासाठी एखादा अभ्यासक्रम असू शकतो का? खरंतर या प्रश्नाला 'नाही, असा काही अभ्यासक्रम असल्याचं आपल्याला तरी ठाऊक नाही', असं उत्तर कोणीही देईल. सकृतदर्शनी ते खरंही आहे. असा अभ्यासक्रम अद्याप कोणीही तयार केला नसावा. मग आतापर्यंत आपण सर्वच जण मिळून काय करत होतो? आतापर्यंतच्या आणि त्यातही विशेषत: गेल्या प्रकरणात आपण कोणत्या विषयावर एवढं विचारमंथन केलं? मला वाटतं की, या विचारमंथनातून आपल्या हाती जे काही लागलंय, ते एखाद्या व्यक्तीचं रूपांतर 'महानायका'त करण्यासाठी पुरेसं आहे आणि या कल्पनेलाच मी 'महानायकांचा अभ्यासक्रम' (A Course for Heroes) असं म्हणतो.

माझ्या या कल्पनेच्या विस्ताराची व्याप्ती अक्षरश: 'अणुपासोनी ब्रह्मांडा' एवढी मोठी आहे, मी असा दावा कशाच्या आधारावर करू शकतो, असं तुम्ही विचाराल, तर त्याविषयीही सांगतो.

आतापर्यंत आपण पाहिलं की, विचारवंत हा कधीही स्वप्नाळूपणावर पूर्णपणे

ताबा मिळवू शकत नाही. विचारवंत प्रभावी होत असला, तरी त्याची स्वप्नं पाहण्याची प्रक्रिया थांबत नाही. उलट ही प्रक्रिया विचारवंताच्या अस्वस्थ मनाला अधिकच चालना देते. कथाकथनकाराचाही प्रभाव स्वप्नाळूपणाला झाकोळू शकत नाही, उलट स्वप्नाळूपणामुळे कथाकथनकाराच्या शब्दांना जादू प्राप्त होते, ते शब्द अधिकच मोहमयी होतात आणि नेत्याच्या बाबतीत काय घडतं? स्वप्नांवर ताबा मिळवणं त्याला तरी जमतं का? मुळीच नाही. उलट स्वप्नांमुळे नेत्याच्या गुणांना अधिकच धार चढते.

प्रिय वाचकांनो, आतापर्यंत मी तुम्हाला जे काही दिलं, सांगितलं, ते सिद्ध करणारा अधिक सशक्त असा पुरावा आपल्याला हवा आहे, अशी तुमची मागणी असेल; तर मी एवढंच म्हणेन की, तशा पुराव्याची गरजच नाही. कारण मी जे काही सांगितलं, ते सिद्ध करण्यासाठी अत्यंत कमी सशक्त अशा पुराव्यानेही काम होऊ शकतं. माझ्या दृष्टीने मूळ कल्पना हीच महत्त्वाची. मी जे सांगतो, त्याचा पुरावा म्हणजेच माझी कल्पना. ही कल्पना सिद्ध करायला सशक्त पुराव्याची गरज नसली, तरी ती स्वप्नं भराऱ्या मारू शकतात. तुमच्या प्रतिभेला साद घालू शकतात, अशा कल्पनेच्या भरारीतूनच माझ्या 'महानायकांच्या अभ्यासक्रमाचा' (A Course for Heroes) जन्म झालाय. असं काही असू शकतं, हे आतापर्यंत कोणी ऐकलं नव्हतं आणि केलं तर मुळीच नव्हतं.

आणि या साऱ्या कल्पनेची हीच खरी गोम आहे.

***

माझी आणि जॉन ब्लॅकवेलची भेट त्यानंतर लगेचच झाली. आम्ही एका कॉफी शॉपमध्ये भेटायचं ठरवलं होतं. जॉन माझ्या आधीच तेथे पोहोचला होता. त्याच्या हातात कॉफीचा कप होता.

"गुड मॉर्निंग जॉन, आमचा नवा हिरो काय म्हणतोय?" मी त्याला विचारलं.

"गुड मॉर्निंग मायकेल, आपला 'हिरो' मजेत आहे. पण तो थोडासा गोंधळलेल्या स्थितीत आहे. आपल्याला त्याबद्दल बरंच काही बोलायचं आणि बरंच काही करायचंही आहे," इति जॉन.

"तुला काय म्हणायचंय, ते विस्ताराने सांग," मी म्हणालो. या आधीच्या त्या बैठकीतून मी निघून गेल्यावर काय काय घडलं, ते जॉनने मला सांगितलं. तेथे प्रश्नोत्तरांची झुंबड उडाली होती. 'मॅनी एस्पिनोजा' प्रकल्पाची अंमलबजावणी कशी करता येईल, याविषयीच प्रामुख्याने चर्चा झाली. एकूण प्रश्नांपैकी ९० टक्के प्रश्न याच विषयासंदर्भातील होते.

विकसकांनी विचारलेल्या प्रश्नांचं स्वरूप वेगळं होतं, तर रेस्टॉरंट व्यवस्थापकांनी

विचारलेले प्रश्न पूर्णपणे भिन्न स्वरूपाचे होते. विकसक प्रकल्पाच्या प्रक्रियेबाबत अधिक जाणून घ्यायला उत्सुक होते, तर रेस्टॉरंट व्यवस्थापकांच्या समस्या वेगळ्या होत्या. आपल्या रेस्टॉरंट मालिकेत एखादी नवी संकल्पना सादर करताना येणाऱ्या अडचणींवर कशी मात करायची, हा त्यांच्यापुढील एक गहन प्रश्न होता. या बैठकीतून काही जणांनी लवकर काढता पाय घेतला, कारण त्यांचा या प्रकल्पावरच विश्वास बसत नव्हता. उरलेल्या विद्यार्थ्यांनी मात्र या सर्व प्रकरणात चांगलंच स्वारस्य दाखवलं.

तेथे त्या वेळी झालेल्या चर्चेचा एकूण सूर असा होता. हिरोसाठी म्हणून असा काही अभ्यासक्रम विकसित करता येईल का? तो 'मॅनी'मध्ये येणाऱ्या प्रत्येकाला पटवून देता येईल का? या अभ्यासक्रमात तो दीर्घ काळपर्यंत गुंतून राहू शकेल का? या अभ्यासक्रमामुळे आपल्याला काही बदल होऊ शकतो, असं त्याला वाटेल का? हा जो नवा अभ्यासक्रम तयार होईल, त्याचा सर्वसामान्य नागरिकाला उपयोग होईल का? त्याची अंमलबजावणी करणं त्याला शक्य होईल का? या सर्व प्रश्नांची समाधानकारक उत्तरं शोधता आली आणि प्रकल्पाच्या यशस्वी अंमलबजावणीनंतर त्याचा काही आर्थिक परतावा आपल्याला मिळाला, तरच हा सर्व घाट घालण्यात अर्थ आहे.

अर्थात वरील सर्वच प्रश्नांची होकारार्थी उत्तरं देणं हेच एक आव्हानात्मक काम होतं. त्याला किती खर्च येईल, त्याची कालमर्यादा किती असेल, हे प्रश्न ओघानेच येणार होते.

जॉनने मला सुरुवातीला 'गोंधळा'विषयी सांगितलं होतं. आता त्याबद्दल विस्ताराने बोलताना तो म्हणाला, ''मी जेव्हा गोंधळलो आहे, असं म्हणतो, तेव्हा मी जे करायचं ठरवलेलं असतं, त्याविषयीच माझ्या मनात काही शंका उत्पन्न झालेल्या असतात. इतर वेळी वाटणारा आत्मविश्वास आता वाटत नाही, असा त्याचा अर्थ असतो. आपण जो 'महानायकांचा अभ्यासक्रम' तयार करायला घेतलाय, त्याच्या नेमक्या गरजा कोणत्या आणि त्या किती आहेत, हेच मला अद्याप कळलेलं नाही आणि ही जाणीव होताच मला माझ्या पात्रतेविषयीच शंका येऊ लागली. मी 'गोंधळलेली अवस्था' म्हणतो, ती हीच! म्हणूनच मी तुला विचारतो, मायकेल, हे सर्व करणं मला जमेल का?''

त्याच्या या निवेदनानंतर मला हसूच आलं. ते दाबून मी म्हणालो, ''जॉन, अरे मी हे कसं सांगू शकणार? कारण हाच प्रश्न मी मलाच विचारत आलोय. तुलाच काय, पण मलाही हे सर्व शक्य आहे का, हीच शंका भेडसावतेय. कदाचित तू आणि मी वगळून हे सर्व करणारे हजारो तरुण आज तयार असतील. पण ते कोण आहेत, हे आताच आपल्याला कळणार नाही. ते कदाचित तुझ्या कालच्या बैठकीत

असतील. त्यांना कदाचित आपल्या या अभ्यासक्रमाविषयी फारशी माहिती नसेल, आपण दोघे नेमकं काय करतोय, हेही त्यांना उमगलेलं नसेल आणि समजा ते त्यांना खरंच उमगलं, तर ते कदाचित आपल्याला वेड्यातच काढतील आणि कदाचित तेही खरं असू शकेल.''

मी पुढे म्हणालो, ''पण हे सर्व तूच करू शकशील, कारण तू तसा निर्धार केलायंस. मीही ते करणार आहे, कारण मी त्याच्याशी बांधील आहे. आता याउपरही तुला काही प्रश्न पडले असतील, तर ते विचारू शकतोस.''

जॉन म्हणाला, ''फार नाही, फक्त एकच विचारायचंय, हे सर्व कसं पार पाडायचं, याविषयी आपण काही आखणी केलीय का?''

कोणत्याही इतर विषयांसाठी अभ्यासक्रम विकसित करणं आणि 'महानायकांसाठी अभ्यासक्रम' विकसित करणं, यात मूलभूत असा काही फरक नव्हता. सुरुवातीचे मुद्दे सर्वच अभ्यासक्रमात असतात तसेच होते. त्यांपैकी पहिला होता; या अभ्यासक्रमात विद्यार्थ्याची भावनात्मक गुंतवणूक किती असेल हा, तर दुसरा होता; त्याचा शारीरिक सहभाग किती असावा, तर तिसरा होता; त्याची बौद्धिक किंवा तार्किक गुंतवणूक किती असेल? या अभ्यासक्रमाला एकूण किती कालावधी लागेल, हा महत्त्वाचा मुद्दा होता आणि पाचवा व सर्वांत कळीचा मुद्दा होता – या सर्वांची फलश्रुती काय होणार? हे पाचही मुद्दे 'मॅनी एस्पिनोजा'च्या विद्यार्थ्यांनी उपस्थित केले होते.

हा अभ्यासक्रम तयार करताना वरील मुद्द्यांची उत्तरं विद्यार्थ्यांकडून अपेक्षित होती. त्यांची भावनिक परिपक्वता किंवा अपरिपक्वता यांवर अभ्यासक्रमातील भावनिक आशय अवलंबून असणार होता. त्यांची शारीरिक परिपक्वता अभ्यासक्रमातील शारीरिक आशय निश्चित करणार होती. त्यांचा बुद्ध्यांक किंवा तर्कशक्ती यांवर अभ्यासक्रमातील त्यांचा समावेश ठरणार होता.

या अभ्यासक्रमाची कालमर्यादा आणि फलनिश्चिती या दोन्ही गोष्टी परस्परांवर अवलंबून होत्या.

या पाचही मुद्द्यांच्या एकत्रीकरणातूनच हा अभ्यासक्रम घडणार होता. तसंच या चारही मुद्द्यांचं यशस्वी एकत्रीकरण झालं, तरच त्याचा 'मॅनी' विद्यार्थ्याला सर्वार्थाने उपयोग होणार होता. पुन्हा हा अभ्यासक्रम तयार करताना विद्यार्थ्याची त्याच्यातील भावनिक शारीरिक आणि बौद्धिक गुंतवणूकही कमीत कमी असेल, हेही गृहीत धरावं लागणार होतं.

'मॅनी'च्या या अभ्यासक्रमातील गुंतवणुकीत प्राधान्य देणं आवश्यकच होतं. त्याला 'गृहीत' धरून आम्ही हा अभ्यासक्रम तयार केला असता, तर तोच दुरावला जाण्याची भीती होती. तसंच एकदा 'मॅनी'च्या विद्यार्थ्याकडून कमीत कमी गुंतवणुकीची

अपेक्षा ठेवली की, या अभ्यासक्रमात त्यांचा जास्तीत जास्त समावेश करणं शक्य होणार होतं. या अभ्यासक्रमाच्या यशाचा एक मापदंड त्यातील विद्यार्थ्यांचा सहभाग किती असणार, हाही होता.

अर्थातच, या अभ्यासक्रमाच्या अभ्यासानंतर 'मॅनी'चे सर्वच विद्यार्थी परिपूर्ण होतील, अशा भ्रमात आम्ही नव्हतो. या अभ्यासक्रमाच्या यशाचं परिमाणही निश्चित करणं शक्य नव्हतं. त्यासाठी आम्हाला केवळ अंदाज बांधणंच शक्य होतं. त्याबद्दलही आम्ही विचार केला होता. समजा या अभ्यासक्रमासाठी १०० विद्यार्थी तयार झाले, तर त्यातील ३० टक्के अभ्यासक्रम अर्धवट टाकून जातील आणि ६० टक्के विद्यार्थी हा अभ्यासक्रम विविध कारणांमुळे पूर्ण करू शकणार नाहीत. हे असं घडलं, तर आमच्यापाशी ५० टक्के (म्हणजेच ५० विद्यार्थी!) विद्यार्थी उरणार होते.

हे ५० विद्यार्थीच आमचं खरं आशास्थान होते. कारण त्यांनी जर 'महानायकांचा अभ्यासक्रम' यशस्वीपणे आत्मसात केला; तर ते आपल्या कुटुंबावर, मित्रांवर, सभोवतालच्या समाजावर तसंच आपल्या मालकांवर आणि एकूणच आपल्या देशावर प्रभाव टाकू शकणार होते.

आता एखादा असंही म्हणू शकेल की, या अभ्यासक्रमातून ५० टक्के विद्यार्थ्यांची गळती झाली, याचा अर्थ तुम्हाला ५० टक्केच यश मिळालंय. पण ते खरं नाही. कारण जे विद्यार्थी बाहेर पडले, त्यांनीही आमच्याकडच्या ज्ञानाची थोडीशी का होईना; पण पुंजी गोळा केली होती आणि त्याचा त्यांच्या जीवनावर थोड्याफार फरकाने प्रभाव पडणारच होता. त्यांनी सदर अभ्यासक्रम पूर्ण केला की नाही, हा मुद्दा इथे गौण ठरणार होता.

तेव्हा हा अभ्यासक्रम विद्यार्थ्यांच्या दृष्टीने खरोखर उपयोगी ठरायचा असेल; तर वर उल्लेखलेले महत्त्वाचे सर्व घटक म्हणजे भावनात्मक, शारीरिक आणि बौद्धिक गुंतवणूक हे त्यात समाविष्ट होणं, अत्यावश्यक होतं. या समावेशानेच या घटकांचा विद्यार्थ्यांवर सकारात्मक परिणाम होणार होता.

या अभ्यासक्रमाचा सांगोपांग विचार करताना आम्ही आणखी एका महत्त्वाच्या निर्णयाप्रत आलो. तो निर्णय म्हणजे, या अभ्यासक्रमाला बंदिस्त खोलीत डांबून ठेवायचं नाही. 'महानायकांचा अभ्यासक्रम' अशा रीतीने विकसित करायचा की, त्याला बंदिस्त खोलीची किंवा परंपरागत क्लास रूमची गरज भासणार नाही. विद्यार्थ्यात आमूलाग्र बदल करायचा असेल, तर हा निर्णय अमलात आणावा लागेल, हे आम्हाला पटलं. कारण या अभ्यासक्रमात सहभागी होण्यासाठी समाजाच्या ज्या थरातील विद्यार्थी यावेत, असं आम्ही गृहीत धरलं होतं; त्यांच्या मनात 'क्लास रूम' विषयी किंवा तिथल्या शिक्षकांविषयी अढी असण्याची शक्यता होती.

जर या विद्यार्थ्याला क्लास रूममध्ये शिकवायचं नसेल, तर त्यासाठी पर्यायी

व्यवस्था काय करायची?

मग माझ्या डोक्यात मार्शल आर्ट कोर्सची कल्पना आली. त्या ठिकाणी हा विद्यार्थी जमिनीवर बसेल आणि त्याच्यासमोर त्याचा त्या क्षेत्रातील गुरू असेल, हा विद्यार्थी स्विमिंग पूलमध्ये पोहत असताना काही धडे घेईल. कदाचित तो आपला लॅपटॉप घेऊन एखाद्या बागेत किंवा व्यायामशाळेतही बसलेला असेल. प्रखर वाळवंटातही तग धरून कसं जगायचं, हे त्याने शिकलं पाहिजे, अशी माझी कल्पना होती आणि हे सारं घडवून आणायचं असेल, तर परंपरागत आणि बंदिस्त अशी क्लास रूम कुचकामी ठरणार होती.

***

''आणि जॉन हे सर्व करण्याचे हेच मार्ग आहेत,'' मी म्हणालो. ''आता तुला फक्त सुरुवात करायची आहे. तुला आतापर्यंत जो अनुभव आलाय, त्याचा उपयोग तू करायचा आहेस. तुझा 'मॅनी'च्या विद्यार्थ्यांवर विश्वास मात्र हवा. आपण सांगू ते तो चांगल्या प्रकारे आत्मसात करेल, असा आत्मविश्वास तुला वाटला पाहिजे.

''महानायकांचा अभ्यासक्रम (A Course for Heroes) तयार करायचा असेल, तर त्याचा आरंभ आपल्याला सुरुवातीपासून करणं गरजेचं आहे. 'महानायक' म्हणून आमच्या या विद्यार्थ्यांत मानसिक बांधिलकी, शारीरिक सहभाग आणि बौद्धिक गुंतवणूक या गुणांचा समावेश असायला हवाच. शिवाय त्याची स्वप्नं, दूरदृष्टी, हेतू आणि मिशन यांच्याशीही बांधिलकी असायला हवी.

''या मानसिक, शारीरिक आणि बौद्धिक घटकांना आपण 'मूलगामी कौशल्य' म्हणू.

''एकाग्रता, तर-तमभाववृत्ती, संघटना, संशोधन आणि संवादचातुर्य या गुणांना आपण दुसऱ्या स्तरावरील कौशल्य म्हणू.

''वाक्‌चातुर्य, वाचन, लेखन आणि इतर कौशल्यांचा आपण 'परिस्थितीनुरूप कौशल्यांत' समावेश करू.

''आता आपल्याकडे अध्ययनाचे तीन स्तर तयार झाले. या सर्वांचंच नामाभिधान आपण 'महानायकांचा अभ्यासक्रम' (A Course for Heroes) असं करू.

''अर्थात या सर्वाला मोठ्या प्रमाणात यश मिळेल, अशा भ्रमात आपण राहून चालणार नाही, कारण आपला हा विद्यार्थी शिकाऊ आहे. तो आपल्याकडे जे शिकला, त्याचा प्रत्यक्ष कामावर कसा उपयोग करतो, ते पाहिल्यावरच या अभ्यासक्रमाच्या यशस्वितेचं निश्चित मोजमाप करता येणार आहे.'' मी जॉनला म्हणालो.

''एक गोष्ट लक्षात घे जॉन, मॅकडोनाल्डच्या वार्षिक कर्मचारी गळतीचं प्रमाण

तीनशे टक्के आहे. या स्थितीवर आपण कशी मात करणार, हे महत्त्वाचं आहे. आपल्या विद्यार्थ्याने आपलं काम चोखपणे कसं करायचं, याचबरोबर त्याने एक उत्तम माणूस कसं बनायचं, हे शिकवण्यावर आपल्याला भर द्यावा लागेल.

"आता मला सांग जॉन, तुला तुझा विद्यार्थी उत्तम कर्मचारी व्हावा, असं वाटतं की उत्तम माणूस व्हावा, असं वाटतं?" मी त्याला विचारलं,

"तो उत्तम माणूस व्हावा," जॉनने क्षणार्धात उत्तर दिलं.

***

थांबा आणि लक्ष केंद्रित करा

'मिशन'चा आत्माविष्कार

संपूर्ण जगाची नाडी 'स्वप्नं पाहणं', 'विचार करणं', 'कथाकथन करणं', 'नेतृत्व करणं' आणि 'कोणतंही एक मिशन हाती घेऊन ते पूर्णत्वास नेणं', या पाच मूलभूत घटितांच्या हाती असते. जग या घटितांवरच चालत असतं, ती एक सतत चालणारी चळवळ असते आणि त्या चळवळीत आता तुम्ही सहभागी झाला आहात. क्रांतीचीही उत्क्रांती होणं, हे आवश्यक असतं. ही उत्क्रांती आता इथे आपण ही सर्व चर्चा करत असतानाच होतेय.

प्रतिभावंताच्या मनात नेमकी काय खळबळ सुरू असते, त्याची तुम्ही कधी कल्पना केली आहे काय? एखाद्याला आत्मानुभूतीतून होणाऱ्या आविष्काराची तुलना तुम्ही दुर्बोध अशा अंकगणिती प्रक्रियेशी कराल काय? असे आविष्कार म्हणजे पावसाळ्याच्या प्रारंभी येणाऱ्या भूछत्र्या असतात, असं तुम्ही मानाल काय? असो!

कोणताही अभ्यासक्रम शिकण्यासाठी बंदिस्त क्लास रूमच हवी, असं मानण्यांपैकी तुम्ही एक आहात काय? आपले शिक्षकच सर्वज्ञ असून ते सांगतील तेच प्रमाणभूत, असा तर तुमचा समज नाही ना? कोणतीही शिक्षणपद्धती ही नेहमीच विश्लेषणक्षम असते. ती केवळ पाठ्यपुस्तकातूनच प्रकट होते आणि तिच्याबद्दल बोलण्याचा अधिकार फक्त तज्ज्ञांनाच असतो, अशी तुमची पक्की धारणा झालीय काय?

या सर्व प्रश्नांची उत्तरं तुम्ही होकारार्थी दिलीत, तरी त्यात आश्चर्य वाटण्याचं काहीच कारण नाही. कारण तुम्हाला हे सारं असंच असतं, अशी शिकवण देण्यात आलीय. तज्ज्ञांवरच विश्वास ठेवायचा, हेच तुम्हाला शिकवलंय. सर्व ज्ञान आणि माहिती यांची मक्तेदारी फक्त तज्ज्ञांकडेच असते, हाच विचार तुमच्यात भिनवण्यात आलाय आणि साऱ्या प्रश्नांची उत्तरं विज्ञानातच सापडतील,

अशी तर तुमची पक्की समजूत करून देण्यात आलीय.

अर्थात काही तज्ज्ञ आपआपल्या विषयातील अधिकारी असतात, हे जरी खरं असलं, तरी सगळ्यांच्याच बाबतीत हे विधान करणं धाडसाचं ठरेल आणि सर्व तज्ज्ञ हे त्यांच्या विषयातील अधिकारी असतात, हे क्षणभर मान्य केलं, तरी त्यांनी किती गोंधळ निर्माण केला असता, याची कल्पनाच केलेली बरी! एक गोष्ट नेहमी लक्षात ठेवा, कोणताही महान उद्योग शोधून काढायचा असेल, तर तुम्हाला त्या उद्योगाचा पूर्वानुभव असायलाच हवा, असं नाही. एकदा तुम्ही तुमच्यातील उद्योजक जागा केलात की, नवनव्या कल्पनांचा अक्षरश: वर्षाव सुरू होईल. तुम्ही त्या अपूर्व आनंदात चिंब भिजून जाल. जुन्यातूनच नवनिर्मिती होत असते.

'जुने जाऊ द्या मरणालागूनी...' हेच खरं असतं. आयुष्य कधीच साचेबंद, एकसुरी आणि बंदिस्त नसतं; तसं ते असता कामा नये!

२५

आमचे आकस्मिक प्रबोधन

'या सर्व गोष्टी घडून गेल्या आणि कदाचित त्या पुन्हाही घडतील. माझ्या जीवनप्रवासात मी काही क्लृप्त्या आत्मसात केल्या आहेत, त्यात काहीशी सहजपणे मिळवलेली कौशल्यंही आहेत. कोणाला कसं टाळायचं, हेही एक महत्त्वाचं कौशल्य, तेही मला जमलंय. पण खरं सांगू, हा सारा प्रवास म्हणजे प्रामुख्याने एक नशिबाचाच खेळ आहे, असं मला वाटतं. 'कर्म' या संकल्पनेवर माझा विश्वास आहे. माझ्या जीवनाला अर्थातच माझ्यातील तरुणसुलभ अशा मोहून टाकणाऱ्या स्वभावाची जोड मिळालीय.'

– हंटर एस थॉमसन, 'किंग्डम ऑफ फियर : लोथसम सीक्रेटस ऑफ ए स्टार क्रॉस्ड चाइल्ड इन द फायनल डेज ऑफ द अमेरिकन सेंच्युरी'

'हू इज मॅनी एस्पिनोजा' या कंपनीला आकार कसा द्यायचा, याबद्दल मी आणि जॉन ब्लॅकवेल विचार करू लागलो; त्यावर कामही सुरू केलं. हे सर्व सुरू असताना आमची विकसक, रेस्टॉरंटचे व्यवस्थापक, स्वयंसेवक आणि खुद्द मॅनीचे विद्यार्थी यांच्याशी गाठीभेठी होऊ लागल्या. आमच्या या भावी कंपनीविषयीची माहिती आम्ही प्रसारित करायला सुरुवात केल्यानंतर तर मॅनीच्या विद्यार्थ्यांत प्रत्यही भर पडतच राहील.

हे विद्यार्थी आम्हाला रेस्टॉरंटमध्ये भेटायचे, ते तिथंच कामाला असायचे. काही जण आम्हाला रस्त्यावर उभे राहून फेरीवाल्याचं काम करणारे भेटले, इतकंच नाही, तर चेंबर ऑफ कॉमर्ससारख्या संस्थांत उमेदवारी करणारेही काही विद्यार्थी भेटले.

या कामी सामाजिक संघटनांनीही मोलाचं योगदान केलं. त्यांनी आमचे अनुभव ऐकले; आम्हाला कंपनीबद्दल, माझ्याबद्दल आणि जॉनब्लॅकवेलबद्दल प्रश्नही विचारले.

आम्ही त्यांच्या प्रश्नाला जी उत्तरं दिली, त्यांनी त्यांचं समाधान झालं. खरंतर उत्तरांच्या रूपाने आम्ही त्यांना आमचे अनुभवच सांगत होतो. आमची कहाणी त्यांना सांगत होतो. ती ऐकल्यावरही त्यांचं समाधान होत होतं. खरं म्हणजे त्या वेळी आमची कंपनी कार्यरत झालेली नव्हती. आमच्या 'महानायकां'साठी अभ्यासक्रम (A Course for Heroes) या संकल्पनेची त्या वेळी नुकतीच कुठे सुरुवात होत होती. अर्थातच या गोष्टींची त्या वेळी गरज नव्हती, हे मला ठाऊक होतं. असा काही अभ्यासक्रम सुरू होणार आहे आणि तो तयार होण्याच्या मार्गावर आहे. स्वप्नं, दूरदर्शीपणा, हेतू आणि मिशन या आमच्या संकल्पनाही हळूहळू आकार घेत आहेत, याचा त्यांना स्वाभाविकपणे सुगावा लागला होता.

हे सर्व खरं असलं, तरी ते करण्यामागची आमची आसक्ती आणि त्याबद्दलची बांधिलकी यांच्यासंदर्भात आमच्यासह कोणाच्याही मनात संदेह नव्हता. आम्ही काहीतरी बनवाबनवी करतोय, असं त्यांच्यापैकी कोणलाही वाटलं नाही. 'हू इज मॅनी एस्पिनोजा' ही कंपनी नक्कीच अस्तित्वात येईल, याबद्दल त्यांच्यापैकी बहुतेकांची खातरी पटली होती.

आम्ही आमची कहाणी इतरांना सांगण्याची इतकी तयारी केली होती की, झोपेतून उठवून आम्हाला कोणी त्याबद्दल विचारलं असतं, तर तेव्हाही आम्ही त्याला सर्व काही सांगू शकलो असतो. आम्ही आमच्या कहाणीची जसजशी पारायणं करत गेलो, तसतसं आमच्या मनावरील मळभही कमी कमी होत गेलं. आमची 'मॅनी' ही कंपनी वास्तवात कशी असेल, याबद्दलचं चित्र स्पष्ट होत गेलं.

या गोष्टी ज्या वेळी जॉन सांगायचा, तेव्हा मी माझेच विचार ऐकतोय, असं वाटायचं आणि मी जेव्हा त्याविषयी बोलत असेन, तेव्हा जॉनलाही असाच अनुभव यायचा; एवढे आम्ही एकरूप झालो होतो. त्यामुळे आम्हा दोघांचीही 'मॅनी' विषयीची आत्मियता दुणावतच गेली.

आपल्याला छोट्या उद्योजकांना सल्ला देणारी आणि 'मॅकडोनाल्ड'च्या तोडीची संस्था स्थापन करायची आहे, हा विचार सुमारे वीस वर्षांपूर्वी माझ्या मनात रुजला होता. तो तसा कधी ना कधी रुजतच असतो. विशेषतः नव्या उद्योजकाच्या दृष्टीने हे 'रुजणं' महत्त्वाचं असतं, असं मला वाटतं.

हां! तर काय सांगत होतो? माझ्या आणि जॉनच्या भेटी सुरू होत्या. जिथे संधी मिळेल, तिथे आम्ही जात होतो आणि 'मॅनी'च्या भावी विद्यार्थ्यांना भेटतच होतो. सुरुवातीला हे भेटीगाठीचं प्रकरण थोडं अवघड गेलं. पण ते आम्हा दोघांनाही थोडंसं अपेक्षितच होतं. आमचं वय आणि विशेषतः आमचा गौरवर्ण लक्षात घेतला, तर

आम्ही जे काही आरंभलं होतं, त्यावर कोणाचा चटकन विश्वास बसेल, असं मानणं तसं गृहीत धरून चालणं थोडसं धाडसाचंच होतं. त्यामुळे त्या काळात आम्ही दोघेही परस्परांकडे 'आपण हे करतोय ते बरोबर आहे ना?' अशा प्रश्नार्थक नजरेने पाहायचो.

पण मग आम्ही कंबर कसली. आम्ही आमचे अनुभव मुद्देसूदपणे आणि ठामपणे मांडायला सुरुवात केली; त्यामुळे समोरच्या माणसाचा विरोध कमीकमी होत गेलाच, उलट त्याचं स्वारस्य वाढू लागलं. तो आम्हाला आणखी प्रश्न विचारू लागला, आम्हीही त्यांना समर्पक अशी उत्तरं द्यायला लागलो. आमच्या काही उत्तरांनी त्याचं समाधान होत नसे, मात्र त्याची उत्सुकता निश्चितपणे वाढत असे.

'मॅनी'ने विचारलेल्या प्रश्नानंतर आमच्या 'महानायकांसाठी अभ्यासक्रम' या संकल्पनेला वेगवेगळे आयाम मिळत गेले. आम्हाला कृष्णवर्णीय तरुणांत किंवा हिस्पॅनिक तरुणांत आमचा 'हिरो' दिसायला लागला. तो विचार करतोय, त्याला स्वत:च्या वेगळ्या अशा अस्तित्वाची जाणीव व्हायला लागलीय आणि मुख्य म्हणजे, तो प्रश्न विचारायचं धाडस करू लागलाय, याचं प्रत्यंतर मला आणि जॉन ब्लॅकवेलला यायला लागलं.

अशा भेटीगाठींची संख्या आणि त्याबरोबरच त्यांचं महत्त्वही वाढायला लागलं. आमची कहाणी ही आत्ता एक निश्चित आकार घेऊ लागली. कोणत्याही गोष्टीत असतात तसे प्रारंभ, मध्य आणि शेवट हे घटक तिच्यात समाविष्ट झाले. ती हळूहळू अनुकरणीय होत चालली. जर आम्हाला 'हू इज मॅनी एस्पिनोजा' ही कंपनी प्रत्यक्षात आणायची असेल, तर आमची 'कहाणी' जास्तीत जास्त लोकांपर्यंत पोहोचणं आम्हाला गरजेचं वाटू लागलं.

काही कालावधीतच आमच्या या 'कहाणी'चं चर्चासत्रात रूपांतर झालं. या चर्चासत्रातूनच विद्यार्थ्यातील नेतृत्वगुण उजळायला लागले. कंपनीच्या दृष्टीने जे अत्यावश्यक होतं, तेच घडत गेलं. सुरुवातीच्या काळात या चर्चासत्राचं आयोजन आम्ही स्थानिक चर्चमध्ये करत असू. त्यासाठी आम्ही इंग्रजी व स्पॅनिश या दोन्ही भाषांचा वापर सुरू केला.

विद्यार्थी स्वत:तील नेतृत्वगुणांचा आधार घेऊन रस दाखवायला लागल्याचं आमच्या लक्षात येताच आम्ही ठरवलं की, केवळ चर्चासत्र घेऊन पुरेसं नाही. ही चर्चासत्रं यशस्वी आणि फलदायी व्हायला पाहिजेत, असं काहीतरी केलं पाहिजे. कारण आमच्या 'महानायकांसाठी अभ्यासक्रम' या कार्यक्रमात जास्तीत जास्त तरुणांनी सहभागी व्हावं, हा आमचा मूळ हेतू होता.

हा अभ्यासक्रम सुरू करण्यापूर्वी आम्ही त्याचं अंदाजपत्रक तयार केलं. अभ्यासक्रम सुरू केल्यावर त्याच्यातून बाहेर पडणाऱ्या विद्यार्थ्यालाही आम्ही स्वयंसेवक

म्हणून पाचारण करू लागलो. यामागे आमचा हेतू असा होता की, त्याने केवळ हा अभ्यासक्रम पूर्ण करून भागणार नाही, तर त्याला त्याच्या कामाप्रती असणाऱ्या जबाबदारीची जाणीव झाली पाहिजे; आपलं उत्तरदायित्व काय, हे त्याला समजलं पाहिजे.

या सर्व बाबी 'महानायकाचा अभ्यासक्रम'साठी पूरक ठरणाऱ्या होत्या. या सर्व बाबी 'हू इज मॅनी एस्पिनोजा' या कंपनीच्या भवितव्यासाठीही कळीच्या ठरणाऱ्या होत्या.

तर अशा रीतीने आमच्या स्वप्नाचा प्रवास गतिमान होत होता.

आम्ही आमच्या 'मॅनी एस्पिनोजा'चं पहिलं चर्चासत्र त्यानंतर काही दिवसांतच आयोजित केलं. त्याला 'न भूतो न भविष्यती' असा प्रतिसाद मिळाला. त्याला हजेरी लावणाऱ्यांमध्ये हिस्पॅनिक वंशाचे शेकडो तरुण, त्यांचे पालक, अनेक उद्योजकांचे प्रतिनिधी आणि समाजातील प्रमुख घटकांचं प्रतिनिधित्व करणारे नागरिक यांचाही समावेश होता.

या चर्चासत्राला प्रथम कोणी संबोधित करायचं, याबद्दल माझ्यात आणि जॉनमध्ये थोडीशी गरमागरम चर्चाही झाली आणि अखेर मी जिंकलो. हे चर्चासत्र किती बहारदार झालं, म्हणून सांगू! एकाच वेळी काहीसा साशंक असलेला; पण त्याच वेळी मी काय सांगतोय, ते कान देऊन ऐकणारा असा प्रेक्षकवर्ग यापूर्वी मला कधीच लाभला नव्हता. मी जे काही सांगतोय, त्यावर प्रत्येकाचा विश्वास बसत होता. त्यांना त्याचं वैभवसंपन्न असं 'अमेरिकन ड्रीम' सत्यात येईल, असं वाटू लागलं होतं. त्यांचा भांडवलशाहीवरचा, अमेरिकेने त्यांना बहाल केलेल्या स्वातंत्र्यावरचा विश्वास वाढत होता.

हे चर्चासत्र तब्बल तीन तास चाललं. माझं भाषण संपताच त्यांनी उभं राहून त्याला दाद दिली. त्यानंतरचं दृश्य तर अविस्मरणीयच होतं. आमच्या 'महानायकाच्या अभ्यासक्रमात' सहभागी होऊ इच्छिणाऱ्यांची रीघच लागल्याचं मला जाणवलं. मी हळूच जॉनकडे एक दृष्टिक्षेप टाकला. त्याच्याभोवती रेस्टॉरंटचालकांचा आणि त्या व्यवसायातील अधिकाऱ्यांचा गराडा पडला होता.

आणि जॉनच्या नजरेत यशाची आणि समाधानाची एक वेगळीच चमक दिसत होती.

***

थांबा आणि लक्ष केंद्रित करा

आमचे आकस्मिक प्रबोधन

या प्रकरणाचं शीर्षक आकस्मिक झालेला आविष्कार असं दिलंय, हे जरी खरं असलं, तरी खरोखर विचार केला, तर हे असं घडतं ते खरंच आकस्मिक असतं का? या प्रश्नांची उत्तरं द्यायची झाली, तर ती 'नाही' या एका शब्दात द्यावी लागतील. कारण हे आकस्मिक घडणं, खरं तर वारंवार घडणारंच असतं. स्वप्नपूर्तीची प्रकिया सुरू असताना तर या घडण्याचा प्रत्यय अनेकदा येतो.

हे सर्व अनुभव घेताना आणखी एक गोष्ट अवचितपणे आमच्या लक्षात आली की, आम्ही नवीन म्हणून जे काही शोधून काढलंय, तेही तसं नवीन नाहीच आहे. ते पूर्वीही कुठे तरी होतं, जिवंत होतं. ते जसं माझ्या मनात कुठेतरी होतं, तसंच तुमच्याही मनात होतं. फक्त त्या गोष्टीला तुम्ही नव्याने जन्म दिलाय, आता ते सर्वस्वी तुमचं झालंय. त्याला खाऊपिऊ घालणं, त्याची जोपासना करणं, त्याला माया लावणं, त्याला सज्ञान करणं, हे आता तुमच्याच हाती आहे. आता मागे जो प्रश्न तुम्ही विचारला होतात, तोच पुन्हा एकदा विचारण्याची वेळ येऊन ठेपलीय. तो प्रश्न आहे 'तुम्ही' जे काही शिकताय, त्याबद्दल आता तरी तुम्ही पूर्णपणे गंभीर आहात का?

थांबा! उत्तर देण्याची घाई करू नका. तुमचं सारं लक्ष केंद्रित करा आणि तोच प्रश्न पुन्हा एकदा स्वत:ला विचारा!

समजा, अचानकपणे 'हिस्पॅनिक' वंशाच्या शेकडो तरुणांनी तुम्हाला गराडा घातला आणि तुम्ही जे काही सांगताय, त्यावर तुमचा तरी विश्वास आहे का, असा प्रश्न केला, तर तुम्ही काय उत्तर द्याल? मी जे आता तुम्हाला सांगितलं, ते मीच प्रत्यक्षात आणणार आहे, असं तुम्ही सांगाल की नाही? या सर्व अनुभवांवर आधारित असं एक पुस्तक लिहिणार आहे, हे तुमचं उत्तर असेल? प्रिय वाचकांनो, तुम्ही खरंच काय कराल, तुम्हाला अधिक खोलात जायला

आवडेल? तुमच्यातील सुप्त उद्योजक तुम्हाला जागा करायचा आहे ना? मग असं काहीतरी करू, जे आतापर्यंत कोणीही केलं नसेल, असं काहीतरी निर्माण करा की, ज्याच्याशिवाय आपलं जगणं लोकांना निरर्थक वाटलं पाहिजे.

२६

'मिशन'चे प्रकटीकरण

'तुम्ही तुमची 'जोखीम' कोणती आहे, हे ओळखा, म्हणजे तुम्हाला स्वत:ची ओळख पटेल. कधीकधी ही जोखीम म्हणजे तुम्ही तुमचं, तुमच्या वाडवडिलांचं घर सोडणं आणि अज्ञात प्रदेशात भटकंती करणं, अशी सुद्धा असू शकते. बायबलमधील अब्राहमने आणि गौतम बुद्धांनी अशीच जोखीम पत्करली होती. पण सर्वसामान्य माणसांनी असं काही करण्याची आवश्यकता नाही. त्यांनी भूतकाळापासून अशी नाट्यमयरीत्या फारकत घेण्याची आणि आपला जीवनप्रवास सुरू करण्याची गरजही नाही. त्याच्याजवळ संपन्न अशी कल्पनाशक्ती असेल, तर तीच कल्पनाशक्ती त्यांचा प्रवास ठरू शकते, त्यांचा शोध ठरू शकते.'

– मॉर्क गॅफनी, 'द मिस्टरी ऑफ लव्ह'

तेरा दिवसांचं प्रशिक्षण झालं आणि स्वप्नांच्या झाडांना मोहोर फुटायला सुरुवात झाली. या तेरा दिवसांच्या प्रशिक्षणानंतर विद्यार्थी चैतन्यमय झालेत, त्यांना आता ओढ लागलीय ती 'महानायकाच्या अभ्यासक्रमा'ची. पण ते त्यासाठी संपूर्णपणे तयार झालेत का? याबाबतचं अंतिम सत्य काय आहे, हे फक्त जॉन ब्लॅकवेल आणि त्याच्या निकटच्या सहकाऱ्यांनाच माहीत आहे आणि समजा, आपली तयारी अद्याप झाली नाही, तर त्यांना तसं सांगायला पाहिजे. तुम्ही आम्हाला गेल्या तेरा दिवसांत जे काही शिकवलंत, त्याचं पुरेसं आकलन आम्हाला झालेलं नाही. हो, ते आम्हाला भावलं आहे, एका नव्या शक्यतेची जाणीव झाली आहे, हे विद्यार्थ्यांनी

मनमोकळेपणाने कबूल करायला हवं, कारण हे भावणं, कशाची तरी नव्याने जाणीव होणं हेच महत्त्वाचं असतं.

आता या विद्यार्थ्यांसमोर बोलायला मी उभा राहिलो. म्हणालो, ''बंधू भगिनींनो, आपण ज्या टप्प्यावर येऊन पोहोचायला पाहिजे, असं आपल्याला वाटत होतं, तो टप्पा, मला वाटतं, आपण गाठलाय. आता आपण 'टेक ऑफ' घ्यायची तयारी पूर्ण केली आहे. गेल्या तेरा दिवसांत मी तुमचं निरीक्षण करत होतो. या काळात प्रत्येक गोष्ट शिकताना तुम्ही देहभान विसरला होता. माझी अशी खातरी आहे, यापुढे 'मॅनी'चे विद्यार्थी म्हणून तुमची वागणूक पूर्णपणे वेगळी असल्याचं सगळ्यांना जाणवेल, सर्वांवर तुमची स्वतंत्र अशी छाप असेल. आम्हाला आमच्या शिकवणुकीचा पुरेपूर मोबदला मिळाला, या पलीकडे मी काहीच बोलू शकत नाही.

तुम्ही सर्वजण विकसक आहात. आमच्या मनात जो नायक, जो हिरो साकारतोय, त्याचं मर्म नेमकेपणाने तुम्ही ओळखलं आहे. मी आतापर्यंत अनेक प्रशिक्षणशिबीरं घेतली. पण असा अनुभव यापूर्वी मला कधीच आला नव्हता. इतक्या थोड्या वेळात हे सारं तुम्ही कसं जमवून आणलंत, हेच एक कोडं आहे. तुमच्या नीतिधैर्याचं कौतुक करावं तेवढं थोडंच आहे, असं मला वाटतं. माझ्या दृष्टीने तुम्ही आताच 'महानायक' या पदावर पोहोचलेला आहात.

''आणि जॉन, तुझेही हार्दिक आभार. तू जे सांगितलंस, ते तंतोतंत अमलात आणून दाखवलंस, त्याबद्दल मी तुला ऋणी आहे. इथे जमलेल्या सगळ्यांनीच त्यांना घालून दिलेल्या नियमांचं काटेकोरपणे पालन केलं, इतके शिस्तबद्ध विद्यार्थी आयुष्यात क्वचितच पाहायला मिळतात. माझ्या दृष्टीने माझे इथे जमलेले सर्व विद्यार्थी 'हिरो' झाले आहेत. अगदी पहिल्या दर्जाचे 'हिरो'!''

***

या बैठकीनंतर मी आणि जॉनने आगामी प्रस्तावनेच्या संदर्भात चर्चा केली. आमच्या वर्गात ९० विद्यार्थी सहभागी होणार होते. हा आकडा आमच्या अपेक्षेपेक्षा कितीतरी जास्त होता – खरंतर आमच्या गरजेपेक्षा कितीतरी मोठा होता, असं म्हणायला हवं. आता या विद्यार्थ्यांच्या मनात आमच्या आगामी अभ्यासक्रमाविषयी गोडी कशी निर्माण करायची, हा प्रश्न नव्हता; तर त्यांची संख्या कमी करून त्याचं सुव्यवस्थित व्यवस्थापन कसं करायचं, हा होता.

''आपण बरीच मजल मारलीय जॉन, आता तुला कसं वाटतं ते सांग?'' मी म्हणालो.

तो म्हणाला, ''मला काय वाटतंय, कसं वाटतंय, ते तुला आधीच माहिती आहे. आपली ही वाटचाल बघून मीच अचंबित झालोय. हे सारं वाटलं होतं त्यापेक्षा

फारच सोपं निघालं रे! म्हणजे विद्यार्थ्यांची नावनोंदणी, त्यांना शिकवणं, स्वयंसेवकांची भरती, रेस्टॉरंट क्षेत्रातील अधिकाऱ्यांना बोलावणं हे सारंच कसं सोपं गेलं. आता याउपरही काही राहून गेलंय का, हा प्रश्न मात्र मला वारंवार सतावतोय. आयुष्यात असं कधी इतक्या सहजपणे घडत नाही. जर तसं असेल, तर आपण जे आता केलं, ते याआधीच कोणी का नाही केलं? रेस्टॉरंटमधील नोकरगळतीचं प्रमाण एवढं भीषण असेल, तर त्यावर उपाय म्हणून त्या उद्योगातील मान्यवरांनी काहीच कसं केलं नाही? हिस्पॅनिक वंशाच्या नागरिकांचं स्थलांतर प्रचंड प्रमाणात होत असेल, तर सरकारने योग्य ती पावलं का उचलली नाहीत? सेवाभावी संघटनांनी या बाबतीत काहीच कसं केलं नाही? आपलं सर्वांचंच काय चुकतंय, तेच कळत नाही. जी समस्या आतापर्यंत कोणालाच जाणवली नाही आणि ती फक्त आपल्यालाच जाणवली आणि आपण तिच्यावर तोडगाही शोधला, असा दावा करण्याइतपत आपण विद्वान नाही, याची मला कल्पना आहे. मात्र ही सर्व परिस्थिती उदास करणारी आहे, असं तुला वाटत नाही का मायकेल?''

त्याच्या या म्हणण्यावर मी क्षणभर विचार केला आणि त्याला म्हणालो, ''माझी विचार करण्याची पद्धत तुला चांगलीच माहीत आहे. मी काही प्रश्न मलाच सातत्याने विचारत असतो. पण का कोण जाणे, आता 'तू' जे काही विचारतोयंस, ते माझ्या मनात कधीच आलं नव्हतं आणि तसं का झालं असेल, तेही तुला सांगतो; कोणीतरी म्हणालंय, 'या जगात नवं असं काहीच नसतं.' माझा एक मित्र नेहमी हेच सांगायचा, पण वेगळ्या शब्दांत, नव्या गोष्टी या नेहमीच जुन्या होतात. तरीही या अनुभवानंतर एक गोष्ट माझ्या लक्षात आली आहे, ती म्हणजे आपल्याला आणि पर्यायाने 'मॅनी'ला एक गोष्ट करायची आहे. आपण कंपनीचं किंवा नव्या अभ्यासक्रमाचं एक चित्र तयार केलंय, त्यात अजून काही रंग भरणं बाकी आहे, तुकड्यातुकड्यांनी तयार होणाऱ्या चित्रासारखं त्याचं स्वरूप आहे. काही तुकडे विखुरलेले असून ते आपल्याला एकत्र करायचे आहेत, त्यांची एक एकसंध आकृती तयार करायची आहे.

''थोडक्यात सांगायचं, तर जगात प्रत्येक जण आपापल्या परीने त्याचं त्याचं चित्र तयार करत असतो. प्रत्येकाची पद्धत वेगळी असते, पण त्यांचा सगळ्याचा हेतू आणि फलनिष्पत्ती एकच असते आणि त्यामुळेच 'मॅनी'चं वेगळेपण उठून दिसतं, तिचं एकमेवाद्वितीय असणं अधोरेखित होतं. म्हणूनच मी म्हणतो की, आपण जे करतोय, ते याआधी कोणीही केलेलं नाही. आपल्या कृतीची कारणं आणि मार्गही इतरांपेक्षा भिन्न असे आहेत. आपण एक 'ब्रँड' तयार करतो आहोत आणि एकदा का आपला 'ब्रँड तयार झाला की, सर्व जण आपल्यापाशी आपणहून येतील, याबद्दल खातरी बाळग. देवाची कृपा असेल, तर तोपर्यंत आपला 'महानायकां'चा अभ्यासक्रमही पूर्ण झालेला असेल. तो इतका वैशिष्ट्यपूर्ण असेल की, त्याच्याशी

स्पर्धा करणं कोणालाही शक्य होणार नाही. आपण आता एका अशा अचंबित करणाऱ्या वळणावर आलो आहोत की, तिथून मागे फिरण्याचा मोहच होत नाही आणि नेमकं जे करायला हवं होतं, तेच आपण करत आहोत.''

वाचकहो, उद्योजकता आणि तिची विविध रूपं यात मी एवढा का तल्लीन झालोय, हे एव्हाना तुमच्या लक्षात आलं असेलच.

पहिली गोष्ट 'मॅनी एस्पिनोजा' हे नाव काल्पनिक असलं, तरी ते एका भावनिक कल्लोळातून जन्मलं आहे. त्यानंतर तो माझ्या अभ्यासाचा विषय झाला, इतका की, त्याने माझं अवघं आयुष्यच व्यापून टाकलं. ती माझ्यासाठी एक महान कल्पना होती, तशीच मला आव्हान देणारी संधीही होती. ती माझ्या जगण्याचं कारण बनली. जिज्ञासापूर्तीचं साधन बनली. हजारो लोकांना भेटण्याची आणि त्याद्वारे त्यांचं आणि त्यांच्या सभोवतालचं जीवन बदलवून टाकण्याची क्षमता या संधीत मला दिसली. या संधीची व्याप्ती सगळ्यांचं जीवन भरून टाकणारी होती.

मी माझ्या कॉम्प्युटरसमोर बसलो आणि स्वत:शी तसेच तुमच्याशी संवाद साधू लागलो; तेव्हा अनेक जण माझ्यामार्फत तुमच्याशी बोलते झाले, अनेक चित्र जिवंत होऊन मला साद घालू लागली.

मी जे केलं, ते तुम्हीही करू शकला असता. हे जे काही आहे, ती माझ्या आसक्तीने मला दिलेली देणगी आहे. ही प्रेमाची देणगी आहे. ही गोष्ट म्हणजे माझ्या कल्पनाशक्तीचं अपत्य आहे, ती देवाने दिलेली भेट आहे. एका विलक्षण अशा शक्तिस्त्रोतातून तिचा जन्म झालाय. हे सर्व त्या शक्तिस्त्रोतासहित तुमच्या हवाली करत आहे. हे सर्व तुम्हीही करू शकाल, करणार आहात. त्यासाठी मी तुम्हाला आणखी एक मार्ग सांगणार आहे. त्याचं नाव आहे, 'सुवर्ण पिरॅमिडचं प्रकटीकरण'.

(Revelution of the Golden Pyramid) तुमच्या मिशनचा प्रारंभ करण्याची वेळ आता आलीय....

***

थांबा आणि लक्ष केंद्रित करा

'मिशन'चे प्रकटीकरण

या संपूर्ण पुस्तकात मी तुमचा साथीदार म्हणून काम केलं. तुमच्यातील उद्योजकाचा वाटाड्या म्हणून काम करण्याचा माझा प्रयत्न होता.

मी जेव्हा तुम्हाला 'नेतृत्व', 'मिशन' आणि 'मॅनी एस्पिनोजा' याविषयीचे विचार सांगितले, तेव्हा आपण सर्वांनीच पूर्णत: एका नव्या जगात प्रवेश केला होता. त्याआधी मी तुम्हाला मायकेल थॉमस कार्पोरेशन, 'इ-मिथ वर्ल्ड वाइड' आणि 'इन द ड्रिमिंग रूम' यांची ऐतिहासिक माहिती दिली.

त्यानंतर मी तुम्हाला स्वप्नांच्या दुनियेची सफर घडवून आणली आणि 'सहेतूक स्वप्नाळूपणा' म्हणजे काय असतं, ते सांगितलं. एकीकडे नेत्याच्या मनात 'मिशन' आकार घेत होतं, त्याच वेळी जॉन ब्लॅकवेल आपल्यात सामील झाला. जॉन हे पूर्णपणे माझं काल्पनिक अपत्य आहे. द्वितीय पुरुषी असा जॉन, म्हणजे खुद्द मीच आहे, याची कल्पनाही मी तुम्हाला दिली आहे. तर जॉननेही हे 'मिशन'चं आव्हान स्वीकारलं. 'हू इज मॅनी एस्पिनोजा' या कंपनीची प्रथम मनातल्या मनात, नंतर प्रत्यक्षात निर्मिती करताना मला अनेक अडथळ्यांची शर्यत पार करावी लागली. ती पार करण्यासाठी मी माझे मार्ग शोधले, तर समस्यांशीच मैत्रीचं नातं जोडलं. अज्ञाताचा सामना केला. त्यासाठी माझ्या मनाची सदाबहार प्रसन्नता, खिलाडू वृत्ती आणि मानसिक सुदृढता कामी आली.

हे सर्व काही उद्योजकाला करावंच लागतं. भावी उद्योजक या नात्याने तुम्हालाही ते करणं क्रमप्राप्त आहे. 'मॅनी एस्पिनोजा' नावाची माझी काल्पनिक कंपनी आज खरोखरच अस्तित्वात आलीय, या जाणिवेइतकं समाधान देणारं दुसरं काय असू शकतं?

एखाद्यातील सुप्त उद्योजक जागा होतो, तेव्हा हेच सारं घडतं. तो जागा होतो,

तेव्हा त्याच्या भोवतालचं जगही खडबडून जागं होतं आणि या सर्व करण्याचं श्रेय तुम्हाला आणि फक्त तुम्हालाच जातं. हे श्रेय आणि तुमच्यातील उद्योजक जागा होणं; ही एक परमेश्वरी देणगी आहे, अतुलनीय अशी परमेश्वरी देणगी!

२७

'गोल्डन पिरॅमिड'चे प्रकटीकरण

'कमालीचं सर्जनशील होणं, हीच प्रत्येकाची अंतिम आकांक्षा असते.

– नॉर्मन मिलर, 'ऑन गॉड'

आता आपला प्रवास संपत आलाय. या प्रकल्पात आपण एक-दोन स्वप्नं प्रत्यक्षात आल्याचं पाहिलं; पण मित्रांनो, आता आपल्याला पुन्हा या साऱ्याच्या उगमाशी जायचंय. मी आता तुम्हाला आणखी एक अभूतपूर्व अशी कहाणी सांगणार आहे. त्यानंतर तुम्हाला उगमापाशी जाणं म्हणजे काय, ते कळणार आहे.

***

एक एकमेवाद्वितीय असा उपक्रम, असा उद्योग आपल्याला उभारायचाय आणि त्या उद्देशानेच आम्ही तुमच्यातील सुप्त उद्योजक जागा करत आहोत. हा उपक्रम म्हणजे एक फार मोठी कंपनी असणार आहे. या उपक्रमाचा आकार मोठाच असणार आहे. कारण त्यापेक्षा काहीही लहान, तोकडं केल्याने तुमच्यातील उद्योजकाचं समाधान होणं शक्यच नाही. हा उद्योग अद्वितीय असणार आहे, कारण कोणत्याही उद्योजकाला असं काही तरी अद्वितीयच करायचं असतं. इतर कोणीही असा उपक्रम राबवणार नाही किंवा असा उद्योग उभारणार नाही, हेच त्या उद्योगाचं वेगळेपण असेल.

पण या साऱ्याची सुरुवात आता तुम्ही ज्या ठिकाणी आहात, ज्या स्थितीत आहात, तिथूनच करायला पाहिजे. तुम्ही एकटे असणं, हेच या क्षणी तरी फायद्याचं ठरणार आहे. तुम्ही इथं एकटे असणार आहात आणि तिथूनच 'गोल्डन पिरॅमिड'चा

प्रारंभ होतो. तुम्ही एका नवीन कंपनीचा शोध लावता आहात. तुम्ही आता 'ड्रिमिंग रूम'मध्ये आहात. तुमची कल्पनाशक्ती आणि कागदाचा एक चिठोरा यांशिवाय तुमच्यापाशी अन्य काहीही नाही. अर्थात नेहमीप्रमाणे तुमच्यासोबत पांढरा सूट घालणारा आणि गुलाबी टाय लावलेला एक म्हातारा (म्हणजे मी) आहेच, आणि तो तुमच्यावर बारकाईने लक्ष ठेवणार आहे.

तर हा प्रवास आपण सर्वांनी मिळून करायचा आहे. जे आपल्या सर्वांना आतापर्यंत अशक्य कोटीतील वाटत होतं; तेच आपल्याला शक्य करून दाखवायचं आहे, त्याचाच पाठपुरावा करायचा आहे. आपल्याला तुमच्यातील केवळ उद्योजक जागा करायचा नाही, तर तुमच्या दबून राहिलेल्या आवाजाला मोकळं करायचं आहे. हा आवाज कदाचित तुमच्या जन्मापासून गुदमरून राहिला आहे, आपण कधी बाहेर पडतो. याची तो जणू वाट पाहत आहे. कदाचित तुम्ही लहान असताना या आवाजाने तुमच्याशी संवाद साधण्याचा प्रयत्न केला असेल, पण तो संवाद फारपूर्वी कधीतरी बंद केला आहे. बालिशपणा म्हणून त्याच्याकडे तुम्ही दुर्लक्ष केलं आहे. लहानपणी सांगितलेल्या चिऊ-काऊच्या गोष्टींवरचा तुमचा विश्वास उडाल्यानंतरच्या काळात कदाचित तुम्ही या तुमच्या आतील संवादाकडेही दुर्लक्ष करायला सुरुवात केली असेल.

पण या लहानपणच्या गोष्टी म्हणजे सत्य नसतं आणि जीवनाचं सत्य काहीतरी वेगळंच असतं, हे आतापर्यंत कोणी तुमच्या लक्षात आणून दिलंय का? तुम्हाला खऱ्या आयुष्यात 'व्यवहारी' बनलं पाहिजे, हे सत्य कोणी तुमच्या नजरेस आणून दिलंय का? ते व्यवहारी जगच वास्तव आहे, तुम्हाला इथंच आपलं कर्तृत्व दाखवायचं आहे आणि या वास्तव जगात बालिशपणाला स्थान नाही, या सर्व गोष्टी तुम्ही कधी ऐकल्या आहेत काय?

माझी खातरी आहे की, हे तुम्हाला कोणीही सांगितलेलं नसणार; कारण ज्यांनी ते सांगणं अपेक्षित आहे, तेच त्याबद्दल अनभिज्ञ असतात.

पण वास्तव जग म्हणजे काय असतं, ते मी आता तुम्हाला सांगतो. पण मी ज्याचं वर्णन करणार आहे, ते वास्तव जग आणि तुम्हाला माहीत असलेलं वास्तव जग यांत फरक आहे. तुमचं जग हे एका आत्मसंतुष्ट मनाचं अपत्य आहे. तुमच्या या जगाचा शोध एका थकलेल्या आणि निरुत्साही मनाने लावला आहे. तुमच्या या जगावर अनेक निर्बंधांचं जोखड आहे.

पण आता आपण 'ड्रिमिंग रूम'मध्ये प्रवेश केला आहे. आता आपल्याला त्या जुन्या जगाकडे लक्ष देण्याची आवश्यकता नाही. आता आपण स्वप्नांच्या जगात आहोत. इथं आपण जमलो आहोत, ते सकारात्मक दृष्टी घेऊन; काहीतरी घडेल, अशी आशा आपल्याला वाटत आहे म्हणून. अशक्य ते शक्य करता येतं, असा

आत्मविश्वास आहे म्हणून! इथं तुमचं आणि माझं मन एखाद्या कोऱ्या पाटीसारखं स्वच्छ आहे.

***

'गोल्डन पिरॅमिडचं' वैशिष्ट्य असं की, एका शोधापासून सुरुवात केलीत की, पुढचे शंभर शोध लावण्याची तुमची तयारी होते. एका साध्या मोहिमेला तुम्ही प्रारंभ केलात की, एक मोठा उद्योग तुम्ही निर्माण करू शकता. तुम्ही वैद्यकीय क्षेत्रात असा, मसाज केंद्र चालवणारे असा, प्लंबिंगची कामं करणारे असा किंवा अगदी वेबसाइट तयार करणारे असा; यांपैकी कोणताही उद्योग तुम्ही शंभर पटीने वाढवू शकता. विश्वास ठेवा, काहीतरी अद्वितीय अशी निर्मिती करण्याची पात्रता आपल्यात आहे, याची एकदा का तुम्हाला जाणीव झाली की, जे काम हाती घ्याल, ते शंभर पटीने वाढवू शकता.

तुमच्या अशा कामाची तुलना 'मॅकडोनाल्ड'ने जे केलं, 'स्टारबक्स'ने जे केलं किंवा 'वॉलमार्ट'ने जे केलं; त्याच्याशीच होऊ शकते. पहिलं विमान, पहिला टेलीव्हिजन सेट, पहिलं फॅक्स यंत्र ज्याने शोधलं आणि शोधल्यानंतर त्याला जो आनंद झाला असेल, तसाच आनंद तुम्हीही अनुभवू शकता.

तुम्ही जे आता करता आहात, ते कदाचित यापूर्वी शंभर जणांनी केलं असेल; पण ते अपुरं असू शकतं, ते कोणीतरी अधिक प्रभावीपणे करण्याची गरज आहे आणि ते काम तुम्ही करू शकता, नव्हे तुम्हालाच ते करायचंय.

हे सारं काही तुमच्या कल्पनाशक्तीत आधीपासूनच तयार आहे. ते फक्त बाहेरचा मार्ग शोधतंय, त्याला जिवंत शब्दांच्या माध्यमातून बाहेर यायचंय, अभिव्यक्त व्हायचंय. हे जे काही बाहेर पडू इच्छितंय, त्याकडे कान द्या, त्याला शब्दरूप द्या, चित्ररूपात ते बंदिस्त करण्याचा प्रयत्न करा.

आता या कामी मी तुम्हाला मदत करतो. क्षणभर असं गृहीत धरून चला की, तुम्ही 'मसाज थेरपिस्ट' आहात आणि तुम्हाला तुमचा व्यवसाय वाढवण्यात फारसं स्वारस्य नाही. तुम्हाला जे ग्राहक मिळताहेत, त्यावर तुम्ही समाधानी आहात, त्यातच तुम्ही समाधानी आहात.

पण थांबा! सर्वप्रथम मला हे सांगा की, तुम्ही 'मसाज थेरपिस्ट' हाच व्यवसाय का निवडलात?

तुमच्या या निर्णयामागे अनेक कारणं असू शकतात. कदाचित तुम्ही बेकार असताना एखाद्या मित्राने काहीतरी व्यवसाय कर, असा सल्ला दिला असेल. व्यवसाय मार्गदर्शन करणारं एखादं पुस्तक चाळताना तुम्ही 'मसाज थेरपिस्ट' या व्यवसायावर येऊन थांबला असाल, त्या वेळी तुम्हाला स्वत:ला करून घेतलेला

मसाज आणि त्यानंतर मिळणारा सुखद अनुभव यांची आठवण झाली असणार आणि त्याच वेळी तुम्ही निर्णय केला असणार, 'येस! आपल्याला मसाज थेरपिस्टच बनायचं आहे.'

मग तुम्ही असा अभ्यासक्रम शिकवणाऱ्या शाळेत गेला असाल, तेथे तुम्हाला या व्यवसायाचे फायदे सांगण्यात आले असतील. या शाळेत प्रॅक्टिस म्हणून तुम्ही ज्यांचा मसाज केला असेल, त्यांनी तुमचं तोंड भरून कौतुक केलं असेल. मग प्रत्यक्ष व्यवसाय सुरू केल्यावर तुमच्याकडे येणाऱ्या ग्राहकांच्या संख्येत वाढ होत गेली असणार. तुमच्या या कौशल्याला दाद देणारे अनेक ग्राहक तयार झाले असणार.

तुमचा व्यवसाय चांगला चालू लागल्यामुळे तुम्ही समाधानी झाला असाल. आता आपणच आपले राजे, नोकरीसाठी आता कोणाचे उंबरठे झिजवावे लागणार नाहीत, ही कल्पनाही तुम्हाला सुखद मानसिक आनंद देऊन गेली असणार.

अर्थातच काही दिवसांनी तुमचे ग्राहक घटत गेले असणार, पूर्वीसारखं समाधान तुम्हाला दुष्प्राप्य झालं असणार. तुमच्या आर्थिक चणचणीची याच काळात वाढायला सुरुवात झाली असणार. आता तुम्हाला नैराश्याने ग्रासायला सुरुवात केली असणार. पूर्वीचे ग्राहकही आता आपल्याकडे वळत नाहीत, ही खेदजनक जाणीव तुम्हाला सतावू लागली असणार.

आता तुमची पैशाची गरज वाढली असणार. तो मिळवण्यासाठी स्थळ-काळाचं, हवामानाचं भान न बाळगता तुम्ही काम करायला लागला असणार. हे कधीतरी तुमच्या बाबतीत घडलंय, असं वाटतंय ना? तसं वाटलं; तर ते स्वाभाविकच आहे, कारण तुमचा व्यवसाय कोणताही असो, तुम्ही मेकॅनिक असा, संगणकतंत्रज्ञ असा किंवा इतर कोणत्याही क्षेत्रातील तंत्रज्ञ असा; वर वर्णन केल्याप्रमाणे कधी ना कधी अशा परिस्थितीचा सामना तुम्हाला करावाच लागतो.

मी माझ्या 'इ-मिथ' या पुस्तकात या अनुभवाचा उल्लेख केला आहे. कोणत्याही तंत्रज्ञाने आपण पूर्णपणे नवा उद्योग तयार केलाय किंवा करतोय, अशा भ्रमात राहू नये, असं मी त्यात म्हटलंय.

तर आता आपण 'गोल्डन पिरॅमिड' या संकल्पनेच्या पहिल्या पायरीवर उभे आहोत. आता या 'गोल्डन पिरॅमिड'च्या प्रकटीकरणाची सुरुवात होत आहे. त्यापूर्वी त्याची मी काही गुपितं सांगणार आहे. तुम्ही तयार आहात का?

'गुपित' नावाची काही चीजच अस्तित्वात नसते, हे पहिलं गुपित!

तुम्ही ज्या ठिकाणी आता असाल, तिथूनच तुमच्या क्रांतीचा प्रारंभ करू शकता. हा 'गोल्डन पिरॅमिड'च्या प्रकटीकरणातून मिळणारा पहिला संदेश आहे. तुम्ही कोणीही असा, कोणतंही काम करत असा, तुम्ही क्रांती करू शकता. फक्त तुमच्या कार्यपद्धतीत बदल करण्याची आवश्यकता आहे. इथं तुम्ही काय काम

करता, यापेक्षा ते कसं करता, हे महत्त्वाचं ठरणार आहे. तुमच्या स्वत:चा 'गोल्डन पिरॅमिड' बांधायला लागण्यापूर्वी ही गोष्ट तुम्ही लक्षात ठेवली पाहिजे.

तुमची क्रांती तुमच्यासाठी पुढील चार गोष्ट करील –

१. रोज तेच-तेच आणि तेच करण्याच्या रुटीनपासून तुम्हाला मुक्ती देईल.
२. मोठी कंपनी असेल, तर तुम्ही कोणत्या गोष्टी शिकल्या पाहिजेत, ते तुम्हाला सांगेल.
३. तुमच्या भावनिक, शारीरिक, तार्किक आणि आध्यात्मिक क्षेत्रांच्या ज्या कल्पना असतील; त्या स्पष्ट करायला मदत करेल.
४. तुमच्यातील उद्योजकाला ती जागृत करेल. तुमच्यातील सुप्त उद्योजक जागृत करून ती थांबणार नाही, तर त्याला सतत त्याच अवस्थेत कसं ठेवायचं, याचा गुरुमंत्रही तुम्हाला देईल.

***

तुम्हाला सुप्तावस्थेतील उद्योजक जागृत करायचाय, तेच-तेच काम करत राहण्याच्या रुटीनपासून मुक्त व्हायचंय, तुम्ही 'ड्रिमिंग रूम'ला एकदा भेट दिली आहे. तुम्ही अत्यंत प्रामाणिकपणे स्वप्नं बघता. तुम्ही त्याच प्रामाणिकपणे 'तुमची स्वप्नं', 'तुमची दूरदृष्टी', 'तुमचं उद्दिष्ट' आणि 'तुमचं मिशन' यांची आखणी करता.

तुम्ही जबाबदारीने वागता. तुमची स्वप्नं तुम्ही गांभीर्याने घेता. तुम्हाला अशी कंपनी शोधून काढायची आहे की, जी एकाच वेळी आकाराने मोठी असेल आणि जिच्यात आपल्या ग्राहकांच्या जीवनात आमूलाग्र बदल घडवून आणण्याची क्षमताही असेल. पण अशा कंपनीच्या उभारीसाठी आवश्यक असलेलं भांडवल तुमच्यापाशी नाही, तुमच्यापाशी पुरेशा कल्पनाशक्तीचा अभाव आहे, असे उद्योग किंवा कंपनी उभारताना जी माहिती असणं आवश्यक असतं, त्याचीही तुमच्यापाशी उणीव आहे. आता या क्षणी फक्त तुमच्या गाठीला ही कंपनी उभारण्याची बांधिलकी आहे. त्याबाबतच्या जबाबदारीची जाणीव आहे.

आता काय करायचं, असा प्रश्न तुम्हाला पडलाय ना? काळजी करू नका. तुम्हाला सर्वतोपरी मदत करायला 'गोल्डन पिरॅमिड'ची व्यूहरचना, धोरणं आतुर आहेत. हाताशी असलेलं भांडवल, थोडंसं कौशल्य आणि माहिती यांच्या आधाराने आपल्याला अशक्य ते शक्य करून दाखवायचं आहे. त्यासाठीच 'गोल्डन पिरॅमिड'ची व्यूहरचना तयार करण्यात आली आहे.

काय आणि कशी आहे ही व्यूहरचना? या प्रश्नाचं उत्तर हवंय? चला तर, माझ्या मागोमाग या....

गोल्डन पिरॅमिडची व्यूहरचना

१. जुन्या कंपन्या कोणत्या, ते ओळखा – तुम्ही जी कौशल्यं आत्मसात केली आहेत, ते तुमचं भांडवल आहे, असं समजा. ती कौशल्यं ओळखा. इतरांनी तुमच्याकडून मुद्दाम घ्यावं, असं तुम्ही काय करू शकता?

२. तुमचे महत्त्वाचे ग्राहक कोणते, ते ओळखा – त्यांची यादी तयार करा. हेच ग्राहक तुम्हाला नेहमी उपयोगी पडणार आहेत.

३. तुमचे व्यापारक्षेत्र निश्चित करा – तुमचे ग्राहक मोठ्या संख्येने राहतात, तो भाग भौगोलिकदृष्ट्या निश्चित करा. जर तुम्ही रेस्टॉरंट चालवत असाल, तर तुमच्या कामाच्या जागेपासून गाडीने ज्याला तिथे १० मिनिटांत पोहोचता येतं, तो तुमचा ग्राहक असेल, असं गृहीत धरा.

४. ग्राहकांचे गट तयार करा – या ग्राहकांच्या गटात वैविध्यपूर्ण ग्राहक असतील, याकडे विशेष करून लक्ष द्या. उदा. यात वजन वाढलेले, महागड्या कार वापरणारे, डायबेटिस झालेले, स्वत:च्या कामावर पायी जाणारे, निरक्षर, प्रौढ आणि स्वत:चे टॅक्स रिटर्न स्वत: भरणारे इत्यादींचा समावेश होऊ शकतो.

५. तुमची मदत नेहमी लागणारा ग्राहकांचा विशिष्ट असा वर्ग कोणता, ते शोधून काढा? – असा वर्ग निश्चित केल्यावर तुमचं सर्व लक्ष त्याच्यावरच केंद्रित करा. हा वर्ग तुमच्या व्यवसायाच्या दृष्टीने महत्त्वाचा आहे आणि त्याची काही कारणंही आहेत. त्याच्यापैकी काही कारणं पुढीलप्रमाणे –

(अ) हा ग्राहकवर्ग वैशिष्ट्यपूर्ण असून त्यात सातत्याने वाढ होत असते.

(ब) हा ग्राहकवर्ग खातरीशीर असतो. त्याच्या गरजा नेहमी वाढतच असतात.

(क) या ग्राहकवर्गाविषयी किंवा या बाजारपेठेविषयी तुम्हाला आधीच सर्व माहिती असते, त्याचा तुम्ही फायदा घेऊ शकता.

(ड) या ग्राहकवर्गाची संख्या खूप मोठी असते. ती कमकुवत होण्याची किंवा घटण्याची शक्यता नसते.

(इ) हा ग्राहक वर्ग देशव्यापी असतो. त्याची व्यापारक्षेत्रं विस्तृत असतात. तुमचा उद्योग राष्ट्रीय स्तरावर नेण्यासाठी हा वर्ग साहाय्यभूत ठरू शकतो.

(फ) तुमच्या क्षमतेवर त्याचा विश्वास असतो.

(ज) तुमच्या स्पर्धकाने हा ग्राहकवर्ग ओळखला नसण्याची शक्यता असते. डायबेटिस पेशंट, वजन वाढलेली मुलं, पर्यावरणप्रेमी ग्राहक, ८० वर्षांवरील व्यक्ती इत्यादींचा यात समावेश असतो.

६. या ग्राहकवर्गाची जेवढी माहिती तुम्हाला उपलब्ध होऊ शकते, ती करून घ्या – तुम्हाला कोणती माहिती अपेक्षित आहे, याची एक यादी करा. या ग्राहकवर्गाची इत्थंभूत माहिती असणारे कदाचित तुम्ही एकटेच असू शकाल. तुम्हाला त्याचा सातत्याने अभ्यास करावा लागेल. तुमचा ग्राहक असणं किती महत्त्वाचं आहे, हे त्याला पटवून द्यावं लागेल. त्यासाठी त्याच्या जीवनशैलीचं आकलन तुम्हाला करावं लागेल. तो कुठे राहतो, त्याचं घर कसं आहे, त्याच्या घरातील फर्निचर कशा पद्धतीचं आहे, त्याच्या खाण्यापिण्याच्या सवयी कोणत्या, तो कोणत्या प्रकारचे कपडे पसंत करतो, त्याचे मित्र कोण, ते काय करतात, तुमच्या या ग्राहकाची राजकीय विचारसरणी काय आहे, धार्मिकदृष्ट्या त्याचा कल कोणाकडे आहे, तो कोणत्या बनावटीचं वाहन वापरतो, इत्यादी माहिती तुम्हाला गोळा करावीच लागेल. शिवाय त्याच्या जीवनात महत्त्वाचं काय आहे, त्याला कोणत्या गोष्टींमुळे नैराश्य येतं, त्याची एकूण मानसिकता काय आहे, तो कोणती औषधं घेतो, तो आपल्या डॉक्टरांना किती वेळा भेटतो इत्यादी, इत्यादी. या गोष्टी तुम्हाला शिकाव्या लागतील. त्यात नैपुण्य संपादन करावं लागेल. कारण तुम्हाला त्याला केवळ सेवा द्यायची नाही, तर त्याच्या जीवनशैलीतही बदल घडवून आणायचा आहे, हे लक्षात ठेवा.

७. तुम्ही तुमची 'ग्राहक समाधान यंत्रणा' विकसित करा – ही यंत्रणा विकसित करताना 'ग्राहकाचा सर्वांगीण विकास' हे सूत्र मनाशी बाळगा. पहिल्या ग्राहकापासूनच याची सुरुवात करा आणि शेवटच्या ग्राहकापर्यंत त्यात सातत्य ठेवा. तुमच्या ग्राहकाच्या समाधानाची यंत्रणा तयार करताना प्रथम ती कशी असेल, याचं चित्र तुमच्या मन:पटलावर येऊ द्या. या यंत्रणेत मानवी भावनांना काय स्थान असेल, हे ओळखा. तिची व्यवहार्यता जाणून घ्या. ती किफायतशीर कशी होईल, याचा आराखडा तयार करा. तुम्ही जी आश्वासनं द्याल, ती खातरीने पूर्ण होतील, असंच या यंत्रणेचं स्वरूप असलं पाहिजे. या यंत्रणेत ग्राहकाची काळजी, त्याच्याविषयी सहानुभूती, प्रेम इत्यादी घटकांचा समावेश असला पाहिजे. तुमचा व्यवसाय देशव्यापी होणार आहे, अशी शक्यता गृहीत धरूनच सदर यंत्रणेची बांधणी करा. प्रस्थापित मोठे उद्योग आणि तुमचा उद्योग यांत फरक कसा करता येईल ते पाहा

: प्रस्थापितांची सेवा देण्याची पद्धत आणि तुमची सेवा देण्याची पद्धत यांत वेगळेपण असणं आवश्यक आहे. हे वेगळेपणच तुमचं महत्त्व वाढवणार आहे. तुमचा प्रत्येक ग्राहक हा असामान्य आहे, असं मानूनच तुमच्या 'ग्राहक' समाधान यंत्रणेची बांधणी करा. हे सर्व केल्यावरच आवश्यक ती सुसज्जता प्राप्त झाली, असं म्हणता येईल.

८. संभाव्य ग्राहकासाठी स्वतंत्र यंत्रणा तयार करा – तुमचा संभाव्य ग्राहक कोणता? तुम्ही जे काय करत आहात त्यात स्वारस्य दाखवणारा आणि तुमची सेवा मिळावी, म्हणून तुमच्याशी संपर्क साधण्याचा प्रयत्न करणारा तो तुमचा संभाव्य ग्राहक. त्याची मागणी पूर्ण करण्यास तुम्ही सदोदित सज्ज राहिलं पाहिजे. कारण तुम्ही त्याला डोळ्यांसमोर ठेवूनच 'ग्राहक समाधान योजना' तयार केली आहे आणि त्याचा वापरही तुम्ही करताहात. हीच तुमची संभाव्य ग्राहकासाठी तयार केलेली स्वतंत्र यंत्रणा. या यंत्रणेसाठी तुम्ही एक वेगळी अशी संहिता तयार केली आहे. ती तुम्हाला मुखोद्गत असली पाहिजे. जेव्हा तुमचा संभाव्य ग्राहक तुमच्यासमोर उभा ठाकेल, तेव्हा कोणत्याही परिस्थितीत तो विन्मुख होऊन परत जाणार नाही, याची काळजी तुम्हाला घ्यायची आहे. एक लक्षात ठेवा, ग्राहकाला तुमच्या सेवेचं महत्त्व पटवून देण्यापेक्षा त्याची तुम्ही काळजी घेत आहात, हे त्याला पटवून देणं महत्त्वाचं आहे. हे तुम्ही कसं करता, यावरच तुमची संभाव्य ग्राहक यंत्रणा अवलंबून आहे. हे सर्व लिहून काढा, त्याचा सराव करा. त्याची चाचणी घ्या. तुमची ही यंत्रणा यशस्वी व्हायची असेल, तर तुम्हाला याच मार्गाने जावं लागणार आहे. ही यंत्रणा एकदा का यशस्वीपणे कार्यरत झाली की, तिला सोन्याचा भाव मिळणार आहे.

९. तुमची 'ग्राहक निर्मिती यंत्रणा' तयार करा – जेव्हा तुम्हाला तुमच्या संभाव्य ग्राहकाची इत्थंभूत पार्श्वभूमी समजेल, तेव्हा ग्राहकनिर्मित यंत्रणेला प्रारंभ करा. आता तुम्ही तुमच्या संभाव्य ग्राहकाच्या आवडीनिवडी, त्याचं वास्तव्याचं ठिकाण, त्याला हताश करणाऱ्या बाबी आणि त्याच्या खऱ्या गरजा याची सर्व माहिती गोळा केली आहे. आता तुम्हाला त्याच्याशी संवाद साधायचा आहे. त्यासाठी तुम्हाला तुमचं भाषाकौशल्य पणाला लावावं लागेल. आम्ही तुझी समस्या सोडवली आहे, हे त्याला सहज आणि सोप्या भाषेत पटवून द्या. त्याला सेवा देताना किंवा उत्पादन पुरवताना कमीत कमी वेळ कसा लागेल, (यासाठी गर्दीचे रस्ते, जास्त वाहतुकीच्या वेळा टाळता येतील.) सदर वस्तू किंवा सेवा त्याला घरपोच कशी मिळेल, 'ग्राहक' हा महत्त्वाचा घटक आहे, हे तुमचं मत त्याला कळू द्या, यापूर्वी अशा पद्धतीने त्याला कोणीही सेवा दिली नव्हती, हे त्याच्या लक्षात येऊ द्या.

ग्राहक निर्मिती यंत्रणा तयार करताना संभाव्य ग्राहकाच्या पत्रपेटीत तुमचं

माहितीपत्रक टाकण्यापासून, त्यांचे मेळावे भरवून त्यांना माहिती देण्यापर्यंतच्या सर्व मार्गांचा समावेश होतो.

१०. तुमच्या नव्या कार्यपद्धतीची परिणामकता तपासून घ्या – तुमच्या नव्या कार्यपद्धतीची चाचणी घेण्याचा एकच मार्ग आहे आणि तो म्हणजे, तीच कार्यपद्धती सातत्याने वापरत राहणं. मात्र हे करण्यासाठी तुम्हाला तुमची 'बाजार व्यवस्थापन यंत्रणा' किंवा 'ग्राहक संपर्क व्यवस्थापन यंत्रणा' तयार करावी लागेल. या यंत्रणेचा वापर करून तुम्ही तुमच्या ग्राहकाची सर्व माहिती मिळवू शकता. तुमचा संभाव्य ग्राहक नेमका कोण, तो कोठे राहतो, त्याच्या गरजा कोणत्या, त्या पूर्ण करण्यासाठी तुमच्याकडून आणि त्याच्याकडून कोणता प्रयत्न झाला आहे, इत्यादी माहिती तुम्हाला मिळेल. या माहितीचा रोज अभ्यास केल्यास तुम्हाला तुमच्या कार्यपद्धतीचा अवलंब प्रत्यक्ष कार्यक्षेत्रात कसा होतो, त्यावर हे मूल्यमापन करणं अधिक योग्य ठरेल, हेही लक्षात ठेवा. मसाज करणारे, हृदयरोगतज्ज्ञ, अकाउंटंट, मोटार मेकॅनिक हे उद्योजक सर्वसाधारणपणे स्वत:चा उद्योग स्वत:च करतात. या क्षेत्रात तुमची कार्यपद्धती किती प्रभावी ठरते, हे जाणून घेणं महत्त्वाचं ठरेल. यांच्या जोडीनेच तुमच्या कार्यक्षेत्राशी संबंधित असलेले विविध कंपन्यांचे मुख्य कार्यकारी अधिकारी (CEO), मुख्य आर्थिक अधिकारी, मुख्य मार्केटिंग अधिकारी यांचीही मतं जाणून घ्या. 'गोल्डन पिरॅमिड' उभारणीच्या प्रक्रियेत त्यांची मतं महत्त्वाची योगदान ठरू शकतात. हे सर्व टप्पे 'गोल्डन पिरॅमिड'साठी कळीचे आहेत. जर तुमची कार्यपद्धती यशस्वी ठरत नसेल, तर त्याची कारणं काय? तुम्ही ज्या मार्गदर्शक तत्त्वांचा अवलंब करून जी कार्यपद्धती विकसित केली आहे, ती अयशस्वी ठरण्याची शक्यता जवळपास नाहीच. गरज आहे ती तुमच्या सातत्याची, आपल्या कार्यपद्धतीवर ठाम विश्वास असण्याची.

११. कार्यपद्धतीची जंत्री करा – आता संभाव्य ग्राहक कसा तयार करायचा, त्याला कोणती सेवा कोणत्या पद्धतीने द्यायची, त्यातून त्याचा आणि तुमचा फायदा कसा करून घ्यायचा, या गोष्टी तुमच्या लक्षात आल्याच असतील. या सर्व कार्यपद्धतीला कागदावर उतरवून काढा, त्याची व्यवस्थित जंत्री करा. भविष्यकाळात ती कोणालाही सहजपणे वापरता येईल, असं तिचं स्वरूप असू द्या. इथे तुम्ही तुमचा पर्याय शोधत नसून तुमचा 'अनुयायी' तयार करत आहात, असं समजून चाला. तुम्हाला तुमची कार्यपद्धती कुणाकडे तरी हस्तांतरित करायची आहे. तुमची कार्यपद्धती ही तुमची बौद्धिक संपदा (Intellectul Property) आहे. तिचं बाजारमूल्य फार मोठं आहे. तुम्ही तिच्यासाठी मोठ्या वेळेची, तुमच्या प्रतिभेची,

तुमच्या सहनशीलतेची आणि निग्रहाची गुंतवणूक केली आहेत. तुमच्या या गुंतवणुकीची, तुमच्या अथक प्रयत्नांची फलश्रुती म्हणजे जी कार्यपद्धती आहे; तिची परिणामकारकता १०० पट वाढू शकते. फक्त तिची योग्य पद्धतीने नोंदणी होणं आवश्यक आहे.

१२. तुमचा 'प्रतिनिधी करार' तयार करा – तुमच्या कार्यपद्धतीचं प्रतिनिधित्व किंवा एजन्सी दुसऱ्याला देण्यापूर्वी एक कायदेशीर करार तयार करणं गरजेचं आहे. त्यासाठी 'ट्रेडमार्क', 'पेटंट' किंवा कॉपीराइट क्षेत्रातील एखाद्या वकिलाची गाठ घ्या. तुमच्या कार्यपद्धतीत आणि कार्यक्षेत्रात जे नियम तुम्ही निश्चित केले आहेत, त्यांचं पालन संभाव्य प्रतिनिधीकडून होईल, अशी तरतूद त्या करारात करा. अशा प्रकारे तुम्हाला अनेकांना एजन्सी द्यायची आहे, हे लक्षात ठेवा. जर तुमची बौद्धिक संपदा भविष्यातही शाबूत राहावी आणि एजंटबरोबरचे संबंधही अबाधित राहावे, अशी तुमची इच्छा असेल, तर करारातील प्रत्येक कलम काळजीपूर्वक तयार करा. हा टप्पा अत्यंत महत्त्वाचा असल्याने वकिलाची निवड अत्यंत काटेकोरपणे करा.

१३. तुमचा पहिला एजंट नेमताना हे करा – तुमचा एजंट हा नवखा असण्याची शक्यता आहे. तुम्ही जे केलं, तेच आपण करावं, असं त्याला वाटत असेल, त्याला स्वतःची बाजारपेठ तयार करायची असेल; तर तुम्हाला तुमची बाजारपेठ तयार करताना जेवढे कष्ट घ्यावे लागले होते, तेवढेच कष्ट त्याला घ्यावे लागणार आहेत. तुमच्या कार्यपद्धतीत आता तुम्ही सज्ज झाला आहात. ती तुमच्या फायद्याची गोष्ट आहे, हे जरी खरं असलं, तरी तुमच्या प्रतिनिधीला, एजंटला तुमच्यापेक्षा जास्त काहीतरी करून दाखवावं, असं वाटू शकतं. त्यासाठी तो शुल्कही देण्याची तयारी दर्शवणार आहे. स्वतःचा असा वेगळा 'गोल्डन पिरॅमिड' असावा, असं ज्याप्रमाणे तुम्हाला वाटलं होतं; तसंच तुमच्या एजंटला, प्रतिनिधीला वाटू शकतं, तो स्वतःची समांतर बाजारपेठ तयार करणार आहे. तुमचे प्रतिनिधी वाढत जातील, तशातशा समांतर बाजारपेठाही वाढणार आहेत, हे लक्षात ठेवा. या बाजारपेठा कदाचित तुमच्या उद्योगाशी अप्रत्यक्षपणे संबंध येणार असेल, ही शक्यता गृहीत धरून एजंटाची किंवा प्रतिनिधीची निवड करा. त्याला तुमचे अनुभव सांगा. तुमच्या गोल्डन पिरॅमिडची 'कथा' त्याला सांगा. कोणताही अनुभवी माणूसही स्वप्नं कशी पाहू शकतो, ती प्रत्यक्षात आणण्यासाठी कोणकोणत्या दिव्यांतून जातो, ते त्याला समजावून सांगा. एखाद्यातील सुप्त उद्योजकाला जागं करणं म्हणजे नेमकं काय करायचं, याचं त्याला योग्य मार्गदर्शन करा. तुमच्यापासून प्रेरणा घेऊन हजारो-लाखो उद्योजक निर्माण होणार आहेत. कदाचित जगाचं आर्थिक वास्तव काय आहे, हे सांगण्याची क्षमता त्यांच्यात निर्माण होणार आहे, असा विश्वास

बाळगून त्याला योग्य ते प्रशिक्षण द्या.

१४. तुमच्या प्रतिनिधींचं प्रशिक्षण – हे तुम्ही प्रथमच करणार आहात, कदाचित तुमच्यातील तुमचा अहंभाव त्याला विरोध करण्याची शक्यता आहे, म्हणूनच असं करणं, हे एक महाकठीण काम ठरण्याची शक्यता आहे. आपण सर्व जण सध्या एका दर्जाहीन जीवनपद्धतीचा बळी ठरलो आहोत. कष्टांची गरज आपल्याला पडेनाशी झाली आहे. त्यामुळे कष्टप्रद प्रशिक्षण घेण्यास कदाचित तुमचा प्रतिनिधीच नकार देण्याची शक्यता आहे. आपण दर्जा, नियम, मूल्यं, चारित्र्य, नीतिमूल्य आणि पावित्र्य या शब्दांची ओळख विसरत चाललो आहोत. त्यामुळे तुम्ही प्रशिक्षण देण्याची प्रक्रिया सुरू करण्यापूर्वी काही मार्गदर्शक तत्त्वांची स्वच्छ जाणीव तुमच्या प्रतिनिधीला करून देणं आवश्यक ठरेल. प्रशिक्षणाच्या दरम्यान तुम्हाला एक काल्पनिक ग्राहक निर्माण करावा लागेल. या काल्पनिक ग्राहकाशी तुम्हाला तुमच्या प्रतिनिधीचा संवाद घडवून आणावा लागेल. या काल्पनिक ग्राहकाला डोळ्यांसमोर ठेवून काही कृत्रिम समस्या निर्माण कराव्या लागतील. या कृत्रिम समस्यांवर कसे तोडगे काढायचे, हे तुम्हाला तुमच्या प्रतिनिधीला एजंटला शिकवावं लागेल. या प्रशिक्षणादरम्यान एखाद्या प्रतिनिधीने तुमची भूमिका पार पाडण्याची इच्छा व्यक्त केली, तर ती पूर्ण करा. कारण त्याच्याकडूनही शिकता येईल, असं बरंच काही असू शकतं. तुमच्याही लक्षात न आलेल्या गोष्टी, काही कळीचे मुद्दे त्याच्याकडून मिळू शकतात. तुमच्या कार्यपद्धतीत सुधारणा करू शकणारी प्रत्येक गोष्ट महत्त्वाची आहे, हे विसरू नका.

१५. तुमची व्यवसाय व्यवस्थापन यंत्रणा तयार करा – तुमच्या कार्यपद्धतीच्या कक्षा जशा वाढत जातील, तशी त्यात नव्या अनुभवांची भर पडत जाईल. त्यांपैकी योग्य त्या अनुभवांचा तुमच्या एकूण कार्यपद्धतीत समावेश करण्यासाठी तुम्हाला तुमची 'व्यवसाय व्यवस्थापन यंत्रणा' विकसित करावी लागेल. तुमच्या व्यवसाय व्यवस्थापन यंत्रणेचे तीन उद्देश असतील.

१. तुमच्या विस्तारित (एजंटाना दिलेल्या) कार्यपद्धतीवर नियंत्रण ठेवणं.

२. या कार्यपद्धतीत सतत सुधारणा घडवून आणणं.

३. तुमच्या सध्याच्या कार्यपद्धतीच्या मूळ घटकांत नव्या घटकांची भर घालत, त्या कार्यपद्धतीचा विकास करणं.

यांपैकी पहिल्या उद्देशात तुमचा व्यवस्थापक तुम्हाला जी माहिती पुरवतो, तिचा वापर करून कार्यपद्धतीत व्यूहात्मक बदल करणं, धोरणात्मक निर्णय करणं आणि व्यवसायातील नेतृत्वाला दिशा देणं, यांचा समावेश होतो. दुसऱ्या उद्देशात

तुम्ही तुमच्या एकूण व्यवसायाची मुद्देनिहाय माहिती गोळा करू शकता. त्याच्या आधारे तुमची कार्यपद्धती सर्व ठिकाणी एकसंधपणे कार्यरत आहे की नाही, तुमच्या कार्यपद्धतीचे हेतू अपेक्षेप्रमाणे पूर्ण होत आहेत की नाहीत, याचं निरीक्षण इत्यादींचा समावेश होतो. तिसऱ्या उद्देशात तुम्ही तुमच्या बाजारपेठेतील महत्त्वाच्या चढउतारांचा आढावा घेणं अपेक्षित आहे. त्यामुळे तुम्हाला तुमच्या ग्राहकाचा कल जाणून घेता येणं शक्य होणार आहे.

१६. तुमच्या व्यवसायाची प्रतिकृती करताना – आता तुमची व्यवसाय व्यवस्थापन यंत्रणा अपेक्षेप्रमाणे काम करू लागली आहे. आता तुम्ही तुमच्या कार्यपद्धतीचा विस्तार करून ती जास्तीत जास्त एजंटांना वापरण्याजोगी केली आहे. आता तुम्ही तुमची कार्यपद्धती तुमचा 'ब्रँड' म्हणून बाजारात आणू शकता. आता वेळ आली आहे, ती तुमच्या कार्यपद्धतीची स्वतंत्र अशी प्रतिकृती निर्माण करण्याची. जर तुमच्या कार्यपद्धतीचा वापर एका व्यवसायाने केला, तर तुमच्या कार्यपद्धतीचा विस्तार दसपट होण्याची शक्यता असते. हा आकडा सहजपणे शंभरपर्यंत जाऊ शकतो. तुम्ही जर तुमच्या कार्यपद्धतीची योग्य अशी प्रतिकृती निर्माण करू शकतात, तर त्याचे अंतिम निकाल स्तिमित करणारे ठरू शकतात. या प्रतिकृतीचा वापर करून लाखो उद्योजक आपला व्यवसाय वृद्धिंगत करू शकतात. तुमच्या कार्यपद्धतीचं अनुकरण करून, त्यात नव्या शोधांची भर घालून, नव्या शक्यतांची चाचपणी करून त्यांना वरील उद्दिष्ट साध्य करणं सहज शक्य आहे. हे सर्व झालं की, 'गोल्डन पिरॅमिड'ची निर्मिती झाली, असं समजायला हरकत नाही. हा गोल्डन पिरॅमिड परिणामकता, कार्यक्षमता आणि जागतिक दर्जाचा सामना करण्याची क्षमता यांवर आधारलेला आहे. एकापासून सुरुवात झालेला प्रयोग शंभरपटीने वाढला आहे. गोल्डन पिरॅमिडची खासियत हीच आहे. या पिरॅमिडचा सर्वोच्च बिंदू म्हणजे मोठा आणि यशस्वी उद्योग आहे. या पिरॅमिडच्या मध्याशी १० यशस्वी उद्योग आहेत, तर त्याचा पाया तुमच्या शंभरपट वाढलेल्या कार्यपद्धतीनं मजबूत केला आहे.

नव्या उद्योजकाच्या या युगात आणि आंतरराष्ट्रीय स्वप्नांच्या या जगात तुमचं स्वागत असो!

उपसंहार

'ऑल सिस्टिम्स गो!'

'बालकांच्या रुळलेल्या आणि परिचित अशा जमण्याच्या जागांपासून तो दूर-दूर भटकत गेला आणि त्याच्या मनात रेंगाळत असणाऱ्या एकाकी जागांचा त्याने शोध घेतला.'

– मार्क ट्वेन, 'द ॲडव्हेंचर्स ऑफ टॉम सॉयर'

खूप-खूप वर्षांपूर्वीची गोष्ट आहे. कॅलिफोर्नियातील सिकोईया राष्ट्रीय उद्यानात मी फेरफटका मारत होतो. पाठीवर एक बॅग बांधायची आणि मुक्त वातावरणाचा आनंद घ्यायचा, एवढीच माझी इच्छा होती.

अशा प्रकारची भटकंती मी यापूर्वी कधीही केली नव्हती, यावर कोणाचाही विश्वास बसला नसता. माझे मित्र मलाच हसले असते. पण खरंच सांगतो, तो माझ्या पहिलावहिला अनुभव होता. विजनवासात जावं, जिथं समाजाचं माझ्यावर कसलंही बंधन असणार नाही. माझं दैनंदिन आयुष्य व्यापून टाकणारा माझा व्यवसाय मी मागे ठेवलेला असेन, गर्दी आणि कोलाहलापासून मी दूर असेल आणि अद्‌भुतपूर्व अशी मनःशांती मला लाभलेली असेल, या कल्पनेला मी अनेक वेळा कुरवाळत असे.

अशा क्षणी माझं आयुष्य मलाच ओळखता येत नाही. त्या वेळी कदाचित मीच माझा शोध घेत असेन. मला काय नेमकं काय हवंय, मी नेमका कशाचा शोध घेतोय, हे मला शब्दांत सांगता येणार नाही. मी त्या राष्ट्रीय उद्यानात पोहोचलो खरा. त्या वेळी माझी गाडी मीच चालवत होतो. अशी भटकंती किती दिवस करायची,

याची आखणीही मी केली नव्हती.

या उद्यानाच्या मधोमध उतरलेल्या एका दरीत मी पोहोचलो, तेव्हा सायंकाळ होत होती. सूर्यदेव परतीच्या प्रवासाला लागले होते. माझ्या सुदैवाने मला एक भाड्याची खोली मिळाली. ती माझ्या पाठीवरची बॅग रिकामी केली. मी त्यापूर्वी कधीही तसली बॅग वापरली नव्हती. दुकानदाराने ती मला दिली, तेव्हा अशा बॅगेत काय-काय असणं आवश्यक असतं, ते त्यानेच ठरवलं होतं. कदाचित माझा नवखा चेहरा बघून त्याने हे केलं असावं. त्याच्या सूचना मी काळजीपूर्वक ऐकल्या. (किंवा ऐकल्यासारख्या केल्या असेन!) माझा विजनवास एक आठवड्यापेक्षा मोठा नक्कीच असणार नव्हता. ती बॅग पाठीशी मारली आणि माझ्या तोंडातून 'क्लीनेक्स', 'रोलेडस' किंवा 'मर्सिडिस' असे, भटकंती करणाऱ्यांच्या संग्रही असणारे शब्द बाहेर पडू लागले.

जणू काही विजनवास हा शब्द चटकन 'आउट डोअर'चा पर्यायी शब्द ठरला होता. मी त्या वेगळ्या विश्वात सहजपणे विरघळून जात होतो. 'विजनवासात जा, तिथे माणूस म्हणजे फक्त माणूस असतो, तो दुसरा-तिसरा कोणीही नसतो.' मी माझं सामान गाडीतून बाहेर काढलं आणि खोलीत अंथरूण पसरलं. बाहेर गूढ असा काळोख दाटत चालला होता. त्या नकाशात त्या भागातील डोंगरांची माहिती दिली होती.

विचार करत पलंगावर पहुडलो असता, मी मलाच प्रश्न विचारत होतो 'मायकेल जर्बर, तू इथं काय करतोयंस?' त्यानंतर कधीतरी माझा डोळा लागला असणार.

***

सकाळी पक्ष्यांच्या कूजनाने मला जाग आली. मला सुरुवातीला काहीच सुधरत नव्हतं. मी उठलो आणि खोलीचा दरवाजा उघडला. माझ्या अंगावर त्या मिश्र सुगंधाचा झोत आला. त्यात पाइन वृक्षाचा वास होता, ओलसर मातीचा वास होता. मुख्य म्हणजे जंगलांना एक विशिष्ट प्रकारचा वास असतो, तो त्या सर्व वासात मिसळलेला होता. या सुगंधाने मला एकदम माझ्या बालपणात नेलं. योसेमाईट येथील जंगलात मी माझी भावंडं आणि आई-वडील यांच्यासमवेत काही दिवस सुट्टी घालवली होती. तो सुगंध मनात दरवळत असलेल्या अवस्थेतच मी खोलीत परतलो. जंगल सफरीवर जाण्याचं माझं सामान एकत्र केलं, बूट चढवले, सॅक पाठीशी बांधली, पाण्याच्या बाटल्या भरून घेतल्या. त्या वेळी सकाळचे ७ वाजून, २७ मिनिटं झाली होती. रविवारची ती रम्य सकाळ होती.

***

मी बाहेर पडलो आणि रुळलेली वाट पकडून टेकडी चढू लागलो. मी त्या वेळी, त्या ठिकाणी एकटाच होतो आणि अर्थात तेच मला हवं होतं. मी इथं माझ्या एकट्यासाठीच तर आलो होतो. मला त्या जंगलाशी, विजनवासाशीच संवाद साधायचा होता. थोरोने यापूर्वी असाच संवाद साधला होता. जॉन मुईर या कवीनेही अशाच एकान्तात कविता केल्या होत्या. त्याआधीही अनेक कवींनी आणि विचारवंतांनी अशाच एकान्तवासाला आपला सखा बनवलं होतं. इथंच कदाचित मला माझा आत्मा गवसणार होता. सुप्तावस्थेत असलेल्या माझ्या आत्म्याला इथंच जागृतावस्था प्राप्त होणार होती.

मी वर-वर चढत होतो. समोरचे डोंगर मला खुणावत होते, माझे पाय खेचत होते, माझं संपूर्ण लक्ष त्या डोंगरांच्या माथ्याकडे लागलं होतं. चढण चढताना मी कमरेत वाकत होतो. मी जसजसा पुढे जात होतो, तसतसं सभोवतालचं जंगल घनदाट होत चाललं होतं, वाटेत झाडांचे ओंडके पडले होते, ते माझ्या वाटेत अडथळे निर्माण करत होते. माझ्या डावीकडे एक खोल दरी होती, डोंगर-माथ्यावरचं सगळं पाणी प्रपातरूपाने त्या दर्शन कोसळत होतं, त्याचं दरीत कुठेतरी माझी खोली होती, मात्र ती आता माझ्या दृष्टिपथात नव्हती.

मी वाट चालतच होतो. आता आजूबाजूच्या डेरेदार वृक्षांनी काहीसं भीतिदायक रूप धारण केलं होतं, पक्षांचा किलकिलाट तर अथकपणे सुरूच होता. या कशाकडे लक्ष न देता माझी वाटचाल करतच होतो, रस्ता संपत नव्हता. मग वेड्या मनात विचार चमकून गेला; हा रस्ता, ही वाट अचानक अदृश्य झाली तर? पण तसं नक्कीच घडणार नव्हतं. आगामी किमान हजार वर्षांत तरी तसं होण्याची शक्यता नव्हती. मला घाबरण्याचं काहीच कारण नव्हतं. कारण काही वेळापूर्वीच माझी खोली सोडली होती, ती सिकोईया या गावात होती आणि ते गाव लॉस एंजल्सपासून काही तासांच्या अंतरावर होतं, हे सारं मला माहीत होतं.

मला कशालाही घाबरायचं काही कारणच नाही, हा विचार मनाला आधार देणार होता आणि त्याच विचारात मी पुढची मार्गक्रमणा करत राहिलो.

जवळ-जवळ चार तासांच्या पायपिटीनंतर मी डोंगरमाथ्यावर पोहोचलो होतो. चक्क डोंगरमाथ्यावर! माझ्या शरीरात नाट्यपूर्ण बदल घडतायंत, असं मला वाटू लागलं. माझ्या पायातील, पाठीतील आणि संपूर्ण शरीरातील थकवा कुठल्या कुठे पळून गेला. मी आजूबाजूचा प्रदेश न्याहाळू लागलो आणि काहीसा भयचकित झालो. हे सारं मला नवीनच होतं, या अनुभूतीची मला अपेक्षा नव्हती आणि ती घेण्याची माझी मानसिक पूर्वतयारीही नव्हती. माझ्या संपूर्ण शरीरात एक अनाम अशी शिरशिरी उमटून गेली. त्यानंतर जणू या माझ्या विचारशृंखलेला खीळ घालण्यासाठी एक दृश्य माझ्यासमोर घडलं. एक धिप्पाड काळवीट तेथे आला

आणि माझ्या अगदी जवळ, डाव्या बाजूला येऊन उभा राहिला. काही क्षणच त्याने माझी दखल घेतली आणि क्षणार्धात त्याने उजवीकडे असलेल्या जंगलाकडे झेप घेतली. तो कधी, कसा आला आणि कसा गेला याचा विचार करण्याची उसंतही मला मिळाली नाही. तो गेला आणि त्याच्या अस्तित्वाच्या खुणाही नाहीशा झाल्या.

नंतर मला या सर्वांचा उलगडा झाला. काही वेळा पूर्वी तेथे कसलातरी आवाज होता, आता तो नाहीसा झाला होता. मी त्या अवस्थेतून जागा झालो आणि आजूबाजूला पाहू लागलो. माझ्या आवतीभोवती पसरलेल्या अथांग अवकाशाची जाणीव मला झाली. खोल-खोल जात असलेली दरी मग मला दिसू लागली. डोंगरांच्या कडेकपाऱ्या मला दृग्गोचर होऊ लागल्या.

बऱ्याच दूरवर मला आणखी काही पर्वतरांगा दिसू लागल्या. त्या पर्वतरांगा माझ्या दोन्ही बाजूंनी पसरलेल्या मला दिसत होत्या. त्या मी उभा होतो, तिथून त्या बऱ्याच दूर होत्या; पण त्यांची सुरुवात मी उभा होतो, तिथूनच होत होती. मागच्या बाजूलाही त्या पसरल्या होत्या. माझी नजर जिथपर्यंत पोहोचत होती, तिथपर्यंत त्या पसरल्याचं मला दिसत होतं. माझ्या डाव्या बाजूचं दृश्यही फारसं वेगळं नव्हतं. तेच निरभ्र आकाश, पूर्णपणे मोकळं-ढाकळं अवकाश सारं काही मला दिसत होतं. मला कडेकपाऱ्या आणि घनदाट जंगलही दिसत होतं आणि या निसर्गाच्या अद्‌भुत आविष्कारात मी आणि फक्त मीच उभा होतो.

मी त्या जागी एका पुतळ्यासारखा निश्चलपणे खिळून उभा होतो. 'एकान्तवास', 'विजनवास' हे शब्द मला परके नव्हते. पण त्यांचा खरा अर्थ मला आता या क्षणी कळत होता. त्या शब्दांची इंद्रियसुलभ प्रचिती मला येत होती. एका विलक्षण अशा नीरव शांततेची अनुभूती मी घेत होतो. जणू ती शांतता माझ्या देहाचा एक भागच बनला होती.

मी अजूनही मंत्रमुग्ध झाल्यागत तेथे खिळलो होतो. त्याच वेळी मला एक विचित्र अशा असाहाय्यतेची, विवेकशून्यतेची जाणीव बोचत होती. कुठलंही ठरावीक उद्दिष्ट ठेवून मी येथवर आलो नव्हतो. मला कशाचाच शोध इथे घ्यायचा नव्हता. मी शांत होतो आणि अचानक त्या शांततेचा भंग करणारे स्वर माझ्याकडे आले आणि मला विचारते झाले, 'तर मित्रा इथवर आपण येऊन पोहोचलो आहोत. आता पुढं काय करायचा तुझा विचार आहे?'

'मला काय करायचंय?' मी मलाच प्रश्न विचारला, आणि एका अनामिक भीतीने मी मागे वळून पाहिलं. मी इथंवर नक्की कोठून आलो? गेल्या सात तासांच्या प्रवासात मला हा प्रश्नच पडला नव्हता. मी आणि रस्त्याकडे पाहण्याचा प्रयत्न केला, तेव्हा तो मला अचानक अनोळखी वाटू लागला. जणू तो रस्ता तिथे नव्हताच! किंवा मी येथवर येण्यासाठी पायदळी तुडवला, तो रस्ताच मला

दिसेनासा झाला होता, असं मला वाटून गेलं.

तो रस्ता नाहीसा झालाय, हा विचार माझ्या मनात येताक्षणी मी अचानक पळायला सुरुवात केली. मला जे काही रस्त्यासारखं दिसत होतं, त्याकडे मी झेपावू लागलो. पण तोही रस्ता मघाचा नव्हता. तो वेगळाच रस्ता होता. माझ्यात जणू आता तो काळवीटच संचारला होता. मी धावत होतो, पुढे-पुढे धावत होतो, खाली-खाली जात होतो. कदाचित खाली ती दरी असेल, असं वाटून मी बेभानपणे ती वाट तुडवत होतो.

मी माझ्या खोलीवर पोहोचलो, तेव्हा रात्रीचे नऊ वाजले होते. मी पूर्णपणे दमलो होतो. मी झोपण्याचा प्रयत्न केला, पण ती येत नव्हती. मग मी शांतपणे उठलो. माझा बाडबिस्तारा गुंडाळून गाडीच्या डिकीत टाकला आणि सिकोईया राष्ट्रीय उद्यानातून बाहेर पडलो. ड्रायव्हिंग करताना मला कुठं जायचं ते ठरलं होतं. मी माँटेरेच्या समुद्रकिनाऱ्याच्या दिशेने चाललो होतो. मात्र का, ते मला कळत नव्हतं. पण मी गाडी हाणत होतो.

आता सिकोईया दूर-दूर जात होतं. मागे पडत होतं. माझ्या शरीरात एक वेदनेची लहर चमकून गेली. मी विजनवासात होतो आणि तेथे जे काही अनुभवलं, ते सत्य होतं, हे मला कळत होतं. रॉबिन्सन जेफर्स आणि वॉल्ट व्हीटमन या लेखकांनीसुद्धा अशाच जंगलातील अनुभवांचं लिखाण केलं होतं. पण मला आलेला अनुभव सर्वस्वी भिन्न स्वरूपाचा होता आणि या अनुभवातून आपण काहीतरी शिकलोच, याबद्दल मला खातरी वाटत होती. मी मलाच माझ्या सुखासीन विश्वातून बाहेर फेकलं होतं आणि मला त्या वेळी आपण पूर्णपणे उद्ध्वस्त होणार, अशी भीती वाटली होती. डोंगरमाथ्यावर मला हव्याहव्याशा वाटणाऱ्या शांतीचा शोध लागला होता. एखाद्या शांत अशा चर्चमध्ये कधीकधी मनाला शांती मिळते, तसंच काहीसं तिथे झालं होतं. पण मग तिथे मला आवाज देणारा, मला खडबडून जागं करणारा 'तो' कोण होता? मी मॉन्टेरेच्या दिशेने जात असताना हा प्रश्न स्वत:ला सारखा विचारत होतो.

मित्रांनो, आता आपला सहवास अंतिम टप्प्यात आलाय आणि या क्षणीच माझा हा अनुभव तुम्हाला सांगायचा होता. आपल्या सर्वांच्या जीवनात असे प्रसंग, असे क्षण येतात. त्या क्षणी आपल्यातीलच आत दडलेला कोणीतरी जागा होतो. त्याची ही जागृतावस्था आपल्याला केवळ अचंबित करत नाही, तर काहीशी दुखावतेही! अशाच काही क्षणांच्या वेळी तो जागा होतो आणि आपल्या मनाचा पुरता गोंधळ उडवून देतो. या गोंधळाचं स्पष्टीकरण आपण देऊ शकत नाही आणि काही क्षण असेही असतात की, आपल्यातला 'तो' मुळीच जागा होत नाही. आपण कितीही प्रयत्न केला, त्याला डिवचण्यासाठी नाना तऱ्हेच्या मार्गांचा अवलंब केला,

तरी त्याच्यावर ढिम्म परिणाम होत नाही. सुस्तपणे पडून राहण्याचा त्याने जणू निर्धारच केलेला असतो.

त्या दिवसानंतर मी पुन्हा कधीही सिकोईया उद्यानात गेलो नाही. पण त्याचे विचार माझ्या मनात वारंवार रुंजी घालत असतात. मी डोंगरमाथ्यावर उभा असताना माझ्यासमोर लांबच लांब पसरलेल्या त्या डोंगररांगा मला आठवतात. अचानक दिसलेला आणि तसाच अचानक नाहीसा झालेला तो काळवीटही मला आठवतो. एवढा मोठा प्राणी तेथं असणं, तो आपल्या अगदी जवळ येणं आणि त्याचं नाहीसं होणं, या सर्व घटनाच मला अविश्वसनीय वाटतात. मग मला माझं अचानक मागं वळणं आठवतं, तो भासमान रस्ता आठवतो आणि त्यानंतरचं जे माझं जीवाच्या आकांताने पळणंही आठवतं.

हे सर्व आठवत असताना कधीकधी एक विचार माझ्या मनात येऊन जातो, त्या ठिकाणी मी रात्रभर राहिलो असतो, तर नेमकं काय झालं असतं? कदाचित मी माझा बिछाना पसरला असता, खाण्याचं सामान बाहेर काढलं असतं. कदाचित एक छोटीशी शेकोटी पेटवली असती आणि झोपी गेलो असतो. तेथे काहीतरी चमत्कार घडला असता का? पण मी तेथून पळ काढला होता. मी पळायला सुरुवात केली.

मित्रांनो, ती जागा आणि आता आपण सर्व जण उभे आहोत, ही जागा; यात फारसा फरक नाही. कदाचित जे काही तिथं घडलं, तोच एक चमत्कार नसेल, कशावरून? कारण मी त्या ठिकाणी, त्या क्षणी मला स्वत:ला पूर्णपणे नव्याने पाहिलं होतं. मी कोण, हा शोध मला त्या ठिकाणी लागला होता, जो ह्यापूर्वी कधीही लागला नव्हता. मी स्वत:ला घाबरलेला पाहिलं होतं. एकाकी पडण्याचा अनुभव घेतला होता. परतीचा मार्ग सापडेल का, या विवंचनेत पछाडलेल्या अवस्थेत मी त्या डोंगरमाथ्यावर उभा होतो. अत्यंत धोकादायक अशा स्थितीत मी स्वत:ला बंदिस्त करून ठेवलं होतं. त्या ठिकाणी दिलासा देणारं असं काहीच नव्हतं. पण आता मी मला स्पष्ट दिसतोय, पाहू शकतोय, माझ्यातील त्या अनामिकाला मी आता सांगू शकतोय की, ‘होय मी तुझी साद ऐकलीय, तुझं आव्हान स्वीकारलंय, मी काहीतरी करून दाखवू शकतो.’ त्या उद्यानातील डोंगरमाथ्यावर माझी जी अवस्था झाली होती, त्यात आणि आता तुम्ही ज्या अवस्थेत आहात, त्यात मूलभूत फरक असा नाहीच आहे. तुम्हीही माझ्यासारखे किंकर्तव्यमूढ झाला आहात, पण मी तुमची काळजी घेणार आहे. मी तुम्हाला वेळीच सावध करणार आहे. मी पुन्हा एकदा तुम्हाला त्या डोंगरमाथ्यावरच्या अनुभवातून नेणार आहे आणि पुन्हा एकदा विचारणार आहे. ‘मित्रांनो, आपण एकमेकांना आतातरी पूर्णपणे ओळखतो आहोत का?’ आणि त्या प्रश्नाचं उत्तरही मीच देणार आहे. ते उत्तर असेल, ‘आता आपण परस्परांना जाणून घ्यायचा प्रयत्न करू या.’

***

मी तुम्हाला सांगतो मित्रांनो, ही वेळ आपली आहे, अजून या जगात आपल्याला बरंच काही शोधायचंय. तुम्ही एकटे नाही आहात आणि तुम्हाला घाबरून जायचं तर मुळीच कारण नाही. आपल्या सर्वांना मिळून तो गूढरम्य काळवीट आता शोधायचाय. त्याला ओरडून सांगायचंय. आता आम्ही आलो आहोत. आम्ही तुला आता शोधणारच!

कमीत कमी चुका आणि जास्तीत जास्त यश हवे असेल तर 'चेकलिस्ट' ही हवीच!
याच चेकलिस्टचे रहस्य उलगडून सांगणारे पुस्तक

यशप्राप्तीचा जाहीरनामा!

महत्त्व 'चेकलिस्ट'चे,
रहस्य चुका टाळण्याचे

मूळ लेखक

डॉ. अतुल गवांदे

अनुवाद

सुनीति काणे

चेकलिस्ट म्हणजे काय?
चेकलिस्ट म्हणजे कुठलेही काम नीटपणे पार पाडण्यासाठी
ते सुरुवात करण्यापूर्वी खातरजमा
करायच्या गोष्टींची यादी!
कल्पना अगदी अळणी आणि गद्य वाटतेय का?
परंतु प्रत्येक व्यवसायात ती किती मोलाची ठरते,
ते पाहण्यासाठी चला फेरफटका मारू या:
डॉक्टरांच्या, वैमानिकांच्या, बिल्डर्सच्या,
आर्थिक गुंतवणूकदारांच्या, हॉटेल मॅनेजर्सच्या,
स्टेज आर्टिस्टच्या जगात
आणि
घेऊ या अनेक थरारक अनुभव!